அறுப

வாழ்க்கையும் கிரிக்கெட்

அறுபத்து ஏழாவது அடி

வாழ்க்கையும் கிரிக்கெட்டும் எனக்குச் சொல்லிக்கொடுத்த பாடங்கள்

சுரேஷ் ரெய்னா
பரத் சுந்தரேசன்

தமிழில்: தாமரைச்செல்வி

ZDP
SPECIFICS

Title: Arubaththu Ezhaavathu Adi
Translated from the English titled 'Believe' by Thamaraiselvi

Published in English by Penguin Random House India Pvt. Ltd 2021
Author's Name: Suresh Raina, Bharath Sundaresan

Published by ZDP Specifics

SPECIFICS

(An imprint of Zero Degree Publishing)
No. 55(7), R Block, 6th Avenue,
Anna Nagar,
Chennai - 600 040

Website: www.zerodegreepublishing.com
E Mail id: zerodegreepublishing@gmail.com
Phone: 89250 61999

ZDP Specifics First Edition: June 2023
ISBN: 978-93-90053-68-1
TITLE NO ZDPS: 58

Cover Photograph: Getty Images
Cover design &Layout: Vijayan, Creative Studio

பொருளடக்கம்

1
உன் மீது நம்பிக்கை கொள்

இது ஒரு மந்திரம். இது ஒரு ஸ்லோகம். இது என் வாழ்க்கை முறை. இதுவே என் வாழ்வின் மிகப்பெரிய பாடம்.

இதை எனக்குக் கொடுத்ததற்காக நான் சச்சின் டெண்டுல்கர் - பா'ஜிக்கே கடன்பட்டிருக்கிறேன். என் தலைமுறையைச் சேர்ந்த, கிட்டத்தட்ட, ஒவ்வோர் இந்தியரையும் போலவே, எனக்கும் அவரே உதாரண மனிதர், எப்போதும். ஆனால், அவரோடு ஓர் அறையைப் பகிர்ந்துகொள்ளும், மைதானத்தின் ஒன்றாக பேட்டிங் செய்யும், என் கிரிக்கெட் வாழ்வின் உச்சங்களையும் வீழ்ச்சிகளையும் அவரோடே இணைந்து எதிர்கொள்ளும் நல்வாய்ப்பு எனக்கு அமைந்திருந்தது. என் வாழ்வில் எப்போதுமே சச்சின் பா'ஜி ஓர் அங்கமாக இருப்பது தனிச்சிறப்பு மட்டுமல்ல ஆசீர்வாதமும் கூட. இதைச் சொல்லிக்கொள்வதற்கே எனக்குப் பெருமிதமாக இருக்கிறது.

முதல் முறை நேரில் சந்திக்கும் முன்பே அவரை வியந்து பார்த்தபடியேதான் இருந்திருக்கிறேன். அதன்பிறகு, கிட்டத்தட்ட பத்தாண்டு காலம் பா'ஜியும் நானும் மைதானத்திற்குள்ளும் வெளியிலுமாகப் பல மறக்கமுடியாத தருணங்களைப் பகிர்ந்துகொண்டோம். ஆனால் அவற்றுள் ஒரு சந்திப்பு

வாழ்க்கை பற்றிய என் பார்வையை முற்றிலுமாக மாற்றி அமைத்தது. 2014ல் பா'ஜி தன் மகத்தான கிரிக்கெட் வாழ்வை முடித்துக்கொள்வதாக அறிவித்த சில மாதங்களுக்குப் பின் அந்தச் சந்திப்பு நிகழ்ந்தது.

நான்தான் அவரைத் தேடிச் சென்றேன். இங்கிலாந்து சுற்றுப்பயணத்துக்குச் சில வாரங்களே இருந்தன. எனக்கு எப்படியும் மும்பை சென்றாக வேண்டிய வேலை இருந்தது. அங்கே சில விளம்பரப் படப்பிடிப்புகள் ஏற்பாடாகி இருந்தன, எனவே, சச்சின் பா'ஜியின் அறிவுக் களஞ்சியத்திலிருந்து கொஞ்சம் பெற்றுக்கொள்ள எனக்கு இது நல்ல வாய்ப்பாக இருக்கும் என்று தோன்றியது. அதனால் அவரை அழைத்து, என் பேட்டிங்கில் சில திருத்தங்களைச் செய்துதர இயலுமா என்று கேட்டேன். அவர் அதற்கு உடனடியாக ஒப்புக்கொண்டது மட்டுமல்ல, பாந்த்ரா குர்லா வளாகத்துக்கு (BKC) நான் எப்போது சென்றாலும், அப்போதெல்லாம் தானும் அங்கு இருக்கும்படி பார்த்துக்கொண்டார். நான் தங்கியிருந்த ஹோட்டல், BKCக்கு அருகில்தான் இருந்தது. BKCயின் பொறுப்பாளர்களை நான் தொடர்புகொண்டபோதுதான், எனக்கு முன்பாகவே பா'ஜி அவர்களிடம் பேசிவிட்டது தெரிந்தது.

அங்கே நான் இரண்டு வாரங்கள் இருந்தேன், பா'ஜி ஒவ்வொரு பயிற்சிக்கும் வந்திருந்தார், ஒவ்வொரு முறையும் மூன்று மணிநேரங்கள் என்னுடன் செலவிட்டார். அவர் முழு ஈடுபாட்டுடன் இருந்தார், என்னை இங்கிலாந்து போட்டிகளுக்குத் தயார்படுத்துவதற்காக அவர் எவ்வளவு முனைப்புடன் உழைக்கிறார் என்பதைக் கண்டு நான் பிரமித்துப் போயிருந்தேன். அது ஓர் அதி-தீவிரப் பயிற்சிக் காலம்.

அந்தப் பயிற்சி வகுப்புகளுள் ஒன்றின்போது, என்னைத் தனியே அழைத்து, என் வாழ்க்கையை மாற்றியமைத்த அந்தப் பொன் நிகர் சொற்களைச் சொன்னார்: 'உன்னால் முடியும் என்று நம்பு. உன்னால் முடியும்.'

அதன்பின்னர் கிட்டத்தட்ட ஒவ்வொரு நாளும், நாங்கள் கடுமையாக உழைத்த ஒவ்வொரு பயிற்சி வகுப்பின்போதும்

அவர் அந்தச் சொற்களை என்னிடம் சொன்னார். அதனால், என் வாழ்விலும், தொழில்முறை கிரிக்கெட்டிலும் முதல் முறையாக, ஏனைய புறக் காரணிகளைத் தவிர்த்து, நான் என்னையே நம்பத் தொடங்கினேன்.

பா'ஜியின் இந்தக் கருத்துக்கான அடிப்படை, பேட்டிங் பாணியையும் உத்திகளையும் இப்படியான பயிற்சிக் களங்களின் மூலம் கச்சிதப்படுத்தலாம், ஆனால் நம் நட்டுக்காக போட்டிகளை வென்று தருவதற்கு மைதானத்தில் இறங்கும்போது கச்சிதமான மனநிலையுடன் இருப்பதும் அவசியம் என்கிற அவருடைய நம்பிக்கைதான். இதற்குப் பிறகான திருப்பமாக, கார்டிஃபில் நடந்த முதல் ஒரு நாள் போட்டியிலேயே நான் இங்கிலாந்துக்கு எதிராக எண்பது பந்துகளில் சதமடித்தேன், அது இந்தியாவுக்கு வெற்றியைத் தேடித் தந்தது. அதன் தொடர்ச்சியாக அந்தத் தொடரையே நாங்கள் 3-1 என்ற கணக்கில் வென்றோம், அதற்கு முன்பாக டெஸ்ட் போட்டி அணிக்கு மிகக் கடுமையானதாக இருந்திருந்தது. எனக்கு 'ஒருநாள் தொடரின் சிறந்த வீரர்' விருது கிடைத்தது. என் அலைபேசிக்கு முதல் வாழ்த்துச் செய்தியை பா'ஜிதான் அனுப்பினார். அது 'உன் மீது நம்பிக்கை கொள்' என்று இருந்ததில் வியப்பேதுமில்லை.

அந்தச் சமயத்தில் என் நண்பன் ஒரு டாட்டூ வரைந்துகொண்டான். எனக்கும் ஒன்று வேண்டுமா என்று கேட்டான். அதற்கு முன்பாக டாட்டூ வரைந்துகொள்ளுபவனாக நான் இருந்ததே இல்லை. டாட்டூ என்பது ஒரு மனிதன் தன் வாழ்க்கையையே ஒப்புக்கொடுத்துத் தன்னுடனே இறுதிவரை சுமந்திருக்கவேண்டிய ஒன்று. இப்போது என் மனைவி, மற்றும் பிள்ளைகளின் பெயர்களை டாட்டூவாக வரைந்திருக்கிறேன். ஆனால் என் முதல் டாட்டூவை நான் பெற்றுக்கொண்டது நெடுங்காலம் முன்பு, 2014ல். அது, நான் மைதானத்திலோ, அல்லது வெளியிலோ எடுக்கவிருக்கும் எந்த முடிவையும் சரியான திசைக்குத் திருப்பித்தரும் திசைகாட்டிக் கல்லைப் போன்ற ஒரு செய்தி. என் வலது கரத்தில் அதை நான் வரைந்துகொண்டேன். அது ஓர் எளிய சொல் : BELIEVE (நம்பு).

மும்பையில் அவ்விரண்டு வாரங்கள் பா'ஜியுடனான என் உரையாடல் பெரிய அளவில் விளையாட்டு நுட்பங்கள் சார்ந்து அமையவில்லை என்பதே உண்மை. அது பெரும்பாலும் விளையாட்டை முன்னிட்டு என் மனநிலையை எப்படி மாற்றியமைக்கலாம் என்பதாகவே இருந்தது. பேட்ஸ்மன் என்ற முறையில் ஒருவர் தொடர்ச்சியாகத் தன்னைப் பல்வேறு வரையறைகளுக்கும் சூழ்நிலைகளுக்கும் ஏற்றவாறு வடிவமைத்துக்கொள்ள வேண்டும் என்று அவர் எப்போதும் சொல்வார். ஆட்ட நுட்பம் தானாக படிப்படியாக மேம்படும், அது அப்படித்தான் இருக்கவும் வேண்டும்.

அவர் ஒன்றிரண்டு ஆட்ட நுணுக்கங்களையும் எனக்குக் கற்றுத் தந்தார், இங்கிலாந்தில் பந்தை முடிந்த அளவு தாமதமாக அணுகுவது எப்படி என்பதையும், அதன் திருப்பத்தைக் கட்டுப்படுத்த உடலுக்கு நெருக்கமாகப் பந்தை அணுகுவது எப்படி என்பதையும் கற்றுத் தந்தார். அவர் கையோடு ஒரு பிரத்தியேகமான ப்ளாஸ்டிக் பந்தைக் கொண்டு வருவார். சில சமயங்களில், எனக்குக் கேட்ச் பிடிக்கும் பயிற்சி அளிக்கும்பொருட்டு அதனை என்னை நோக்கி எறிந்துகொண்டிருப்பார். பயிற்சிக்குப் பின் அவர் சொன்ன குறிப்புரைகள் அனைத்துமே நேர்மறையாகவே இருந்தன, தன்னைத்தானே தாங்கிக்கொள்வதும், தன் தனித்த விதத்தில் கிரிக்கெட்டை விளையாடுவதும் சார்ந்த குறிப்புகள் அவை. இருபத்து நான்கு ஆண்டுகளாகத் தன் கிரிக்கெட் வாழ்க்கையில் அவர் அதைத்தானே செய்தார்.

சச்சின் பா'ஜியை இந்த விளையாட்டின் பிள்ளை என்று அதன் நேரடிப் பொருளிலேயே சொல்லலாம். போலவே, இந்த விளையாட்டைப் பற்றிப் பேசுவதிலும் அவரிடம் ஒரு குழந்தையின் உத்வேகம் இருக்கிறது. அவர் இதனைக் கச்சிதமாகப் புரிந்துகொண்டிருக்கிறார், அதன் ஒவ்வொரு சிறு விவரத்தையும் பொருட்பட அறிந்திருக்கிறார், பிறகு தான் கண்ணுற்றவற்றை மிக நன்றாக எடுத்துரைக்கிறார்.

நாங்கள் 2011ஆம் ஆண்டின் உலகக் கோப்பையை அவரால்தான் வென்றோம். எனில், அவர் எடுத்துக்கொடுத்த ரன்களால் மட்டுமல்ல. திரைக்குப் பின்னால் அவரது பங்களிப்பு இன்னும் கூடுதல் மதிப்பு மிக்கது. ஒவ்வொரு நாள் ஆட்டத்தின்போதும் அதன் தன்மையை உணர்ந்து, என்னென்ன செய்யலாம் என்பதற்கான ஆலோசனைகளை எங்கள் எல்லோருக்கும் சொல்லிக்கொண்டே இருந்தார். காலிறுதி ஆட்டத்தை நாங்கள் வென்றபிறகு, அந்த ஆட்டத்தின் சூட்சுமமே யுவி (யுவ்ராஜ் சிங்) மற்றும் என்னுடைய பேட்டிங்கில்தான் இருந்தது என்றும் ஆட்டம் பற்றிய என் புரிதல் என்னை அதில் நெடுந்தூரம் அழைத்துச் செல்லும் என்றும் சொன்னார்.

இப்படியான சொற்கள் ஒருவரோடு என்றென்றும் தங்கிவிடும். இப்படி அவர் மிகப் பெரும் துணையாக இருந்தது இந்த ஒருமுறை மட்டும் அல்ல. அவர் என்னிடம் வந்து தன் ஆலோசனைகளையும் பாராட்டுகளையும் தெரிவித்த ஆட்டங்கள் பல உண்டு. அது எனக்கு மிகவும் முக்கியமானதாக இருந்தது.

கிரிக்கெட் பற்றிய எனது ஆரம்ப ஞாபகங்களில் 1990களில் பா'ஜி விளையாடிய மகத்தான ஆட்டங்கள் இருப்பது இயல்பு. அப்படி நிறைய உண்டு. ஆனால் அவருடைய சில டெஸ்ட் செஞ்சுரிகள் மறக்கமுடியாதவை, குறிப்பாக ஆஸ்திரேலியாவில் அடித்தவை. அப்போது நான் இருந்த ஹாஸ்டலின் பல விடுப்பு நாட்களை இப்படியான அவரது ஆட்டத்தைத் தொலைக்காட்சியில் பார்த்துத்தான் கழித்தேன்.

அவருடனான முதல் சந்திப்பை என்னால் கடந்து வரவே முடியாது. அது 2001, அப்போது நான் முதல் முறையாக மும்பை சென்றிருந்தேன். டைம்ஸ் ஷீல்ட் கிரிக்கெட் போட்டியில் ஏர் இந்தியா அணியில் விளையாட எனக்கு ஸ்காலர்ஷிப் கிடைத்திருந்தது. பாந்த்ரா எம்ஐஜி கிரிக்கெட் க்ளப்பில் எங்கள் பயிற்சி ஆட்டங்கள் நிகழ்ந்தன. பா'ஜியும் அங்கேயேதான் தன் பயிற்சியில் ஈடுபட்டிருந்தார். அவருடைய நெடுங்கால நண்பரான அதுல் ரானடே அப்போது அங்கிருந்தார். அவர் என்னிடம் அன்று மாலை சச்சின் டெண்டுல்கர் வருவார்

என்று தெரிவித்தார். பா’ஜியிடம் என்னை அறிமுகப்படுத்தி வைக்கவேண்டுமென்று நான் அவரிடம் கெஞ்சினேன்.

இருபது வருடங்கள் கடந்தபின்னும் இப்போதும் என்னுடைய உவகையைச் சொல்ல என்னிடம் சொற்கள் இல்லை. இரண்டு மணிநேரங்களுக்கு மேலாகக் காத்திருந்து பா’ஜியைச் சந்தித்ததோடு மட்டுமல்லாமல் அவருடைய பேட்டிங் பயிற்சியைப் பார்ப்பதையும் உறுதி செய்துகொண்டேன். அவரது குணாம்சங்களில் உடனடியாக என்னை ஈர்த்தது அவரது பணிவு.

அவரிடம் என்னை அதுல் பாய் அறிமுகப்படுத்தியபோது மென்மையாகப் புன்னகைத்து, ஹலோ சொல்லிவிட்டுக் கடந்து சென்றிருக்கலாம்; நான் அப்போது கிரிக்கெட் கிட் ஒன்றை வைத்திருந்த யாரோ ஒரு சிறுவன்தான். ஆனால் அவர் தங்கியிருந்து என்னோடு ஒரு சரியான உரையாடலை முன்னெடுத்தார். அவருடைய பேட்டைக் கொஞ்ச நேரம் நான் வைத்திருக்கவும் அனுமதித்தார். ஒரு மெகா ஸ்டாராக இருந்தபோதும் அவ்வளவு எளிமையாக இருந்தார்.

சச்சின் டெண்டுல்கரிடமிருந்து கற்க வேண்டிய பாடங்கள் நிறைய இருக்கின்றன; அவற்றுள் முதலாவதை அன்றைக்கு எம்ஐஜி கிரிக்கெட் க்ளப்பில் அவர் அருகில் இருக்கும்போது நான் கற்றுக்கொண்டேன். எத்தனை பெரிய இடத்தை அடைந்தாலும், எவ்வளவு பிரபலமானாலும், ஒருவர் தன் ஆரோக்கியத்தைப் பேணுவதும், யதார்த்தத்தை அறிந்திருப்பதுமே அத்தியாவசியமானவை என்பதைக் கற்றுக்கொண்டேன். என்னைப் போலவே அவரும் மத்திய வர்க்கக் குடும்பப் பின்னணியிலிருந்து வந்தவர், அத்துடன் தன் கலாச்சாரத்துடன் ஆழ்ந்த வேர்பிடிப்பு கொண்டவர். அந்தக் காலகட்டத்தில் நான் ஒரு சாதாரண ஜூனியர் கிரிக்கெட் ஆட்டக்காரன், அவரோ இந்த விளையாட்டின் மாபெரும் நட்சத்திரம், ஆனாலும் என்னால் அவரது மனநிலையோடு தொடர்புபடுத்திக்கொள்ள முடிந்தது. அந்தச் சிறிய சந்திப்பின் வழியாக, செஞ்சுரிகள் அடிப்பதும் நம் தேசத்துக்காகப் போட்டிகளை வென்று

கொடுப்பதுமே முக்கியமான லட்சியமாக இருந்தாலும், பணிவு இல்லையெனில் இவற்றுக்கெல்லாம் மதிப்பே இருக்காது என்பதைப் புரிந்துகொண்டேன். அப்படித்தான், வெற்றியின் பொழுதுகளில் பணிவுடன் இருப்பதன் மூலமாகத்தான், ஒருவர் தனக்கான மரியாதையை ஈட்ட முடியும்.

அடுத்ததாக அவரைச் சந்திக்கும் முன் நான் சர்வதேசப் போட்டிகளில் 2005 முதல் பங்கேற்கத் தொடங்கிவிட்டிருந்தேன். இலங்கைக்குச் சென்ற இந்திய அணியில் அவர் பங்கேற்கவில்லை, அங்கே நான் மூன்று ஒரு நாள் போட்டிகளில் இடம்பெற்றேன்.

நாங்கள் ஒருவரை ஒருவர் முதல் முறையாக 2005ன் பிற்பகுதியில் மொஹாலியில் நடந்த சேலஞ்சர் கோப்பை போட்டிகளில்தான் எதிர்கொண்டோம். போலவே எங்கள் இந்தியா அண்டர் 19 அணியின் பயிற்சி முகாமிலிருந்து 2003ல் பெங்களூர் எம்.சின்னசாமி மைதானத்தில் நடந்த சேலஞ்சர் கோப்பை போட்டிக்காக நான் அழைக்கப்பட்டிருந்தேன். பா'ஜி அப்போது ஓர் அணியில் இடம்பெற்றிருந்தார். அவரது ஆட்டத்தை அருகிலிருந்து நன்றாகக் கவனிக்க முடிந்தது ஆனால் அவரை நெருங்கும் சூழல் அமையவில்லை. அப்போது அவர் விவிஎஸ் லக்ஷ்மணை எல்பிடபிள்யூ செய்ததும், ராஹுல் ட்ராவிடை பௌல்டு செய்ததும் எனக்கு நன்றாக நினைவிருக்கிறது. கிரிக்கெட் மைதானத்தில் பா'ஜியால் எதுவும் செய்ய முடியும்.

2005 அக்டோபரில்தான் நான் முதல் முதலாக பா'ஜியின் அணிக்கு எதிராகக் களமிறங்கினேன், அப்போது அவர் இந்தியா சீனியர்ஸ் அணியில் இருந்தார், நான் விவிஎஸ் லக்ஷ்மண் தலைமையிலான இந்தியா ஏ அணியில் இருந்தேன். அந்தப் போட்டித் தொடரில் பா'ஜி ஸ்ரீசாந்திடமும் பியுஷ் சாவ்லாவிடமும் அவுட் ஆகியிருந்தார். இதனால் அவர்கள் இருவருடைய மதிப்பும் தீவிரமாக உயர்ந்தது. அவருடன் ஒரு கிரிக்கெட் மைதானத்தைப் பகிர்ந்துகொள்வது என்பதே ஒரு கனவின் மாயத் தருணம் போலத் தோன்றியது. அந்தப் போட்டியில் அவர் நிறைய ரன்களைக் குவிக்கவில்லை என்றாலும், அவ்வளவு நெருக்கத்திலிருந்து அவரது பேட்டிங்கைப் பார்த்ததில் எனக்குப் புல்லரித்துவிட்டது.

அதன் பிறகு என்னுடைய கனவான சச்சின் டெண்டுல்கருடன் ஓர் அறையைப் பகிர்ந்துகொள்வது நனவாக நெடுங்காலம் பிடிக்கவில்லை. ஆனால் அதற்கு முன்பாக, தேசிய கிரிக்கெட் அகாடமி ஏற்பாடு செய்திருந்த உடற்தகுதி முகாமில் நாங்கள் இருவரும் ஒன்றாகப் பங்கேற்ற நாட்களைப் பற்றிச் சொல்லவேண்டும். அது 2004, அப்போது சில பயிற்சி ஆட்டங்களும் நடந்தன. அந்த ஆட்டங்களில் நாங்கள் இருவரும் இணைந்து பேட்டிங் செய்ததில் அணியின் ஸ்கோர்கார்டில் ரன்களைச் சேர்த்தோம்.

அவர் ஒருபோதும் அணிக்குள் படிநிலை வரிசைகள் அமைப்பதை நம்பியவர் இல்லை. நான், இர்ஃபான் பதான், எம் எஸ் தோனி உள்ளிட்ட இளைய உறுப்பினர்களுடன் தன் ஃபீல்டிங் பயிற்சிகளை மேற்கொண்டார். அவர் எப்போதும் பந்தை எறிவதன் நுட்பங்கள் பற்றிப் பேசுவதை மிகவும் விரும்பினார் என்பதும் எங்களைப் போன்ற இளைஞர்களுக்குத் தொடர்ச்சியாக ஆலோசனைக் குறிப்புகளைக் கொடுத்தவண்ணம் இருந்தார் என்பதும் எனக்கு நன்றாக நினைவிருக்கிறது.

அந்தச் சமயத்தில் உடற்தகுதி பற்றி கணக்கற்ற உரையாடல்கள் எங்களுக்குள் நிகழ்ந்தன. அப்போதெல்லாம் அவர் பொதுவான உடற்தகுதி, ஆரோக்கியம் என்பதற்கும் ஒரு போட்டிக்கான உடற்தகுதிக்குமான வித்தியாசத்தை விளக்கிச் சொல்வார்.

அவருடன் முதல் முறையாகத் தயாராகும் அறையைப் பகிர்ந்துகொண்டது எனக்கு நன்றாக நினைவிருக்கிறது. எப்படியோ பா'ஜிக்கும் ராஹுல் பாய்க்கும் இடையில் நான் சிக்கியிருந்தேன். அது ரொம்பவே அச்சுறுத்துவதாக இருந்தது. பதட்டம் மிகுந்து ஒரு கட்டத்தில் வேணுகோபால் ராவ் மற்றும் தோனியுடன் ஒரு மூலையில் சென்று அமர்ந்துகொண்டேன். அந்த அளவுக்கு அவர்கள் இருவரால் ஆட்கொள்ளப்பட்டிருந்தேன், அவ்வளவு மரியாதை அவர்கள் மேல் எனக்கு உண்டு.

யுவ்ராஜ் சிங், யுவி பா, என்னைச் சிக்கவைத்த சம்பவம் ஒன்றும் நிகழ்ந்தது. அப்போதெல்லாம் எல்லா இளம் வீரர்களும் மேற்கொள்ள வேண்டிய ஒரு ஆரம்பகட்டச் சடங்காகவே அது

இருந்தது. எங்களைப் பற்றி நாங்களே ஓர் உரையாற்ற வேண்டும், அதுவும் முக்கியமாக மூத்த வீரர்கள் முன்னிலையில். யுவி என்னிடம் எனக்கு மிகப் பிடித்த வீரர் யார் எனக் கேட்க, சற்றும் தாமதிக்காமல் 'ராஹுல் ட்ராவிட்' என்றேன். யுவி அவ்வளவு எளிதில் என்னைத் தப்பிக்க விடுவதாக இல்லை. மிகக் கூர்மையான ஒரு கேள்வியைக் கேட்டார், 'ராஹுல் ட்ராவிட்? சச்சின் டெண்டுல்கர் இல்லையா? சச்சின் இதோ நம் முன்னால் இருக்கிறார், அவரும் மிகச் சிறந்த வீரர்தான். நீ ஏன் அவர் பெயரைச் சொல்லவில்லை?' என்னால் பதட்டத்தோடு புன்னகைக்க மட்டுமே முடிந்தது. வேறு எந்தப் பதிலும் என்னிடம் இல்லை. மிகவும் கூச்சமாக இருந்தது.

நல்லவேளையாக சச்சின் பா'ஜியும் இந்த விளையாட்டில் இணைந்துகொண்டு சிரிக்கத் தொடங்கினார். மேலும், அவரும் தன் பங்குக்கு, "அதானே? சுரேஷ், நான் உனக்கு மிகப்பிடித்தமான கிரிக்கெட்டர் இல்லையா?" என்று கிணுகிணுத்தார்.

இதெல்லாம் விளையாட்டாக, நல்ல முறையிலேயே நிகழ்ந்தன. அப்போதைய தயாராகும் அறையின் சூழல் எந்த அளவுக்கு சுமுகமாக இருந்தது என்பதற்கான சாட்சியங்களே இவை. என்னைப்போன்ற ஓர் இளைஞனுக்கு அவ்விடம் அற்புதமான வரவேற்பாக இருந்தது. இப்படியான மனம் திறந்த சூழலால் ஆரம்பம் முதலே நானும் அவ்விடத்தைச் சேர்ந்தவன் என்ற உணர்வு உண்டானது. இதன் பெரும்பங்கு காரணம் சச்சின் பா'ஜிதான். எங்கள் பந்தம் விரைவிலேயே வலுப்பெற்றது.

ஆரம்பக் கட்டத்தில் அவரோடு பயணித்த அத்தனை போட்டித் தொடர்களிலிருந்தும் கற்றுக்கொள்ள நிறைய இருந்தன. இலங்கையில் ஒன்று, பிறகு 2006ல் மிகப் பிரபலமான பாகிஸ்தானில் ஒன்று, அதே வருடத்தில் மலேசியாவில் டிஎல்எஃப் கோப்பைத் தொடர்.

பொதுவாக வாழ்க்கை பற்றியுமே சச்சினிடமிருந்து ஒருவர் நிறைய கற்றுக்கொள்ள முடியும். மைதானத்தில், தன் ஆட்டத்தில், அவரே மிகச் சிறந்தவர் என்பதிலும், அவருக்கு இணை சொல்ல

யாருமே இல்லை என்பதிலும் சந்தேகமே இல்லை. ஆனால், சச்சின் என்கிற சிறந்த மனிதர் அதையெல்லாம் கடந்தவர். மற்றவர்கள் மீது அவர் காட்டும் மரியாதை, பெருந்தன்மை, விளையாட்டைக் கொண்டாடும் பாங்கு, விளையாட்டை நேசிப்பது, மற்றும், மிக முக்கியமாக, அவரது பணிவு - அவரிடமிருந்து பெருமளவில் நான் பெற்றுக்கொண்ட சில குணங்கள் இவை. நாங்கள் பகிர்ந்துகொண்ட தருணங்கள் தனிச்சிறப்பானவை, அவை என்றுமே எனக்கு நெருக்கமாக இருக்கும்.

சச்சின் பா'ஜியுடன் இணைந்து பேட்டிங் செய்வது இன்னொரு பெரிய கற்றல் வாய்ப்பு ஆகும். உலகத்தரமான பௌலர்களை எதிர்கொள்வதில் மட்டுமல்லாமல், மைதானத்தின் உள்ளும் புறமும் சரியான முடிவுகளை எடுப்பதிலும் ஒருவர் கற்றுக்கொள்ள நிறைய அம்சங்கள் உண்டு. ஒருவருக்குக் கிடைக்கும் தருணங்களைப் பத்திரப்படுத்திக்கொண்டு அவற்றைப் பின்னர் சரியான இடங்களில் பயன்படுத்துவதே முக்கியம்.

எங்களுடைய முதல் உண்மையான பார்ட்னர்ஷிப் ஒரு பயிற்சிப் போட்டியில் அமைந்தது, அதில் நான் 94 ரன்கள் எடுத்தேன், பா'ஜி 134 எடுத்தார். அவர் ஓடிக்கொண்டே, என்னை அழைத்துக்கொண்டே, ஆட்டம் முழுக்க என்னை வழிநடத்திக்கொண்டே இருந்தார். நாங்கள் எதிர்கொண்ட பௌலிங் தாக்குதல் உலகத்தரமானது: எஸ்.ஸ்ரீசாந்த், ஜாஹிர் கான், மற்றும் அஜித் அகர்கர். எனவே அது சவாலாகத்தான் இருந்தது, ஆனால் அவரால் அது எளிதானதாக மாறியது. ஆட்டக்களத்தில் இருக்கும்போது மூத்தவர் - இளையவர் என்ற பேதங்கள் ஏதுமில்லை, அது பயிற்சிப் போட்டிதான் என்றாலும். ஆட்டம் எல்லாருக்கும் சமமானது. பா'ஜி என்னிடம் சொன்ன முதல் விஷயம் இதுதான்.

நான்-ஸ்ட்ரைக்கர் எனும் பிட்ச்சின் மறுமுனையில் நின்றபடி சச்சின் பேட்டிங்கைப் பார்க்கக் கிடைப்பது ஒரு பேறுதான். அரங்கின் மிகச் சிறந்த இருக்கை என்று சொன்னாலும்

மிகையாகாது. ஆட்டத்தில் உயர்ந்த நிலையை அடைய ஒருவர் மேற்கொள்ளும் கடும் முயற்சியின் பலன் அவர் தனது பிரத்யேக ஷாட்களை அடித்து ஆடுவதை அவ்வளவு நெருக்கத்தில் இருந்து பார்ப்பதற்கே என்றாலும் தகும். அவரது ஷாட்களைப் பார்த்து நான் எத்தனை முறை அசந்து நின்றிருப்பேன் என்ற எண்ணிக்கையே என் நினைவில் இல்லை. அது பேக்ஃபுட் பஞ் ஷாட்டோ, ஸ்ட்ரெய்ட் ட்ரைவ் ஷாட்டோ, அல்லது புல் ஷாட்டோ, இன்னும் நான் சொல்லிக்கொண்டே இருப்பேன், அவை எல்லாமே கண்களுக்கு விருந்துதான். நாங்களிருவரும் ஒருநாள் போட்டிகளில் இணைந்து விளையாடியது துரதிர்ஷ்டவசமாக மிகக் குறைவான தருணங்களில்தான். ஐந்தே ஐந்து முறைதான் அது நிகழ்ந்தது.

அவரது கணிப்பும், சூழல் பற்றிய புரிதலும் - பந்துவீச்சாளர் யார், சூழலின் அழுத்தம், அந்தச் சமயத்துக்கு நாங்கள் அடித்து ஆட வேண்டுமா அல்லது அமைதியாக ஒவ்வொரு பந்தையும் எதிர்கொண்டு ஆட்டத்தை நகர்த்த வேண்டுமா - என்பதான புரிதல்களே அவரைத் தலைசிறந்த பேட்ஸ்மேன் ஆக்கியவை. இப்படிப்பட்ட சூழல்களில் அவரது கணிப்பு உண்மையிலேயே சிறப்பானது. மேலும், சரியான சமயத்தில் தாக்கி ஆடவேண்டிய சரியான பந்துவீச்சாளர் யார் என்பதும் அவருக்குக் கச்சிதமாகத் தெரிந்திருந்தது. விக்கெட்டுகளுக்கிடையில் அவர் ஓடும் வேகம் அபாரமானது. அடுத்தவருக்கான ரன்களையும் அவர் தனது ரன்களுக்கான அதே தீவிரத்துடன் ஓடி எடுப்பார். ஆனால் மற்றவர் பேச்சைக் கேட்காதவராக அவர் எப்போதும் இருந்ததில்லை. ஒரு பந்துவீச்சாளரைப் பற்றி நான் எதாவது ஒரு தகவலைக் கவனித்துச் சொன்னாலோ, அல்லது எதிரணித் தலைவரின் உத்திகளைக் கண்டுகொண்டாலோ, அவற்றைப் பற்றி அறிந்துகொள்ள, கற்றுக்கொள்ள அளவற்ற ஆர்வத்துடன் முன்வருவார். அது தனிச்சிறப்பான குணாம்சம். கிரிக்கெட் மைதானத்தில் கற்றல் ஒருபோதும் முடிவதில்லை என்று அவர் எப்போதும் சொல்வார்.

மைதானத்துக்கு வெளியிலோ சச்சின் பா'ஜி அணியின் இளம் வீரர்களுக்கு ஒரு மூத்த சகோதரனைப் போலத் திகழ்ந்தார்.

அவர் எப்போதும் கலகலப்பாகவும், மற்றவர்களைப் பற்றிப் பேசுவதிலும் அவர்களைப் பற்றித் தெரிந்து கொள்வதிலும் மிகுந்த ஆர்வத்துடனும் இருப்பார். ஆட்டம் முடிந்த பிறகும் எங்களுடன் பேசிக்கொண்டே இருப்பார் - எங்கள் குடும்பங்கள், சொந்த ஊர்கள், கல்விப் பின்னணி போன்ற விவரங்களைக் கேட்டுக்கொள்வார். பா’ஜியின் இந்த அணுகுமுறையைப் பின்பற்றி ஏனைய மூத்த வீரர்களும் எங்கள் மீது தங்கள் பார்வையை எப்போதும் வைத்திருப்பார்கள். குடும்பத்திலிருந்து பிரிந்திருக்கிறோம் என்ற எண்ணமே வராது. இது, நம் சாலையில் நமக்கிருக்கும் குடும்பம்.

நாங்கள் இருவரும் இணைந்து சில மறக்கமுடியாத ஆட்டங்களில், பெரும்பாலும் ஒரு நாள் போட்டிகள், மற்றும் முக்கியமாக என் முதல் டெஸ்ட் போட்டியில், விளையாடியிருக்கிறோம். ஆஸ்திரேலியாவுக்கு எதிராக, ஹைதராபாத்தில் எங்கள் இணை 137 ரன்கள் சேர்த்த போட்டியில், அவர் தன் உச்சபட்ச திறனையும், வலிமையையும் இட்டுச் சேர்த்த 175 ரன்கள் யார் ஒருவருக்கும் காணக் கிடைத்த மிகச் சிறந்த ரன்களாக இருக்கும். 351 ரன்களை நோக்கி விளையாடிய நாங்கள் அணியை வெற்றிக்கோட்டைத் தாண்டி அழைத்துச் செல்ல முடியாமல் மூன்றே ரன்களில் தோற்றது இதயத்தை நொறுக்கியது. அன்றிரவு இருந்ததைக் காட்டிலும் விரக்தியான மனநிலையில் வேறெப்போதும் நான் பா’ஜியைக் கண்டதில்லை, ஒருநாள் போட்டிகளில் மகத்தான பேட்டிங் வரிசையில் அவரது அன்றைய ஆட்டம் இருந்தபோதிலும் அணியின் தோல்வி அவரது தனிப்பட்ட வெற்றிக்கு மேலாக நின்று அவரைக் காயப்படுத்தியது. நான் கற்றுக்கொண்ட மிகப்பெரிய பாடம் அது.

மிகப் பிரபலமடைந்த நூறாவது சதத்தை அவர் 2012ல் வங்கதேசத்தில் அடித்தபோது நான் மறுமுனையில் இருந்தேன். அந்தச் சதம், நீண்ட காத்திருப்புக்குப் பிறகு, அவர் எல்லா முனைகளிலிருந்தும் பெரும் அழுத்தத்தைச் சந்தித்தபிறகு வந்தடைந்தது. ஆனால், அந்தத் தருணத்தில் தான் எவ்வளவு

நிம்மதி அடைந்தேன் என்பதையும், அந்த மகத்தான சாதனைக்காகக் காத்திருந்த சில மாத காலத்தில் தனக்கு மிக வேகமாக வயதாகிறாற்போல் இருந்தது என்பதையும் அவர் சொன்னது எனக்கு நினைவிருக்கிறது.

பா'ஜியுடன் மைதானத்தில் நான் செலவிட்டதில் மிகச் சிறந்த பொழுது என்று 2010ல் நான் என் முதல் டெஸ்ட் போட்டியில் விளையாடியதைச் சொல்வேன். முதலில், மைதானத்துக்குள் நடந்து செல்லும்போதே அங்கே மகத்தான சச்சின் டெண்டுல்கர் எனக்காகக் காத்திருக்கிறார் என்பதே... அது ஒரு தனிச்சிறப்பான உணர்வு. நான் மிகுந்த பதற்றத்தில் இருந்தேன். ஆனால் அந்தப் பதற்றத்தின் பெரும்பங்கு அவரைக் கண்ட தருணத்திலேயே அமிழ்ந்துபோனது.

நிதானமாகவும், என்னால் முடிந்த அளவு நெடிய நேரத்துக்கு நின்றும் பேட்டிங் செய்யும்படி அவர் என்னிடம் சொல்லிக்கொண்டே இருந்தார். அந்தச் சமயத்தில் ஸ்ரீலங்காவில் சிறந்த பந்துவீச்சாளர்கள் இருந்தனர். அதற்கு முந்தைய போட்டியிலேயே முத்தையா முரளிதரன் ஓய்வு பெற்றுவிட்டிருந்தார், ஆனாலும் அவர்கள் வசம் இருந்த சூரஜ் ரந்தீவும் அஜந்தா மெண்டிஸும் இணைந்து நன்றாகவே பந்து வீசினர். அவர்கள் நாட்டு மைதானங்களின் சூழலுக்கேற்ப தில்ஹரா ஃபெர்னாண்டோவும் தம்மிக்கா ப்ரஸாத்தும் சவாலான வேகப்பந்து வீச்சாளர்களாகவே இருந்தனர். கொழும்பிலிருந்த எஸ்எஸ்சி மைதானத்தின் பிட்ச் கொஞ்சம் தட்டையாகத்தான் இருந்தது. சொந்த நாட்டில் விளையாடிய அவர்கள் 600 ரன்களுக்கு மேல் சேர்த்திருந்தனர், நாங்கள் ஆட்டத்தைக் காப்பாற்ற ஆடிக்கொண்டிருந்தோம்.

பா'ஜி என்னிடம் ஒவ்வொரு பந்துவீச்சாளரையும் நன்றாகக் கவனித்து, அதற்கேற்ப விளையாடச் சொன்னார். ஓடிச் சேர்க்கும் ரன்களே அடிப்படை, பேட்டிங்கை அந்தந்தப் பகுதி ஆட்டத்திற்கேற்ப அமைத்துக்கொள்ள வேண்டும். எத்தனை பந்துகளை எதிர்கொள்ள முடியுமோ அத்தனையையும் அமைதியாக எதிர்கொள்ள வேண்டும், ஏதேனும் ஒன்று

தளர்வாக வந்துவிட்டால் நான்கோ ஆறோ அடிக்கலாம். நேர்மறை அணுகுமுறையைக் கைக்கொள்வதே மிக முக்கியமானது. அதைத்தான் அவர் மீண்டும் மீண்டும் வலியுறுத்திச் சொன்னார். இறுதியில் நாங்கள் 256 ரன்கள் சேர்த்தோம், அதனால் அணியின் ஸ்கோர் 700ஐக் கடந்தது, ஆட்டத்தில் எங்கள் கை ஓங்கியது. பா'ஜி இன்னொரு இரட்டைச் சதம் அடித்தார்.

நான் 90 ரன்களைக் கடந்தபோது, சதம் அடிப்பதைப் பற்றிக் கவலைப்படாமல், இதுவரையில் ஆடினாற்போலவே ஆட்டத்தில் மட்டும் கவனம் செலுத்துமாறும், அதன் பின் நடக்கவேண்டியதெல்லாம் தானாக நடக்குமென்றும் சொன்னார். எனக்கு நினைவிருக்கிறது, நான் அவரிடம் சச்சினுடன் இணைந்து நின்று நான் என் முதல் டெஸ்ட் போட்டியில் 100 ரன்கள் அடிக்கவேண்டும் என்பது என்னுடைய கனவு மட்டுமல்ல என் தந்தையுடைய கனவும் கூட என்பதைத் தெரிவித்தேன். அவர் புன்னகைத்து, "பாரேன், அதுதான் நடக்கிறது!" என்றார். நான் சதம் அடித்தபோது, "இந்தத் தருணத்தைக் கொண்டாடு. நீ அதற்குத் தகுதியானவன்," என்றார். அந்தக் கனவு நிஜமானதை என்னால் நம்பவே முடியவில்லை.

அந்த டெஸ்ட் போட்டிக்கு அடுத்த நாள் வேடிக்கையான சம்பவமொன்று நிகழ்ந்தது. பா'ஜி தன் உணவை நேசிப்பவர் என்பதை நாம் அறிவோம். அவர் என்னையும், இன்னும் சிலரையும் ஒரு ஜப்பானிய உணவகத்துக்கு அழைத்துச் செல்ல முடிவு செய்தார். நானோ, ரொட்டியும் பருப்புமாகவே உண்டு வளர்ந்த ஊர்நாட்டுக்காரன், அந்தச் சூழலே எனக்கு வேற்றுக்கிரகத்தைப் போலிருந்தது. பா'ஜி சுஷி கொண்டுவரச் சொன்னார், அது என்னவென்றே எனக்குத் தெரியாது. நான் கேள்விப்பட்டிருந்ததெல்லாம் வஸாபி மட்டுமே, அதன் சுவை எப்படி இருக்கும் என்றும் எனக்குத் தெரியாது. பா'ஜியும், அங்கிருந்த யுவி'பாவும் என்னை அந்த வஸாபியைச் சாப்பிடச் சொல்லி ஊக்குவித்தனர், நானும் எந்தத் தயக்கமுமின்றி அதைச் சாப்பிட்டுவிட்டேன். அடுத்த

ஒரு மணிநேரத்தில் நான் கிட்டத்தட்ட சாவின் விளிம்பில் இருந்தேன். என் கண்களில் நீர் நிரம்பி, நான் கலம் கலமாகத் தண்ணீர் குடித்துக்கொண்டிருந்தேன். அவர்களோ வெடித்துச் சிரித்துக்கொண்டிருந்தார்கள். அது வேடிக்கையாகத்தான் இருந்தது - அவர்களுக்கு, எனக்கல்ல.

அடுத்தவர்களின் வெற்றியை முன்னிட்டு மகிழவும், அதைக் கொண்டாடவும் பா'ஜி நன்கறிந்திருந்தார். இவ்வளவு புகழ்பெற்ற மனிதர் எப்படி இவ்வளவு பணிவுடன் இருக்க முடியும் என்பதும், தேச சேவைக்குக் குறுக்கே எப்படி எதுவுமே வராமல் பார்த்துக்கொள்கிறார் என்பதும் வியப்பாக இருக்கும். இப்படி ஒரு பெரிய மூத்த வீரர் நம் வெற்றியைக் கொண்டாட நினைக்கிறார் என்பதே அற்புதமான உணர்வாகவும், மிகச் சிறந்த ஊக்கமாகவும் அமைந்துவிடும். இது, அணியிலிருக்கும் அனைவரின் வெற்றிகளையும், என்னுடைய வெற்றியைப் போலவே, அல்லது அதைக் காட்டிலும் கொஞ்சம் கூடுதலாக, இணைந்து கொண்டாட எனக்குக் கற்றுத் தந்தது. என்னை ஒரு கிரிக்கெட் வீரனாக இதுவே வடிவமைத்தது.

என்னைப் பொறுத்த அளவில் பா'ஜி எப்போதுமே தன்னுடைய நேரத்தையும், இடத்தையும் பா'ஜி எனக்காகச் செலவழிப்பதில் தாராளமாகவே இருந்திருக்கிறார். 2017ல் என் மனைவி ப்ரியங்கா மற்றும் மகள் க்ரேஸியாவுடன் நான் அவர் வீட்டுக்குச் சென்றிருந்தேன். அது ஜஹீர் கான் திருமண சமயம். அவரது திருமணம் என் பிறந்தநாளுக்கு நான்கு நாட்களுக்கு முன் நிகழ்ந்தது. எனவே, என் பிறந்தநாளைக் கொண்டாடும்பொருட்டு, அடுத்த நாள் பா'ஜி தன் வீட்டுக்கு அழைத்து, தன் கையால் எங்களுக்காகச் சமைத்தார். நாங்கள் ரசித்துக் கழித்த பொழுது அது. க்ரேஸியாவுடன் நன்றாகப் பழகி அவளுடன் நிறைய விளையாடினார். பா'ஜியின் மனைவி அஞ்சலியையும் நாங்கள் இருமுறை சந்தித்திருக்கிறோம், அவரும் இவரைப் போலவே விருந்தோம்பலில் சிறந்தவர்.

மைதானத்துக்கு வெளியில் சச்சின் பா'ஜியுடன் நிகழ்ந்த நினைவில் நிலைத்திருக்கும் சில உபகதைகளையும் நான்

சொல்லவேண்டும். அவற்றில் தலைசிறந்தது இது. இது 2006ல் நடந்தது. எதோ ஒரு போட்டிக்காக விமானத்தில் பயணித்துக்கொண்டிருந்தோம், அவருடன் நானும் முதல் வகுப்பில் (பிசினஸ் க்ளாஸ்) இருந்தேன். அப்போது இளவயதுதான் எனக்கு. விமானப் பணிப்பெண் ஒருவர் அவரிடம் சென்று ஆட்டோகிராஃப் வாங்கினார். பிறகு என் பக்கம் திரும்பி, "ஹாய் அர்ஜுன், எப்படி இருக்கிறாய்? உன் அம்மா எப்படி இருக்கிறார்கள்?" என்று கேட்டார்.

நான் சுதாரிப்பதற்குள், பா'ஜி பாய்ந்து வந்து நாங்கள் இருவரும் நன்றாக இருப்பதாகவும், நான் சரியாகப் படிக்காததால் அஞ்சலி என் மேல் கோபமாக இருப்பதாகவும் ஏதேதோ சொல்லத் தொடங்கினார். விமானப் பணிப்பெண் என்னை அர்ஜுன் டெண்டுல்கர் என்று தவறாக நினைத்துவிட்டதென்னவோ உண்மைதான். அது மிகவும் வேடிக்கையாகத்தான் இருந்தது, ஆனால் பா'ஜி என்னைப் பார்த்துக் கண் சிமிட்டி, அவரோடு இணைந்து நடிக்கச் சொன்னார். வெகு நேரம் கழித்து, யாரோ வந்து என்னுடனும் புகைப்படம் எடுத்துக்கொண்டபோதுதான் அவர் நான் அர்ஜுன் டெண்டுல்கர் இல்லை என்பதையும் நானும் இந்திய கிரிக்கெட் வீரன்தான் என்பதையும் புரிந்துகொண்டார். என்னிடம் வந்து மன்னிப்பு கேட்டார், நான் புன்னகைத்து, பரவாயில்லை என்றேன். ஆனால், அவருக்கு ரொம்பவே வெட்கமாகப் போய்விட்டது.

சச்சின் பா'ஜியிடமிருந்து நான் நிறையவே கற்றுக்கொண்டேன். அவற்றில் முதன்மையானது, நான் பார்த்த யாரையும் விட அவர் மிகுந்த ஒழுங்குடன் இருந்தார் என்பது. விளையாட்டிற்கு எப்போதும் நூறு சதவிகித அர்ப்பணிப்புடன் இருந்தார் - தன் ஆரோக்கியம், நுட்பம், மற்றும் பொதுவாக விளையாட்டைப் பற்றியும் கூர்ந்து கவனித்து வந்தார். எப்போதுமே அவருடன் தயாராகும் அறையையோ, ஆட்டக்களத்தையோ பகிர்ந்துகொள்வது ஒரு கொண்டாட்டமாகவும், கௌரவமாகவும் இருந்தது. விளையாட்டின் மீது அவர் கொண்டிருக்கும் மரியாதை வணங்கத்தக்கது. நான் முதன்முதலாக 2005ல்

பார்த்த அவருடைய பிள்ளைகளின் படம், மனைவியின் படம், மற்றும் சாய்பாபா படம் ஆகியவற்றை அவர் எப்போதும் தன்னோடே வைத்திருப்பார். அது அவருடைய கிரிக்கெட் பையில் இருக்கும். அதிலிருந்து நானும் சாய்பாபா படத்தை என்னோடு கொண்டுசெல்லத் தொடங்கினேன்.

சச்சின் விளையாடுவதைப் பார்த்துப் பார்த்து நான் வளர்ந்தேன். எங்கெங்கும் இருந்த லட்சோப லட்சம் இந்தியர்களைப் போலவே நானும் அவர் ஆட்டமிழந்தவுடன் தொலைக்காட்சியை அணைத்துவிடுவேன். எங்கள் பகுதியில், ஒவ்வொரு போட்டியின்போதும் அவரது ஆட்டத்தைப் பற்றியே நாங்கள் பேசுவோம். அங்கிருந்து அவருடன் இணைந்து விளையாடும் கட்டத்திற்கு நான் நகர்ந்தது என்னளவில் மிகப்பெரிய மாற்றம், அதுவே எனக்கு விளையாட்டை மட்டுமல்லாமல் மனிதர்களையும் மதிக்கக் கற்றுத் தந்தது. அவரோடு செலவிட்ட மணித்துளிகள் என் வாழ்வின் மாபெரும் திருப்புமுனைகளாகி, என் மனநிலையை வடிவமைத்தன. ஓர் அமைதியான, நேர்மறையான, தாராளமான, எதையும் தாங்குகிற, கொஞ்சம் மேம்பட்ட மனிதனாக, மைதானத்திலும் அதற்கு வெளியிலும் வாழ்வது எப்படி என்பதை அவர் எனக்கு உபதேசித்தார். இவற்றுக்கெல்லாம் மேலாக, என் மீதே நம்பிக்கை வைப்பதை அவரே எனக்கு உபதேசித்தார்.

2
முரத் நகரின் கதைகள்

அது நடந்தபோது எனக்குப் பத்து வயதுதான் ஆகியிருந்தது. அன்று காலை நடந்தவற்றின் நினைவுகள் எனக்கு இப்போதும் தெளிவற்றே இருக்கின்றன. ஆனால், வினோதமாக, அவற்றை நான் முழுமையாக மறந்துவிடாதபடிக்கு அவை தெளிவாகவும் உள்ளன.

எங்கள் வீடு முரத்நகரின் ஆயுதத் தொழிற்சாலை வளாகத்தில் இருந்தது. நாங்கள் எல்லோரும் ஒரே அறையில் உறங்கினோம். ஒரு நாள் அகால இரவு நேரத்தில் போலீஸ் எங்கள் வீட்டுக் கதவைத் தட்டியபோது அப்பா பயந்துபோனார். எதுவோ தப்பாக நடப்பதாக அவர் உணர்ந்தார். என் சகோதரன் ராகேஷ் விபத்தில் சிக்கியதாக அவர்கள் தெரிவித்தார்கள், ஆனால் அவன் இறந்துவிட்டதைச் சொல்லவில்லை. அப்பா தன் சைக்கிளிலும், அண்ணன் தினேஷ் தன் இருசக்கர வாகனத்திலும் புறப்பட்டனர். எல்லாருக்குமே அதிர்ச்சிதான், மேலும் அவர்கள் அவ்விடத்தை அடைந்தபிறகுதான் விவரமே புரிந்தது.

அப்போதைய சூழலில், நடந்ததை எதிர்கொள்வது எனக்கு மிகச் சிரமமாக இருந்தது. என்னதான் நடந்துவிட்டது என்று

புரிந்துகொள்ளவே முடியவில்லை. ராகேஷ் அண்ணனுக்கு ஏதோ தப்பாக நடந்துவிட்டது என்று மட்டும் புரிந்தது. என்னைச் சுற்றிலும் மனிதர்கள் அழுதுகொண்டே இருந்தார்கள், பிங்கி அக்கா என்னைத் தன் பக்கத்திலேயே பிடித்து வைத்துக்கொண்டு, உடல் வைக்கப்பட்டிருந்த அறைக்குப் போகவேண்டாம் என்று திரும்பத் திரும்பச் சொல்லிக்கொண்டிருந்தார். இது எல்லாவற்றையும்விட என்னுடைய பெற்றோர் அழுதுகொண்டே இருந்ததுதான் என்னை மேலும் அச்சுறுத்தியது. அதற்கு முன்பாக அவர்களை நான் அப்படிப் பார்த்ததே இல்லை. என் அண்ணி, ராகேஷ் அண்ணாவின் மனைவி மீனாக்ஷி அப்போது கர்ப்பமாக இருந்தார்.

இது நிகழ்ந்த நாள் ஜூலை 16, 1997. ஒருவர் கற்பனை செய்யவே முடியாத துரதிர்ஷ்டமான விபத்து அது. அண்ணி ஒரு தொழிற்சாலையில் இரவுநேரப் பணியில் இருந்தார், அண்ணா காலைநேரப் பணியில் இருந்தார். அண்ணி இரவு 10 மணிக்குத் தொடங்கி 5 மணிக்கு முடிப்பார். அன்று காலை தன்னுடன் பணிபுரிந்த இன்னும் 20 - 25 பெண்களுடன் அவர் வீட்டுக்குத் திரும்பிக்கொண்டிருந்தார். துரதிர்ஷ்டவசமாக அவர் வந்த அதே பேருந்துதான் அண்ணா பயணித்த பேருந்தின் மீது மோதியது. அவர் ஓட்டுனருக்குப் பின்னிருந்த இருக்கையில் அமர்ந்திருந்தார், அதனால் அவருக்குத் தலையில் மிக மோசமான காயங்கள் ஏற்பட்டது. அண்ணிக்கு அது எதுவும் சரியாகத் தெரியவில்லை. அவர் பேருந்தின் பின்புற இருக்கையில் அமர்ந்திருந்ததால், நிகழவிருக்கும் துயரைப் பற்றிய எந்த யோசனையுமே இல்லாமல், அந்த அறியாமையின் நிம்மதியோடு அவர் வீட்டுக்குத் திரும்பிவிட்டார். என்ன நடந்ததென்பதை உடனடியாகத் தெரிந்துகொண்ட இரண்டு பேர் பேருந்து ஓட்டுனரும் ராகேஷ் அண்ணனின் நண்பர் ராணாவும்தான். ஆனால் அவர்கள் இருவரும் எதாவது வழக்கில் சிக்கவேண்டியிருக்கலாம் என்ற அச்சத்தில் ஓடிவிட்டனர்.

என் அண்ணனின் உயிர் காப்பாற்றப்பட்டிருக்கலாம் என்ற எண்ணம் இன்றளவும் உறுத்திக்கொண்டே இருக்கிறது. ஏனெனில், அண்ணி இறங்கிக் கொள்ளும் பேருந்து நிறுத்தத்துக்கு

அருகிலேயே, அதாவது விபத்து நடந்த இடத்துக்கு அருகில், சுர்தி ராம் பீம் சிங் எனும் மருத்துவமனை இருந்தது. ராணாவோ அல்லது பேருந்தின் ஓட்டுனரோ அண்ணனை அந்த மருத்துவமனைக்குத் தூக்கிச் சென்றிருந்தால் அவர் காப்பாற்றப்பட்டிருக்கலாம். மருத்துவமனைக்குச் செல்ல ஐந்து நிமிடங்கள் கூடத் தேவைப்பட்டிருக்காது. ஆனால் வாழ்க்கை அப்படித்தான், மரணமும் அப்படித்தான். இவ்விரண்டு அம்சங்களைப் பொறுத்தவரையில் நடக்கவிருப்பதைக் கட்டுப்படுத்தும் சக்தி நம்மிடம் இருப்பதாக ஒருபோதும் நினைக்க இயலாது.

நான் எரியூட்டும் இடத்துக்குச் செல்ல விரும்பினேன், ஆனால் அது ஒரு குழந்தையை மிகவும் பாதிக்கும் என்பதால் அம்மா அனுமதிக்கவில்லை. அடுத்த இரண்டு நாட்களும் துக்கம் விசாரிக்க அண்டை வீட்டார் வந்தபடியே இருந்தனர். அப்பா நன்றாகச் சமாளித்து எல்லோருக்கும் ஆறுதலாக இருந்தார். எங்கள் எல்லோருக்குமே அது மிகவும் கடினமான காலகட்டமாக இருந்தது.

தினேஷ் அண்ணன் ராணாவின் மேல் மிகுந்த சீற்றத்துடன் இருந்தார், போலீஸில் புகார்கூடக் கொடுத்திருந்தார். அந்த மனிதர் சிறிது நேரத்துக்குப் பின்னர் திரும்பி வந்து, தன்னுடைய சொந்தப் பாதுகாப்பு குறித்த அச்சத்தால் அப்படி நடந்துகொண்டதாக, அவரிடம் மிகவும் மன்றாடி மன்னிப்பு கேட்டுக்கொண்டார். கடைசியில் தினேஷ் அண்ணன் அவரை மன்னித்துவிட்டார்.

ஆனால் என்னால் அதைக் கடந்துவரவே முடியவில்லை. ராணா தலைமறைவாக இருந்தபோது ஒரு நாள் யாருக்கும் தெரியாமல் அவரைத் தேடச் சென்றிருந்தேன். சின்னஞ்சிறுவனாக இருந்தபோதும் எனக்கு ஆத்திரமாக இருந்தது. தினேஷ் அண்ணனுக்குத் தெரிந்தபோது என்னை வீட்டுக்கு அழைத்து வந்தார், ராணா, ராகேஷ் அண்ணனுக்கு உதவாதது பற்றி எனக்கு எவ்வளவு துயரம் இருந்தது என்பதை அவர் புரிந்துகொண்டார். அது எனக்கு உறுத்தலாகவே இருந்தது, அதுவும் குறிப்பாக

நாங்கள் இருந்த சின்ன ஊரில் எல்லோரும் ஒரே குடும்பம் போல ஒருவருக்கொருவர் உதவியாக இருப்போம். ஒருவர் மற்றவர் வீட்டிற்குச் சாப்பிடச் செல்வதும், அவர்களோடு சுற்றித் திரிவதும் அங்கே சகஜம். சின்ன ஊர்களின் பொதுவான குணாம்சம் அது, நாங்கள் எல்லோரும் சகோதர சகோதரிகளாகவே இருந்தோம். அப்படி இருக்கையில் தன் சொந்தச் சகோதரனாகக் கருதும் ஒருவன் மரணத்தின் வாசலில் இருக்கும்போது எப்படி ஒருவரால் சுயநலமாக ஓடிவிட முடிகிறது? எப்படியோ, அந்தக் காலகட்டத்தில் எனக்கு இதிலிருந்து கற்றுக்கொள்ள நிறைய இருந்தது.

ராகேஷ் அண்ணன் எப்போதும் என்னைப் பாதுகாப்பவராகவே இருந்தார். என்னுடைய நான்கு சகோதரர்களில் அவர்தான் மிகுந்த புத்திசாலி, எங்கள் குடும்பத்திலேயே நல்ல அறிவாளி என்று சொல்லலாம். மிகச் சிறந்த மதிப்பெண்கள் பெற்று ஸ்ரீராம் பிஸ்டன்ஸில் நல்ல வேலையில் சேர்ந்திருந்தார்.

ஊரில் ஒரு நாள் கிரிக்கெட் விளையாடிக்கொண்டிருந்தபோது நான் அடித்த பந்து யார் வீட்டுக்குள்ளோ போய்விட்டது. அதை எடுக்கச் சென்றபோது அவர்கள் என்னை மோசமாக அறைந்துவிட்டார்கள், நான் அழுதபடியே வீடு திரும்பினேன். ராகேஷ் அண்ணன் அப்போதுதான் வீட்டுக்கு வந்து சாப்பிட்டுக்கொண்டிருந்தார். நடந்தது என்னவென்று தெரிந்தவுடன், என்னை அறைந்தவரைத் தேடிச்சென்று அடித்துப் போட்டுவிட்டு வந்தார். நான் எப்போதும் விளையாட்டில் சிறந்த பங்களிப்பை வழங்கும் அதே நேரத்தில் படிப்பிலும் கவனம் சிதறாமல் தொடர வேண்டும் என்று விரும்பினார். அவரிடம் ஒரு யமஹா ஆர் எக்ஸ்-135 வண்டி இருந்தது, அதில் என்னை ஏற்றிக்கொண்டு ஊரைச் சுற்றி வருவார். ராகேஷ் அண்ணனுடன் இருந்த அந்தத் தருணங்களை நான் மிகவும் நேசிக்கிறேன். மிக இளம் வயதில் அவர் எங்களைப் பிரிந்தது உண்மைதான், ஆனால் என்னளவில் அவர் என்னை விட்டுப் போகவே இல்லை.

மிகப்பெரிய தற்செயல், எனக்கு மிகப்பிடித்ததும் கூட, என்னவென்றால் நான் என்னுடைய முதல் ஆட்டநாயகன் விருதை வென்றது காலஞ்சென்ற என் அண்ணனின் பிறந்தநாள் அன்றுதான். அதை ஒரு பிரபஞ்ச சக்தி என்றோ விதி என்றோ என்னவாகவும் சொல்லலாம். அன்று, அந்த மார்ச் 31ஆம் நாள், நான் அவருடன் எனக்கிருக்கும் ஆழ்ந்த தொடர்பை உணர்ந்தேன். அவர் அடிக்கடி என் கனவில் தோன்றுவார், என்னை எப்போதும் ஆதரிப்பதாகச் சொல்வார், மேலும் எங்கள் பெற்றோரையும் என் குடும்பத்தாரையும் நான் நன்றாகக் கவனித்துக்கொள்ள வேண்டும் என்றும் சொல்வார்.

என் வாழ்வின் ஆகச் சிறந்த தருணங்களில் ஒன்று நான் ஒருமுறை ஆட்ட நாயகன் விருதாக ஒரு பைக்கினை வென்றது. அதை நான் ராகேஷ் அண்ணன் மற்றும் மீனாக்ஷி அண்ணியின் மகனான சன்னிக்குக் கொடுத்தேன். இரண்டாண்டுகளுக்கு முன்பு அவனுக்குத் திருமணம் ஆனது, ஒரு பெண் குழந்தை இருக்கிறது.

★★★

நீங்கள் முரத்நகருக்குச் சென்று அந்த ஊரில் பிரபலமானது என்ன என்று கேட்டால் யாரேனும் விளையாட்டாக 'சுரேஷ் ரெய்னா' என்று சொல்லக்கூடும். இப்போதிருக்கும் உள்ளூர்க்காரர்களேனும் அதைச் சொல்கிறார்கள். நான் அதற்கு அவ்வளவாக முக்கியத்துவம் கொடுப்பதில்லை. ஆனால் இந்த ஊருக்கென்று வரலாறு இருக்கிறது, அதன் ரயில் நிலையம் உட்பட. அது இப்போதெல்லாம் டெல்லியிலிருந்து உபியின் உட்பகுதிகளுக்குச் செல்லும் ரயில்களின் மிகப்பெரிய சந்திப்பாக இருக்கிறது. போலவே ஆயுதத் தொழிற்சாலையும் இருக்கிறது. இப்போதெல்லாம் அனுஷ்கா ஷர்மாவும் வருண் தவானும் நடித்த 'சுயி தாகா' திரைப்படத்தின் படப்பிடிப்பு நடந்த ஊர் என்ற புகழை எங்கள் ஊர் பெற்றிருக்கிறது. ஆரம்ப நாட்களில் நான் கிரிக்கெட் விளையாடிப் பழகிய க்ளப்பும் அங்கே இருக்கிறது.

ஊரில் ராம்லீலா மிகப் பிரபலமான நிகழ்வு. என் வயதுச் சிறுவர்களுடன் நானும் வீடு வீடாகச் சென்று ராம்லீலாவுக்காக அவர்களின் காணிக்கைகளையும், நன்கொடைகளையும் பெற்று வருவேன். நான் எப்போதும் மனிதர்கள் சூழ இருப்பதை விரும்புபவன், எதாவது ஒரு தேவை, வேலை இருந்தால் யாரிடமும் சென்று உதவி கேட்கத் தயங்கவே மாட்டேன். வயதில் பெரிய சிறுவர்கள் இப்படி மற்றவர்களிடம் சென்று பணம் கேட்டுச் சேகரிக்க என்னைத்தான் முன்னால் விடுவார்கள். சில சமயங்களில் பணம் எதுவும் தராமல் விரட்டிவிடுவார்கள். எனவே, நான் கோலி குண்டுகளைச் சேகரிக்கத் தொடங்கினேன்.

ஒருமுறை நான் டார்ட்ஸ் விளையாடிக்கொண்டிருந்தபோது அது நேராகச் சென்று என் சகோதரன் தினேஷின் கழுத்தில் அடித்தது. இன்னொரு முறை பம்பரம் விட்டபோது அது அவரது பாதத்தில் சென்று அமர்ந்து அவரை மிகவும் காயப்படுத்தியது. இந்த இரண்டு சம்பவங்களுக்குப் பிறகும் அவர் என்னை நன்றாக அடித்துவிட்டார். அப்போது நான் செய்த சேட்டைகளால் முரத்நகரில் நான் சிக்கலில் மாட்டிக்கொள்ளாத, அடிவாங்காத இடங்கள் மிகக் குறைவு என்றே சொல்லலாம்.

அப்பாவுக்குக் காலையில் புகைபிடிக்கும் பழக்கம் இருந்தது. நான் ஒரு வத்திக்குச்சியைக் கிழித்து அவர் கைக்கடிகாரத்தில் நேரம் பார்ப்பேன், எங்கள் வீட்டில் அப்போது சுவர்க் கடிகாரம் இல்லை, மேலும் மொபைல் ஃபோன்கள் புழக்கத்துக்கு வந்திருக்கவில்லை. ஒரு நாள் அப்படிப் பார்த்தபோது அவரது தலையணையைப் பொசுக்கிவிட்டேன், வழக்கம்போல அடிவாங்கினேன் என்பதைச் சொல்லவேண்டுமா என்ன. நான் திருந்துவேன் என்ற நம்பிக்கையையே அவர்கள் இழந்துவிட்டிருந்தார்கள். நான் சிறுவனாக இருந்தபோது அவ்வளவு விளையாட்டுத்தனமாக இருந்தேன்.

என் பெற்றோர் வேற்றூரிலிருந்து அங்கு வந்து சேர்ந்திருந்தனர், ஆனால் பெரும்பான்மை மக்கள் உபியைச் சேர்ந்தவர்கள்தான்.

மம்தா தீ, பூனம் தீ, என்னும் இரண்டு சகோதரிகளின் வீட்டுக்கு நான் ட்யூஷனுக்குச் செல்வேன். நான் சரியாகப் படிக்காவிட்டால் அவர் என்னை அடித்துவிடுவார். அம்மாவோ அவரால்தான் என்னை வழிக்குக் கொண்டுவரமுடியும் என்று சொல்வார். அவரைப் பார்த்தாலே எனக்கு பயம்தான். எப்போதும் புத்தகத்தை ஒளித்துவைப்பது அல்லது அது போன்ற எதாவது வித்தைகள் செய்து தப்பிக்கப் பார்ப்பேன். எனக்குப் படிக்கவே பிடிக்கவில்லை, மேலும் ட்யூஷன் நேரத்தை மிகச் சரியாக என் விளையாட்டுச் சமயத்தில் வைத்து என்னை விளையாடவிடாமல் தடுத்தனர். இதற்கெல்லாம் மேலாக, கூடுதல் நேரம் படிக்கச் சொல்வார். பாதி நாட்கள் மிகுந்த கோபத்துடன் புத்தகத்தை ஒளித்துவைத்திருப்பேன்.

ஒரு சமயம் புத்தகங்களைக் கண்டுபிடித்த கையோடு என் அம்மாவிடம் புகார் சொல்லிவிட்டார். அவர்களுக்கு அது வேடிக்கையாகத் தெரிந்தாலும் இருவருமாகச் சேர்ந்து என்னை அடித்துத் துவைத்தனர். இந்தச் சிறுவன், விளையாடவிடவில்லை என்பதால் படிப்பதைத் தவிர்க்க என்னவெல்லாம் செய்கிறான், தப்பிக்கவே முடியாது என்று தெரிந்திருந்தாலும் என்று வியந்தனர்.

என் தங்கை பிங்கியும் ட்யூஷனுக்குச் சென்று வந்தாள். ஒரு நாள் அவள் அப்படித் தன் வகுப்புகளுக்காகச் சென்றிருந்தபோது அவளது உண்டியலை உடைத்து, அதிலிருந்து பணத்தை எடுத்துக்கொண்டேன். அவள் திரும்பி வந்தபோது அதைக் கண்டுபிடித்துப் பெரிய அண்ணனிடம் சொல்லிவிட்டாள், அவரும் எனக்கு ஒரு மணிநேரம் தண்டனைக் காலம் விதித்தார். என்னவென்று இப்போது சரியாக நினைவில்லை, ஆனால் அனேகமாக என்னை ஒரு முர்க்காவாக (சேவல்) நிற்கும்படி பணித்திருப்பார்.

சிக்கலில் மாட்டிய பாதிக்கு மேற்பட்ட தருணங்களில் நான் விளையாட வேண்டும் என்று ஆசைப்பட்டிருப்பேன், ஏதேதோ காரணங்களால் இவர்கள் மறுத்திருப்பார்கள். சில சமயம் மம்தா தீயின் சகோதரன் கதவருகில் நின்றுகொண்டு நான்

வெளியில் செல்வதைத் தடுப்பான், ஒருமுறை அவர்கள் வீட்டுச் சுற்றுச்சுவரைத் தாண்டும்போது என்னைப் பிடித்தார்கள். கடைசியில் அவர்கள் சலித்துப் போய்ச் சொன்னார்கள் 'நீ திருந்தவே மாட்டாய்.'

ஒருமுறை கணக்குப் பரீட்சைக்குப் படிப்பதற்குப் பதிலாக ஊரில் நடந்த கூடைப்பந்தாட்டத்துக்குப் போய்விட்டேன். மேலும், என் வாழ்வில் ஒரு கட்டத்தில் என்னை கிரிக்கெட்டிலிருந்து கூடைப்பந்தாட்டம் பிரித்துச் சென்றது. அம்மா என்னைத் தேடி வந்தார், ஒரு கையில் அவர் பிசைந்துகொண்டிருந்த கோதுமை மாவும் மறு கையில் சப்பாத்திக் குழவியும் இருந்தன. அந்தக் குழவியைக் கொண்டு எல்லோர் முன்னிலையிலும் என்னைச் சாத்தினார், விளையாட்டை விட படிப்புதான் முக்கியம் என்றும் கடைசியில் என் கல்விதான் என்னைக் காப்பாற்றுமென்றும் சொல்லிக்கொண்டே அடித்தார். பிறகு காதைத் திருகியபடியே என்னை வீட்டுக்கு இழுத்துச் சென்றார்.

அப்போதெல்லாம் கணக்கில் நான் ரொம்பவே பலகீனமாக இருந்தேன். நல்லவேளையாக அண்ணன் இரவு முழுக்க என்னோடு உட்கார்ந்து, படிப்பதற்கு உதவினார், அதனால் என்னால் ஓரளவுக்கு சுமாரான மதிப்பெண்கள் எடுக்க முடிந்தன. ஆனால் அம்மா என்னை எல்லார் முன்னிலையிலும் சப்பாத்திக் குழவியால் அடித்தார் என்பதால் ஏற்பட்ட கூச்சத்தின் காரணமாக அதன் பிறகு பல நாட்களுக்கு விளையாடப் போகவில்லை. பரீட்சை முடிவுகள் வந்தவுடன் விளையாடப் போனேன், அப்போது எல்லோரும் என்னைப் பாராட்டினார்கள். கல்வி தொடர்பாக என்னுடைய ஒரே சிக்கல் கணக்குப் பாடம்தான். அதில் நான் டமாடோல்(பலவீனம்) ஆகத்தான் இருந்தேன். மற்ற பாடங்கள், சமஸ்க்ருதம், ஹிந்தி, பூகோளம் போன்றவற்றில் எனக்கு எந்தப் பிரச்சனையும் இருக்கவில்லை.

அவ்வப்போது பள்ளி செல்வதையும் தவிர்த்தேன், சில சமயம் கிரிக்கெட் விளையாடவும், பெரும்பாலும் இந்திய அணி விளையாடுவதை டிவியில் பார்க்கவும். அதிலும்

குறிப்பாக ஷார்ஜாவில் நடந்த போட்டிகள், அவை மிகவும் சுவாரசியமானவை, மேலும் சச்சின் பா'ஜிதான் அவற்றின் மையமாக இருப்பார். அப்போது எங்கள் வீட்டில் டிவி இருக்கவில்லை. பள்ளியில் லங்கர் (சமுதாயக் கூட உணவு) நடக்கும், அதையும் தவிர்த்து, கடைசி இரண்டு வகுப்புகளையும் புறக்கணித்துப் புறப்பட்டுவிடுவேன். நானும் இன்னும் சில நண்பர்களும்தான் அப்படிப் புறப்படுவோம். அவர்களில் ஜமால் என்று ஓர் இஸ்லாமிய நண்பன் இருந்தான், அவனுடைய மதிய உணவு மிக நன்றாக இருக்கும், அசைவம் கூட கொண்டுவருவான். நாங்கள் எல்லோரும் அவன் உணவை எடுத்து உண்போம், நல்லவேளை அம்மாவுக்குத் தெரியாது, தெரிந்திருந்தால் அதன் ஒவ்வொரு கவளத்தையும் கக்கும்வரை என்னை விளாசியிருப்பார். நாங்கள்தான் சுத்த சைவம் ஆயிற்றே. எங்கள் குடும்பத்தில் யாரும் அசைவத்தின் அருகில் செல்லவும் துணிந்ததில்லை. நான் மட்டும் என் கிரிக்கெட் வாழ்க்கையின் காரணமாக அவ்வப்போது சாப்பிட்டிருக்கிறேன்.

நான் சிறுவனாக இருந்த காலத்தில், என்ன சாப்பிடுகிறேன் என்பது பற்றியெல்லாம் பெரிதாகக் கவலைப்பட்டதில்லை, சுவையாக இருந்தால் போதும் என்றுதான் நினைப்பேன். குரு க்ளப்புக்குப் போய் சச்சின் பேட்டிங் செய்வதைப் பார்க்கக் காத்திருப்பேன். எங்கள் பள்ளியில் கடைசி இரண்டு வகுப்புகள் விளையாட்டுக்கானவை என்பதால் தப்பித்துச் செல்வது சுலபமாக இருந்தது. சச்சின் பேட்டிங்கைப் பார்த்த பிறகு நண்பர்கள் அதைப் பற்றி விரிவாக விவாதிப்போம். சச்சின், வீரு, ராஹுல் ஆகியோர் பேட்டிங்கைப் பார்த்து என்னவெல்லாம் கற்றுக்கொண்டதைப் பற்றிப் பேசிக்கொண்டிருப்போம். எல்லோரும் குரு க்ளப்பில்தான் இருப்பார்கள். சிலர் அலுவலகம் போகாமல் தப்பித்து வந்திருப்பார்கள் என்று நினைக்கிறேன்.

அந்த ஆட்டங்களில் சில இப்போதும் நினைவில் நிற்பவை. ஆஸ்திரேலியாவுக்கு எதிராக பா'ஜி அடித்த இரண்டு செஞ்சுரிகள், மட்டுமல்ல ஜிம்பாப்வேக்கு எதிரான அவரது ஆட்டங்களும் எனக்கு மிகப் பிடிக்கும் (முர்ரே குட்வின் எனும் ஜிம்பாப்வே வீரருக்கு நான் ரசிகனாக இருந்தேன்).

சச்சின் பா'ஜியின் கேட்சை அவர்கள் தவறவிட்டதைப் பயன்படுத்திக்கொண்டு, அதன் பிறகு பால் ஸ்ட்ராங்க் மற்றும் ஹென்றி ஒலோங்காவின் பந்துவீச்சைச் சிதறடித்து சிக்ஸர்களாக விளாசியதைப் பார்த்தேன். கமெண்டரியிலிருந்து டோனி க்ரேக் எல்லாவற்றையும் கூடுதல் சுவாரசியத்துடன் எடுத்துச் சொன்னதையும் நாம் மறக்கக் கூடாது. வீட்டில் வழக்கம்போல என்னைத் தேடிக்கொண்டிருப்பார்கள். அண்ணா ரேடியோவில் கமெண்டரி கேட்டுவிட்டு, நான் ட்யூஷன் போகாமல் இந்தியா விளையாடுவதைப் பார்க்கப் போயிருப்பேன் என்று கண்டுபிடித்துச் சொல்லிவிடுவார்.

அந்தக் குழு - குரு க்ளப் அணியின் உறுப்பினர்கள் - எனக்கு மிகவும் உதவியாக இருந்தனர். அப்போது ஸ்போர்ட்ஸ் ஹாஸ்டலுக்குப் போகவேண்டும் என்று நான் முயற்சி செய்துகொண்டிருந்தது அவர்களுக்குத் தெரியும், அதனால் பயிற்சியாளர்களும் சீனியர் வீரர்களும் என்னையே பயிற்சி செய்யச் சொல்வார்கள். அதன் பிறகு அவர்கள் விளையாட்டைப் பற்றிப் பேசிக்கொள்வதையெல்லாம் நான் என் டைரியில் குறிப்பெடுத்துக்கொள்வேன். ஷேன் வார்னின் ரசிகராக, அவரது பாதிப்பில் பந்துவீசிய லெக் ஸ்பின்னர் விவேக், மற்றும் இஜாஸ் அஹமது போலவே பேட்டிங் செய்யும் திறமைசாலியான இஸ்ரார் பாய் ஆகியோர் அங்கிருந்தனர். குண்டப்பா விஸ்வநாத், மற்றும் அவரைப் போன்ற பெரிய பெரிய வீரர்களைப் பற்றிப் பேசிக்கொண்டே இருப்பார்கள், எனக்கு மிகுந்த ஆர்வம் ஏற்பட்டது. மீரட்டுக்கு நான் தேர்வுக்கான பரிசீலனைக்காக மீரட்டுக்குப் போனபோது, குரு க்ளப்பின் முக்கியஸ்தரான குருஜி என்னுடன் பேருந்தில் வந்தார். பேருந்தின் நடத்துனர் என்னுடைய பெரிய கிட்பேக்கைப் பார்த்துவிட்டு, என்னென்ன பொருட்களை விற்பனை செய்வதற்காக அந்தப் பையில் எடுத்துப் போகிறேன் என்று கேட்டார். குரு க்ளப்பில்தான் என்னுடைய ஃபீல்டிங் பயிற்சி முழுக்கக் கிடைத்தது, அதனை மேம்படுத்த கற்றுக்கொண்டதும் அங்குதான், ஏனென்றால் அவர்கள் என்னை எப்போதாவதுதான் பேட்டிங்குக்கு எடுத்துக்கொள்வார்கள்.

வீட்டிலோ, படிப்பு தொடர்பாகவோ மட்டுமான பிரச்சனைகள் எனக்கு முரத்நகரில் ஏற்பட்டுவிடவில்லை. ஸ்போர்ட்ஸ் காலேஜில் சேருவதற்கு முன்பு நான் படித்துக்கொண்டிருந்த பள்ளியில், பெண்கள் அணிக்குப் பயிற்சியளித்துக்கொண்டிருந்தேன். ஏழாம் வகுப்போ எட்டாம் வகுப்போ படித்துக்கொண்டிருந்தேன், அஷோக் சார் சீனியர் அணியின் பாஸ்கெட்பால் பயிற்சியாளராக இருந்தார். பரீட்சைக்கு ஒரு நாள் முன்பு கூட அவர்களுக்கு நான் பயிற்சியளித்துக்கொண்டிருந்ததில் எந்த அதிசயமும் இல்லை. ஆனால் பிரச்சனையில் சிக்க வீடு திரும்பும் நேரம் வரையில் அன்று நான் காத்திருக்க வேண்டிய அவசியம் இருக்கவில்லை.

பள்ளி முடிந்தபிறகு, ஊரில் என் உயிர் நண்பனான அமித் சௌத்ரியும் நானும் அவன் வீட்டுக்குச் சென்று ரோட்டி சமைக்கிறோம் என்ற பெயரில் அடுப்புக்கு அந்தப் பக்கமிருந்த ப்ளாஸ்டிக்கை எரித்துவிட்டோம். அவன் அத்தை எங்கள் இருவரையும் நன்றாக அடித்து, இனிமேல் அடுப்பின் அருகில் போகவும் தடை விதித்துவிட்டார். அப்போது நான் வேண்டிக்கொண்டதெல்லாம் அவன் தந்தை - உமேந்தர் அங்கிள் என்று நான் அழைப்பேன் - வீடு திரும்புமுன் அத்தை எங்கள் தண்டனையை முடித்துவிடவேண்டும் என்பதுதான். ஏனென்றால் உமேந்தர் அங்கிள் ஆரோக்கியமாகவும் உயரமாகவும் இருந்த ஒரு கபடி வீரர். அமித்தும் நானும் இனி ரோட்டி செய்யும் முயற்சியில் இறங்கவே மாட்டோம் என்று சபதம் செய்துகொண்டோம்.

முரத்நகரில் இருந்த ஒரு 'நாலா'வில் (கழிவுநீர்க் கால்வாய்) நாங்கள் தினமும் காலையில் விளையாடப் போவோம். அமித்தும் நானும் அந்த அசுத்தமான நீரில் நீந்தியும், குதித்தும், ஓடியும் விளையாடிக்கொண்டிருந்தபோது, அங்கே துணி துவைத்துக்கொண்டிருந்த ஒரு பெண்மணி, அதற்கு முன் நாங்கள் கேட்டேயிராத கெட்ட வார்த்தைகளையெல்லாம் பயன்படுத்தி எங்களை ஏசி விரட்டினார். அடிக்கடி நாங்கள் அங்கே செல்வோம். அது சிவன் கோயில் பக்கத்தில் இருந்தது,

அதை ஒட்டி இருந்த கடைத் தெருவில் பிரமாதமான குல்ஃபியும், ப்ரெட் பக்கோடாக்களும் கிடைத்தன. இவையெல்லாம் மறக்க முடியாத நினைவுகள், அந்த இடங்களின் புகைப்படங்கள் இன்னும் என்னிடம் உள்ளன.

ஒரு சிறுநகரில் வளர்வதற்கென்றே சில நன்மைகளும் அசௌகரியங்களும் இருக்கத்தான் செய்கின்றன. நான் லக்னோவின் ஸ்போர்ட்ஸ் ஹாஸ்டலுக்குப் போனபிறகு சிலர், நான் லக்னோவுக்குப் போனதே என் குடும்பத்துக்காகப் பணம் ஈட்டத்தான் என்றும் அதற்காக நான் ரிக்ஷா இழுக்கிறேன் என்றும் ஒரு வதந்தியைப் பரப்பினார்கள். வீடு திரும்பி இதைப் பற்றிக் கேள்விப்பட்டதும், இவர்கள் வாயை அடைக்கும் அளவுக்கு நான் நன்றாக விளையாட வேண்டும், தாங்கள் யாரைப் பற்றி என்ன பேசியிருக்கிறோம் என்பதை அவர்கள் உணரச் செய்யவேண்டும் என்ற ஊக்கம் அதிகமானது. அடுத்த முறை விளையாட வாய்ப்புக் கிடைத்தபோது, இந்த வதந்தியைப் பரப்பியவரின் கடை அருகிலேயே விளையாடினேன், அவர் என் திறமையை நேரடியாகத் தெரிந்துகொண்டார், எதனால் நான் வெளியில் இருக்கிறேன் என்பதையும் புரிந்துகொண்டார். அதன் பிறகு அவர் மன்னிப்பு கேட்டுக்கொண்டார்.

★★★

அப்பா ஆரம்பத்தில் ராணுவத்தில் பணியாற்றினார். நிறைய பயணங்களை மேற்கொள்வார். அவர் எல்லாவற்றையும் கவனிப்பதில் வல்லவர், மிகப் பிரமாதமான மனிதர். அவர் படங்களைப் பார்த்தால் தெரியும், திலீப் குமாரைப் போலவே இருப்பார். அப்போதெல்லாம் அந்த நடிகரைப் போல ஒரு கறுப்பு சூட் அணிந்திருப்பார். மிகவும் ஸ்டைலிஷ் ஆக இருப்பார்.

அம்மாவும் ஹிமாச்சலில் ராணுவப் பயிற்சியில்தான் இருந்தார். அவர் துப்பாக்கி சுடுவதில் வல்லவர், ஒரு போட்டியில் அதற்காக பரிசுக் கோப்பையைக் கூட வென்றிருக்கிறார். காங்க்ராவில் இருக்கும் பெண்கள் அனைவரையும் போட்டிக்கு அழைத்திருந்தார்கள், அம்மா மிக அதிக முறைகள் இலக்கை

அடித்திருந்தார். அந்தத் துப்பாக்கியின் பேரல் தன் தோளில் வந்து மோதியதை இன்னமும் நினைவில் வைத்திருக்கிறார்.

அப்பாவின் உறவினர்கள் கொஞ்சம் அதிகமாகக் கல்வி கற்றிருந்தார்கள். என் அப்பாவின் சகோதரர்களில் ஒருவர் கடற்படையில் கமாண்டராக இருந்தார், இன்னொருவர் பிலாஸ்பூரில் கட்டுமானத் தொழிலில் ஈடுபட்டிருந்தார். அவர்கள் இருவரது மனைவியரும் நன்றாகப் படித்தவர்கள், இப்போது அவர்களின் பிள்ளைகள் உலகம் முழுக்க வெவ்வேறு இடங்களில் சென்று வாழ்கிறார்கள். எங்கள் மீது எங்கள் பெற்றோர் ஒருபோதும் ராணுவத்தில் சேரவேண்டும் என்று அழுத்தம் செலுத்தியதே இல்லை.

உண்மையில் 2014ல் ஆஜ் தக் நிகழ்ச்சி ஒன்றுக்காக நான் எல் ஓ சி எனப்படும் எல்லைக் கட்டுப்பாட்டுக் கோடு வரையில் சென்று திரும்பியதை என் அப்பாவிடம் சொல்லவே இல்லை. நான் முன்கோபக்காரன் என்பதாலும், எதற்காவது நான் வெடுக்கென்று எதையாவது செய்துவிட்டால் எதிர்பாராமல் எதாவது நிகழ்ந்துவிடும் என்ற அச்சத்தாலும், காஷ்மீருக்குப் போகக் கூடாது என்று என்னிடம் எப்போதும் சொல்லிக்கொண்டே இருப்பார். நன்றாகப் படித்த மனிதர். அவருக்குப் பல மொழிகள் தெரியும் - பாஸ்துன், ஹிந்தி, உருது, இங்கிலீஷ், பஞ்சாபி, இன்னும் பல மொழிகளும் தெரிந்தவர். அவர் ரெய்னாவாடியைச் சேர்ந்தவர். அவரது சகோதரர்கள் பலரும் ஏழு அடி உயரம் கொண்டவர்கள். தன் அனுபவங்களின் தொகுப்பாக டைரி எழுதிவந்தார். அவர்கள் ஜமீந்தார்கள், அவர்களிடம் குதிரை, ஒட்டகம் போன்ற பலவும் இருந்தன.

ஒருமுறை அவருடைய சிறுவயதில் அப்பாவுக்கு, அவருடைய அப்பாவின் படுக்கையின் கீழ் எதோ புதையல் இருப்பதாகக் கனவு வந்தது. அதனால் அவர் தன் அப்பா தூங்கிக்கொண்டிருந்தபோது தேடத் தொடங்கினார், ஆனால் எப்படியோ அப்பாவை எழுப்பிவிட்டதால் அடிவிழுந்தது. பிறகொரு நாள், அவருடைய சித்தப்பாக்களில் ஒருவர் தனக்கும்

அந்த இடத்தில் புதையல் இருக்குமென்ற சந்தேகம் இருப்பதாகச் சொன்னார். இருவருமாக, தாத்தாவுக்கு எதோ மருந்தைக் கொடுத்துத் தூங்கவைத்துவிட்டு தோண்டத் தொடங்கினர். ஆனால் இம்முறை அப்பாவின் அம்மா அவர்களைப் பிடித்துவிட்டார்.

என் பாட்டியும் மிகுந்த கட்டுப்பாடு உடையவர். அவர் தங்களைப் பார்த்துவிட்டால் பிரச்சனைதான் என்பது இவர்களுக்கும் தெரிந்திருந்தது. அதனால் அவர்கள் அவ்விடத்தைச் சுற்றி ஒரு 'த்ரிபால்' (சிறிய கித்தான் கூடாரம்) அமைத்து, அந்த இடத்தைப் பாதுகாத்து, தோண்டிக்கொண்டிருந்தனர். தினமும் இரவு நேரத்தில் 4 முதல் 6 மணிநேரம் அப்படித் தோண்டியவர்கள், ஒருநாள் உண்மையாகவே தங்க, வெள்ளிப் பாத்திரங்களையும் இன்னும் சில விலைமதிப்பற்ற பொருட்களையும் கண்டுபிடித்தனர். எல்லோருக்கும் அதிர்ச்சி. அப்பா அதைத் தன் கிராம மக்களுக்குப் பகிர்ந்தளித்தார், அதனால் அவர்கள் அவர் மீது மிகுந்த அன்பும் மதிப்பும் கொண்டிருந்தனர். முதலில் இந்தக் கதையை நானும் நம்பவில்லை, ஆனால் அப்பா, கனவு காணவேண்டும் என்றும், அதை நம்பி அதற்காக உழைக்க வேண்டுமென்றும் என்னிடம் சொல்லிக்கொண்டே இருப்பார். கனவுகள் நிஜமாகும் என்பதை எனக்கு அவர் பாணியில் உணர்த்தி வந்தார். கடின உழைப்புக்குப் பலன் கிடைக்கும். கஷ்டகாலம் நீடிக்காது.

எங்கள் குலதேவதை ஜம்முவில் உள்ளது. நாங்கள் கீதை வாசிப்போம், வெவ்வேறு தெய்வங்களையும் தேவியரையும் வணங்குவோம், ஆனால் எல்லா மதங்களையும் பண்டிகைகளையும் மதிக்கிறோம். நாங்கள் பிராமணர்கள், அதனால் எங்களுடைய வழிபாட்டு முறைகளும், பல சம்பிரதாயங்களும் தமிழ் பிராமணர்களின் வழக்கங்களுடன் ஒத்துப்போகும். இப்படியாக, என் பெற்றோர் எங்கள் திருமணத்துக்குப் பின் எங்களைத் தமிழ்நாட்டிலுள்ள சில கோயில்களுக்குச் சென்று வரச் சொன்னார்கள். நவகிரகக் கோயில்கள் அனைத்துக்கும் சென்று வந்தோம். ஸ்ரீனி சார்

(என். ஸ்ரீனிவாசன்) வீட்டுக்குச் சென்று நான் அங்கேயே தங்கியிருந்தேன். ப்ரியங்கா அவசரமாக ஆம்ஸ்டர்டாமுக்குப் போகவேண்டியிருந்ததால் என்னுடன் தங்க முடியவில்லை. இந்தப் பயணத்துக்கான அனைத்து ஏற்பாடுகளையும் ஸ்ரீனி சார்தான் செய்திருந்தார்.

நாங்கள் முக்கியமாக பஜ்ரங்பலியை வழிபடுவோம். என் அண்ணன் தினேஷும் மிகுந்த ஆன்மிகப் பற்றுள்ள மனிதர்தான். அவர் ஜோதிடத்திலும் ஈடுபாடு கொண்டவர். அவர் சாய்பாபா பக்தர், என் பெற்றோரும் அப்படியே. ஒருமுறை அவர்களை நான் ஷீரடிக்கு அழைத்துச் சென்றேன்.

என் ஒவ்வொரு பிறந்தநாளுக்கும் நான் பொற்கோயிலுக்குச் செல்வேன் - சிறுவயது முதலே தொடர்ந்து இதனைச் செய்து வருகிறேன் - ஒருவேளை முக்கியமான ஆட்டம் எதாவது அந்தத் தேதியில் இருந்தால் மட்டுமே இது மாறும். ஒருமுறை என் பிறந்த நாளன்று, பாட்டியாவில் ஒரு துலீப் கோப்பை ஆட்டம் இருந்தது. இப்போது இந்திய அணியின் தேர்வுக்குழுவில் இருப்பவரும், அப்போது சென்ட்ரல் ஜோன் அணியில் இருந்தவருமான ஹர்விந்தர் சிங்கிடம் பொற்கோயிலுக்குச் செல்லவேண்டும் என்ற என் விருப்பத்தைத் தெரிவித்தேன், அவர் என் பயணத்தை உறுதிசெய்து கொடுத்தார். நாங்கள் பாட்டியாலாவிலிருந்து அம்ரித்சர் சென்று வந்தோம். அந்த ஆட்டம் முதலில் கடும் பனியால் தடைபட்டிருந்தது, ஆனால் நாங்கள் அந்தப் பனியிலேயே விளையாடினோம்.

அந்தப் போட்டியில் மொஹம்மத் கைஃப் நிறைய ரன்களைக் குவித்தார், எனக்கோ பந்து எங்கிருக்கிறதென்று எப்படித்தான் இவர் கண்டுபிடிக்கிறார் என்ற வியப்பு. மனோஜ் திவாரியும் நன்றாக விளையாடினார், தன் அணியின் ஸ்கோரை உயர்த்தினார். பின்னர், கிட்டத்தட்ட கடைசியில், பனியின் ஊடாக நான் ஒரு கேட்ச் பிடித்தேன், நாங்கள் ஜெயித்தோம். கைஃப் பா'ய் என்னிடம் எங்கள் விக்கெட் கீப்பர் நமன் ஓஜாவுக்குப் பந்து சரியாகத் தென்படுகிறதா என்பதில் தனக்குச் சந்தேகம் இருப்பதாகத் தெரிவித்தார். எனவே, கைஃப்

பா'யை கல்லியில் நிற்கச் சொல்லிவிட்டு, நான் ஸ்லிப்பில் நின்றுகொண்டேன். ஆர்.பி. சிங்கின் பந்துவீச்சை நமன் தவறவிடவும், நான் பந்தைத் துரிதமாக எடுத்து மறுமுனைக்கு வீசினேன், ரணதேப் போஸ் ரன் அவுட் ஆனார். அது கைஃப் பா'யின் மறுவருகையில் முக்கியமான ஆட்டம், அதனால் அவர் மிகவும் மகிழ்ந்தார்.

★★★

எனக்கும் என் சகோதரர்களுக்கும் இடையில் பெரிய வயது வித்தியாசம் உண்டு. பெரிய அண்ணன் முகேஷுக்கு இப்போது 57 வயது, மறைந்த இரண்டாவது அண்ணன் ராகேஷ் இருந்திருந்தால் ஐம்பது வயது ஆகியிருக்கும். அடுத்தவர், நரேஷ் அண்ணனுக்கு 47, அவருக்கு அடுத்து தினேஷ் அண்ணனுக்கு 45 வயதாகிறது. ஆகையால் எனக்கும் என் பெரிய அண்ணனுக்கும் இடையில் இருபது வயது வித்தியாசம் உண்டு. நானும் என் அக்கா பிங்கியும் நெருக்கமானவர்கள். அவளுக்கு 38 –39 வயதாகிறது, எனக்கு 34.

நாங்கள் எல்லோருமே கிரிக்கெட் விளையாடுவோம். பெரிய அண்ணன் படிப்பில் மிகுந்த கவனம் செலுத்தினார். நான் முன்பே சொன்னாற்போல ராகேஷ் அண்ணன் எங்கள் வீட்டிலேயே மிகத் திறமையானவர். நரேஷ் அண்ணன் இசையில் ஈடுபாடு கொண்டவர். அவரது பாடல்கள் யூட்யூபிலும் நிறைய இருக்கின்றன, நரேஷ் ரெய்னா என்ற அவர் பெயரில், பெரும்பாலும் சாய் பாபா பஜன்கள் பாடியிருப்பார். அவரால்தான் நான் மிகச் சிறிய வயதிலிருந்தே பாடத் தொடங்கியிருந்தேன்.

வீட்டில் வாத்தியங்களின் தொகுப்பை வைத்திருந்தார் - ட்ரம்ஸ், பியானோ, தபலா, மற்றும் ஹார்மோனியம். அவர் இசையை மிகத் தீவிரமாகவே அணுகிக்கொண்டிருந்தார், அப்பா ஒரு நாள் இசைத்துறையில் பெரிய எதிர்காலம் இருக்காது என்று சொல்லும்வரை. அதன் பிறகு, நரேஷ் அண்ணன் ஷிம்லா சென்று தன் இஞ்சினியரிங் படிப்பை முடித்தார்.

தினேஷ் அண்ணன் பன்னிரண்டாம் வகுப்பில் இருக்கும்போதே ட்யூஷன் எடுக்கத் தொடங்கிவிட்டார். முகேஷ் அண்ணன் அப்பாவுடன் ஆயுதத் தொழிற்சாலையில் வேலை பார்த்தார். அவர்கள் எனக்கும் என் அக்காவுக்கும் படிப்பிலும் உதவி செய்வார்கள். அம்மா பெரும்பாலும் சமையல், சுத்தம் செய்தல் போன்ற வீட்டு வேலைகளில் மிகவும் பரபரப்பாக இருப்பார்.

நாங்கள் எல்லோரும் எங்கள் பெரிய அண்ணன் முகேஷைப் பார்த்துத்தான் பயந்தோம். அவர் நாங்கள் ஒழுங்காகப் படிக்கிறோமா என்பதைக் கவனித்துக்கொண்டே இருப்பார், போலவே எங்களை விளையாடவும் அனுமதிப்பார். தொழிற்சாலையில் அவருக்கு நிறையப் பேரைத் தெரியும், அவரது சிபாரிசினால்தான் என்னைத் தங்கள் அணியில் விளையாட அனுமதித்தார்கள். எங்கள் ஆட்டங்களில் ஒன்று விசிஆரில் ரெக்கார்ட் செய்யப்பட்டது, முதல் முறையாக அப்படி ஒரு ரெக்கார்டிங்கை முயன்று பார்த்தார்கள். சானெட் என்ற அணிக்காக மேட்டட் எனப்படும் செயற்கை ஆட்டகளத்தில் ஆட்டம் நடந்தது. இரண்டு பக்கமும் சைட் ஸ்க்ரீன்களின் மேல் மட்டுமே கேமராக்கள் இருந்தன. அதனால், பேட்ஸ்மனையும் பந்து வீச்சாளரையும் மட்டுமே பார்க்க முடியும்.

அதுதான் என்னுடைய முதல் 'லைவ்' ஆட்டம் என்று சொல்லலாம். நான் நன்றாகவே ஃபீல்டிங் செய்தேன். ஊரிலிருந்த எல்லோரும் ஆட்டத்தைப் பார்க்க வந்திருந்தார்கள், விடியோ திரைகளும் அமைக்கப்பட்டிருந்தன. ஆட்டம் முடிந்த பின் நான் விளையாடியதைப் பார்க்க எனக்கே வேடிக்கையாக இருந்தது. மனிஷ் எனும் ரஞ்சி வீரர் ஒருவரின் பந்து வீச்சில் மூன்று சிக்ஸர்கள் மிட்விக்கெட் பகுதியில் அடித்திருந்தேன். தினேஷ் அண்ணனும் அந்த ஆட்டத்தைப் பார்க்க வந்திருந்தார். அப்போதுதான், கிரிக்கெட் ஆட்டகளத்தில் எனக்கென ஒரு பெயர் உருவாகியிருந்ததால், அவர் என்னிடம் வந்து, அடுத்ததாக வாழ்க்கையில் என்ன செய்ய விரும்புகிறேன் என்று கேட்டார். அவருடைய நண்பர்களில் ஒருவரான அணில் கௌஷிக் நான் ஒரு கிரிக்கெட்டராக உருவாவதற்கான வாய்ப்புகளைப்

பெருக்கித்தரக் கூடிய ஸ்போர்ட்ஸ் ஹாஸ்டலுக்கு என்னை அனுப்பும்படி பரிந்துரைத்தார். கௌஷிக் அண்ணன் முகேஷ் அண்ணனுடன் தொழிற்சாலையில் வேலை பார்த்தார், அவரும் ஸ்போர்ட்ஸ் ஹாஸ்டலில் படித்திருந்தார். ஆனால் கழுத்தெலும்பில் அடிபட்டதால் துரதிர்ஷ்டவசமாக அவரது ஹாக்கி ஆட்ட ஆர்வம் தடைபட்டிருந்தது. நான் இப்படி தொழிற்சாலை அணிக்கு விளையாடுவதற்குப் பதிலாக ஸ்போர்ட்ஸ் காலேஜுக்குச் சென்றால், கிரிக்கெட் மீது மிகுந்த ஆர்வம் கொண்டிருந்ததாலும், எனக்கு அதில் நல்ல திறமை இருந்ததாலும், அங்கு கிடைக்கும் தொழில்முறை கிரிக்கெட் பயிற்சி எனக்கு நன்மை தரும் என்றார்.

தினேஷ் அண்ணன்தான் என்னுடைய செல்லப்பெயரான 'சோனு'வை உருவாக்கினார். உண்மையில் எப்போதாவதுதான் என்னை சுரேஷ் என்று அழைப்பார்கள். தினேஷ் அண்ணன் வலதுகையால் பேட்டிங் செய்ய எனக்குக் கற்றுக்கொடுத்தார் (ஆரம்பத்தில் ப்ளாஸ்டிக் பேட் உபயோகித்து கிரிக்கெட் ஆடிய காலத்தில் நான் இடதுகை ஆட்டக்காரனாகவே இருந்தேன்). சில மாதங்களுக்குப் பிறகு, மீண்டும் என்னை இடதுகை ஆட்டத்தையே தொடரும்படி சொன்னார், ஏனெனில் அதுவே பார்க்க அழகாகவும் மற்றவர்களிடமிருந்து வித்தியாசமாகவும் இருந்தது. அவரும் தாதாவுக்கும் (சவுரவ் கங்குலி), யுவிக்கும் பெரிய ரசிகராக மாறிவிட்டார். முகேஷ் அண்ணனும் தினேஷ் அண்ணனும் விளையாட்டு தொடர்பாகவும் எனக்கு நிறைய உதவிகள் செய்தனர்.

நான் உத்தரப் பிரதேசத்தில்தான் பிறந்து வளர்ந்தேன். என் சகோதரர்களும் உபியில் பிறந்தவர்கள்தான். ஒருமுறை ஃபரூக் அப்துல்லா சாஹிபிடம் கூட அப்பா நாங்கள் உபிக்கு வந்துவிட்டோம் என்றும் அவரது அரசாங்கத்திடமிருந்து எங்களுக்கு எதுவும் வேண்டாம் என்றும் பணிவாக மறுத்துவிட்டார்.

முரத்நகரில் ஒருபோதும் நான் வேற்றாளாக நடத்தப்படவே இல்லை. என் அக்காவும், சகோதரர்களும் கூட உபியில்தான்

பள்ளிக்குச் சென்று வந்தார்கள். ஒரு சிறு நகரில் வளரும்போது நம் உலகமும் சின்னதாகவே இருந்துவிடுகிறது. தேஜ்பால் சார் இப்போது எனக்கு மாமனாராக இருக்கிறார், சுஷிலா அத்தை (ப்ரியங்காவின் அம்மா) என் அம்மாவுக்கு உற்ற தோழியாக இருந்தவர். தினேஷின் மனைவி நேஹா, ப்ரியங்காவின் உற்ற தோழியாக இருந்தார், போலவே அவளுடைய அண்ணன் விவேக், பள்ளியில் எனக்கு உற்ற தோழனாக இருந்தவன். நாங்கள் சகோதர, சகோதரிகள் அனைவரும், பள்ளியில் தேஜ்பால் சாரின் பயிற்சியில் இருந்திருக்கிறோம், என் அண்ணன் எங்கள் வீட்டில் ப்ரியங்காவுக்கும் நேஹாவுக்கும் ஒரு சமயத்தில் ட்யூஷன் எடுத்திருக்கிறார். உலகம் உண்மையிலேயே சின்னதுதான்.

★★★

வளரும்போது இடப்பற்றாக்குறைதான் பெரிய சிக்கலாக இருந்தது, அவ்வளவு பெரிய குடும்பத்துக்கு வீட்டில் ஒரே ஒரு அறைதான் இருந்தது. பின்னர், என் பெரிய அண்ணனுக்குத் திருமணம் ஆனது. அவருக்குத் தனிமையும் தேவைப்பட்டதால், தனியாக வீடெடுத்துத் தங்கினார். அதன் பிறகுதான் நான்கு படுக்கைகளுடன் கூடிய இன்னொரு அறையை நாங்கள் எடுத்தோம்.

நிதிநிலை கொஞ்சம் மோசமாகத்தான் இருந்தது. அப்பாவும் தினேஷ் அண்ணாவும் வேலைக்குப் போனார்கள். அண்ணன் ட்யூஷன் எடுக்கத் தொடங்கியிருந்தார். அப்பா எப்போதும் என்னிடம் நன்றாகப் படிக்கவேண்டும் என்று சொல்லிக்கொண்டே இருப்பார், அதனால் எனக்கு நல்ல அரசாங்க வேலை கிடைக்கும் என்றும் அதனால் எல்லாப் பிரச்சினைகளும் தீர்ந்துவிடும் என்று நம்பினார். நானும் கூட வாராவாரம் நடக்கும் போட்டிகளில் எப்போதாவது 500 ரூபாய் சம்பாதிக்கத் தொடங்கியிருந்தேன்.

என் ஞாபகத்திலிருப்பது, 1998ல் தினேஷ் அண்ணன் கிரிக்கெட் விளையாடுவதற்காக என்னை மைதானங்களுக்கு அழைத்துச் சென்றார். அப்போதெல்லாமும் கிரிக்கெட்

வெறும் விளையாட்டாக இல்லாமல் அதற்கெல்லாம் அப்பாற்பட்ட ஒன்றாக இருந்தது. நான் தீவிரமாக விளையாடிக் கொண்டிருந்தேன். முரத்நகர் ஆயுதத் தொழிற்சாலைக்கு அருகில் ஒரு காலி இடம் இருந்தது. அங்கு நான் நிறைய விளையாடியிருக்கிறேன். விடுமுறை மற்றும் விசேஷ நாட்களில் விளையாடும் ஒரு குழு இருந்தது - அவர்களுக்காக விளையாடினால் அவர்களும் கொஞ்சம் பணம் கொடுப்பார்கள். என்னைப் பொறுத்தவரை, தொழில்முறை விளையாட்டுப் பயிற்சி அங்கிருந்துதான் தொடங்கியது. அங்கிருந்துதான் மற்ற உள்ளூர் போட்டிகளில் பங்குபெறச் சென்றேன்.

பரிசுத் தொகையாக என்ன கிடைத்தாலும் அப்படியே அப்பாவிடம் கொடுத்துவிடுவேன், அது அவருக்கு மிகவும் மகிழ்ச்சியாகவும் பெருமையாகவும் இருக்கும். விரைவில், எங்கள் பகுதியில் கிட்டத்தட்ட ஒரு கதாநாயகன் ஆகிவிட்டேன், அவர்களும் என்னைப் பல ஆட்டங்களுக்கு அழைத்தார்கள். மெல்ல மெல்ல டென்னிஸ் பந்துகளிலிருந்து லெதர் பந்துகளுக்கு முன்னேறினேன். செயற்கை ஆடுகளங்களில் ஆடுவது உள்ளிட்ட கிரிக்கெட் பற்றிய நிறைய தொழில்நுட்ப விவரங்களைக் கற்றுக்கொண்டேன். அப்போது கிரிக்கெட் மீது பைத்தியமாக இருந்தேன், அது என் லட்சியமாக ஆனது.

மோதிநகரின் நேரு ஸ்டேடியத்தில்தான் நான் என் முதல் புல்தரை ஆடுகளப் போட்டியில் விளையாடினேன். சௌத்ரி பை’யா என்று நான் அழைத்த ஒரு மனிதர் என்னை முரத்நகர், மோதிநகர், மீரட், காஸியாபாத் என்று பல்வேறு இடங்களுக்கும் விளையாட அழைத்துச் செல்வார், நான் அழைக்கும்போதெல்லாம் வருவார். என்னிடம் பணமில்லாததால் சும்மாவே அவருடன் பயணிப்பேன், ரயில் கதவுகளில் தொற்றியபடி பயணிப்போம். அணியில் சில வீரர்கள் ஆட்டத்துக்கு நடுவே வேறு வேலையாகச் செல்லவோ அல்லது ஊர் திரும்பவோ வேண்டியிருந்தால் என்னை அவர்கள் இடத்தில் விளையாட சீனியர் வீரர்கள் அழைப்பார்கள். கால்களுக்கான பேடுகளோ சரியான எந்த உபகரணங்களோ எங்களிடம் இருக்காது. அது பற்றிய கவலையும் எங்களுக்கு

இருக்காது. ஒரு துணிக்குள் பஞ்சை அடைத்து அதைத்தான் க்ளவ்ஸ் ஆக உபயோகிப்போம். அது கிரிக்கெட்டின் மிகத் தீவிர 'தேசி' (ஊர்நாட்டு) வடிவம்.

என்னுடைய மிகச் சிறிய வயதிலேயே இந்த விளையாட்டு என்னில் என் வளர்ச்சியில் ஒரு பங்கைப் பெற்றிருந்தது. கிரிக்கெட்டாலும், அந்த ஆரம்பகாலப் போட்டிகளாலும்தான் நான் பணத்தின் மதிப்பை உணர்ந்தேன், அப்போது அது எங்களிடம் அவ்வளவு தாராளமாகப் புழங்கவில்லை. லக்னோவின் ஸ்போர்ட்ஸ் ஹாஸ்டலுக்குச் செல்ல நான் தேர்ந்தெடுக்கப்பட்டபோது அப்பாவும் அம்மாவும் எவ்வளவு கவலைப்பட்டார்கள் என்று எனக்கு நினைவிருக்கிறது. அப்பாவுக்கு மாதம் வெறும் 6000 முதல் 7000 வரைதான் சம்பளம் கிடைத்தது, நாங்கள் எல்லோரும் அதைத்தான் சார்ந்திருந்தோம். கல்லூரியில் ஆண்டுக் கட்டணம் 10000 என்று சொன்னபோது அது மாதக்கட்டணம் இல்லை என்பதால் எனக்கு நியாயமான கட்டணமாகத்தான் தெரிந்தது, அதனால் என் அப்பாவிடம் என்னை அங்கே சேர்த்துவிடும்படி கேட்டுக்கொண்டேன். மேலும் அந்த இடத்தில் தங்கும் வசதியும் இருந்ததால், அதற்கான செலவும் மிச்சமாகுமே.

ஹாஸ்டலுக்கான தேர்வு காஸியாபாத்தில் நடந்தது, அதில் சுமார் 500 மாணவர்கள் இருந்தனர். அதன் பிறகு மீரட்டில் நடந்த தேர்வுகளுக்குச் சென்றேன், அதில் இன்னும் அதிக எண்ணிக்கையிலான மாணவர்கள் இருந்தனர். லக்னோவில் நடந்த இறுதிச் சுற்றில் மாநிலம் முழுவதிலுமிருந்து சுமார் 2000 மாணவர்கள் வந்திருந்தனர், ஆளுக்கு ஐந்து பந்துகள் பேட்டிங் செய்ய வாய்ப்புக் கிடைத்தது. நான் 2 அல்லது 3 நல்ல ஷாட்கள் அடித்தேன், தேர்வுக்குழுவினர் என்னை இறுதிப் பட்டியலுக்குத் தேர்வு செய்தனர். தேர்வுக்குழுவில் இரண்டு ரஞ்சி கோப்பை வீரர்கள் இருந்தனர். இறுதிச் சுற்றில் பதினைந்து பந்துகள் வரையில் நான் பேட்டிங் செய்ய அவர்கள் அனுமதித்ததால், மற்ற மாணவர்கள் நான் ஏற்கனவே தேர்ந்தெடுக்கப்பட்டுவிட்டேன் என்றே நினைத்தார்கள், ஆனால் அது உண்மை அல்ல. அந்தப் பதினைந்து பந்துகளில்

என்னால் இரண்டு நல்ல ஷாட்கள் மட்டுமே அடிக்க முடிந்தன. ஆனால் தேர்வு முடிவுகள் வந்தபோது முதல் பதினைந்து வெற்றியாளர்களில் என் பெயரும் இருந்தது.

அதன் காரணமாக அப்பா பத்தாயிரம் ரூபாய் கட்டவேண்டியிருந்தது, அதற்காக அவர் கடன் வாங்கினார். கடன் வாங்கிய அந்தத் தொகைக்குள் ஹாஸ்டலுக்கு எடுத்துச் செல்லவேண்டிய என் புத்தகங்கள், சீருடை, கிரிக்கெட் உபகரணங்கள் அடங்கிய 'கிட்பேக்' என எல்லாவற்றையும் அடக்க என்னாலான முயற்சிகளைச் செய்தேன்.

லக்னோ ஹாஸ்டலில் நான் இருந்தபோது, அண்ணன் எனக்கு அவ்வப்போது பணம் அனுப்புவார் - பெரும்பாலும் 300 அல்லது 400 ரூபாய் என்று சிறிய தொகைகளாக இருக்கும். என் குடும்பத்தாருக்குக் கடிதம் எழுதுவேன், அந்தப் பணத்தைக் கொண்டு தொலைபேசியில் எப்போதாவது பேசுவேன், மற்றபடி அது சாப்பிடவும் பொருட்கள் வாங்கவுமே பெரும்பாலும் செலவாகும். இந்த விளையாட்டின் மூலமாக, கொஞ்சம் கொஞ்சமாக எனக்கென்று ஒரு பிம்பத்தையும் அடையாளத்தையும் கட்டமைக்க முடிந்ததால் இதன் மீதான பிடிமானமும் அபிமானமும் மேலும் கூடின. என் துணிகளைத் துவைப்பதற்கான செலவை மிச்சப்படுத்தி (மற்ற மாணவர்கள் ஆனந்த் பாய் என்ற மனிதரிடம் சலவைக்குப் போடுவார்கள்), அந்தப் பணத்தைக் கொண்டு அருகிலிருக்கும் ஸ்டேடியத்தின் நடக்கும் மேட்ச்களைப் பார்க்கப் போவோம். ஓரிரண்டு முறை லக்னோவில் 'ஷீஷ் மஹால்' டோர்னமெண்ட் போட்டிகளைப் பார்த்திருக்கிறோம். அவற்றில் ஒரு போட்டியில் நவ்ஜோத் சிங் சித்து மிக நன்றாக விளையாடினார். அப்போதெல்லாம் அந்தப் போட்டிகளில் பாகிஸ்தானி வீரர்களும் வந்து பங்கேற்பார்கள்.

இவை எல்லாம் பாடங்கள்தான். கையில் அவ்வளவாகப் பணம் இல்லாதபோது அதை மதிக்கக் கற்றுக்கொள்கிறோம், இந்தப் பாடம் கைநிறையப் பணம் இருக்கும்போதும் அதை மதிக்கச் செய்யும். முதல் முறையாக எனக்கு 10,000 ரூபாய் ஸ்காலர்ஷிப் கிடைத்தபோது, ஒரு கோடி கிடைத்ததைப் போல

நான் உணர்ந்தது நன்றாக நினைவிருக்கிறது. நெடுங்காலமாக என் செலவுகளையும் கவனித்துவந்த அப்பாவை விடக் கூடுதலாகச் சம்பாதிப்பது ஒரு தனிச்சிறப்பான உணர்வாக இருந்தது. அந்தப் பத்தாயிரம் ரூபாயிலிருந்து இரண்டாயிரம் ரூபாயை எப்போதும் வீட்டுக்கு அனுப்பிவிடுவேன்.

இது எதுவுமே அப்பாவுக்கும் எனக்குமான பணம் சம்பந்தப்பட்ட எந்த விஷயத்தையும் மாற்றிவிடவில்லை. எனக்குக் கிடைக்கும் பணத்தை நான் அப்பாவுக்கு அனுப்புவேன். ஆனால் அப்பா அதை விரும்ப மாட்டார், மாறாக என்னையே சேமித்துவைத்துக்கொள்ளச் சொல்வார். 1998ல் எனக்கு ஒரு பேட்டை வாங்கிக்கொடுத்தார், அது சுமார் 1800 ரூபாய் விலையிருக்கும். அதை இன்னும் நான் பத்திரமாக வைத்திருக்கிறேன். ‘அந்தப் பணத்தை நீயே வைத்துக்கொள், ஸ்போர்ட்ஸ் கியர் வாங்கப் பயன்படுத்திக்கொள், அதுதான் ரொம்ப முக்கியம்’ என்று எப்போதும் சொல்வார்.

2000-2001 ஆண்டுவாக்கில் நான் போட்டிகளில் பங்கேற்க 2000 முதல் 5000 வரை கிடைக்கத் தொடங்கியது. முன்பைக் காட்டிலும் நல்ல தாபாவில் சாப்பிடும் அளவுக்கும் எங்கள் அடிப்படைத் தேவைகளை நிறைவேற்றிக்கொள்ளும் அளவுக்கும் வாழ்க்கை கொஞ்சம் முன்னேறியது.

ஸ்போர்ட்ஸ் ஹாஸ்டலில் இருந்த பயிற்சியாளர்கள் எங்களுக்கு மிகவும் ஆதரவாக இருந்து வழிநடத்தினார்கள். தரமான ஹாஃப் ஸ்பைக் ஷூ வாங்கும்படி செய்தார்கள். அப்போது ரீபாக் மிகவும் பிரபலமாக இருந்தது. எந்த கிட் வாங்கினாலும், அதை முழுவதுமாக உபயோகித்து, அதன் தன்மையே முற்றிலுமாக மாறி இனி உபயோகிக்கவே முடியாது எனும் அளவுக்கு ஆகும்வரை அதை விடமாட்டோம். அந்த இளம் வயதிலேயே சரியாக எப்படிச் செலவு செய்வது என்பதைக் கற்றுக்கொண்டோம். என்னுடைய க்ளவ்ஸ் சுத்தமாகக் கிழிந்துபோய், அதைத் தைத்துச் சரிசெய்யவே முடியாது என்றான பின் எங்கள் கோச் எஸ்.பி.கிருஷ்ணன், தன் மகனுடைய க்ளவ்ஸை எனக்குக் கொடுத்தார்.

முதல் முறையாக 2005ஆம் ஆண்டு ஏர் இந்தியாவுக்காக மும்பையில் விளையாடப்போனபோதுதான் முறையான ஒப்பந்தம் என்பதையே நான் பார்த்தேன். உயர்ந்த நிலையில் கிரிக்கெட் விளையாடுவது மட்டுமே என்னுடைய உயர்ந்தபட்ச லட்சியம் என்பதால் எப்போதுமே பணம் சம்பாதிப்பதைப் பெரிதாக மதித்ததில்லை, தனித்த களிப்புடன் பணவரவை வரவேற்றதும் இல்லை. நான் நன்றாக விளையாடினேன், பணம் கிடைத்தது. அப்படித்தான் நான் அதைப் பார்த்தேன். எனக்குக் கிடைத்த முதல் சம்பளத்தில் என் தங்கைக்கு ஒரு ஹேண்ட்பேக் வாங்கிக் கொடுத்தேன்.

என்னுடைய பயிற்சிக் காலம் முழுக்க எனக்கு ஆதரவாக இருந்தது ராபின் சிங் மற்றும் திலீப் வெங்சர்கார் அவர்கள்தான். ஜூனியர் பிரிவில் இர்ஃபான் பதான் மற்றும் அம்பாதி ராயுடு போன்ற நல்ல வீரர்கள் இருந்ததால் எங்கள் அணி வலிமையான அணியாக இருந்தது. ஒருமுறை ஏர் இந்தியா டோர்னமெண்டில், இந்திய ஜூனியர் அணிக்காக விளையாட டெல்லிக்குச் சென்றிருந்தபோது, விவிஎஸ் லக்ஷ்மண் விக்கெட்டை எடுத்தேன், அதே போட்டியில் நல்ல கேட்ச் பிடித்து விஜய் தஹியாவை அவுட் ஆக்கினேன். அந்தப் போட்டியில் என் விளையாட்டைப் பார்த்தபின் தான் பிரவீன் ஆம்ரே அவர்கள் என்னை மும்பைக்கு அழைத்தார். பணம் பற்றிக் கற்றுக்கொள்ள இந்தியாவுக்குள் மும்பையை விடச் சிறந்த ஊர் வேறெதுவும் இல்லை.

மும்பையில் ஒரு சாய்பாபா கோயில் இருந்தது, உத்தரபிரதேசத்திலிருந்து வரும் கார் மற்றும் ஆட்டோ ஓட்டுனர்கள் அந்தக் கோயிலுக்கு எப்போதும் போவார்கள், நானும் போகவேண்டும் என்று நினைத்தேன். நமன் ஓஜாவும் நானும் ஒரே அறையில் தங்கியிருந்தோம், சில சமயம் ஒன்றாக வெளியில் போய் சாப்பிடுவோம். ஆனால், எப்போதும் அப்பாவைப் பற்றியும் பொருளாதார நிலை பற்றியும், எப்படியாவது கொஞ்சம் பணத்தை ஏற்றுக்கொள்ளச் செய்யவேண்டும் என்ற யோசனையுடனே இருந்தேன்.

முரத்நகரில் 20000 ரூபாய் கொடுத்து அப்பா ஒரு நிலம் வாங்கியிருந்தார். அதற்கான மாதாந்திர ஈஎம்ஐ கட்டிக்கொண்டிருந்தார். ஹாஸ்டலில் இருந்த நாட்களைப் பற்றி யோசித்துப் பார்த்தேன், என்னுடைய மூத்த சகோதரர்களுக்கு அப்பா ஆயிரம் ரூபாய் வரை கொடுத்தார், எனக்கு 300 அல்லது 400 ரூபாய்க்கு மேல் கிடைத்ததில்லை. எனக்கு அதற்கு மேல் கொடுக்கக் கூடாது என்று அவர் எப்போதும் நினைத்ததில்லை, ஆனால் அவரால் சமாளித்துக் கொடுக்கமுடியவில்லை. ஆனால் மிக முக்கியமானது என்னவென்றால், எப்போதும் நன்றியுடன் நான் நினைத்துப் பார்ப்பதும் அதுவே, எப்போதெல்லாம் எனக்குத் தேவை ஏற்படுகிறதோ அப்போதெல்லாம் அவர் எதையாவது தியாகம் செய்துகொண்டே இருந்தார்.

ஒருமுறை என் ஷூக்கள் சுத்தமாகக் கிழிந்துபோய் அடுத்த ஆட்டத்துக்கு வேறு ஷூ வாங்கவேண்டி இருந்தபோதும் அப்படித்தான். அப்பா என்னிடம் ஒன்றுமே சொல்லவில்லை. என் அண்ணன்தான் ஷூ வாங்கிவந்து என்னிடம் கொடுத்தார் - லக்னோ ஸ்டேஷனில் கொடுத்தார். இன்றுவரை அப்பா அதை எப்படி வாங்கினார் என்று எனக்குத் தெரியாது, ஆனால் வாங்கித்தந்தார், அவ்வளவுதான். என் அப்பாவின் குணநலனையும் என் குடும்பத்தார் என் மீது வைத்திருக்கும் அன்பையும் இந்த ஒரு விஷயமே விளக்கிச் சொல்லிவிடும். நான் இப்போது இந்த நிலையில் இருப்பது அவர்களால்தான்.

3

அச்சுறுத்தும் வலியோரைக் கடந்து வெல்வது

என்னிடமிருந்து கடிதம் வரும் ஒவ்வொரு முறையும் அம்மா அழுவார். அப்பாவைப் போல அதிகம் படித்தவரல்ல. ஆனால், அப்பாவால் ஒருபோதும் இருக்கமுடியாத அளவுக்கு என்னோடு நெருக்கமாக இருந்தார். முதல் முறையாக, லக்னோ ஸ்போர்ட்ஸ் ஹாஸ்டலில் சேர்வதற்கான நிபந்தனைக்காக, ஒரு முழுமையான மருத்துவப் பரிசோதனைக்கு நான் சென்றபோது அம்மா மிகவும் கவலைப்பட்டார். அவர்கள் என் உடலில் இருந்த மச்சங்கள் மற்றும் வடுக்கள் போன்ற மிகச் சிறிய விவரங்களையும் பதிந்துகொண்டார்கள். பிற்காலத்தில் எனக்கு எதாவது நிகழ்ந்தால், அவர்களிடம் என் முழு மருத்துவக் குறிப்புகள் இருக்கும் என்பதால் இதைச் செய்தார்கள். ஆனால், அம்மாவுக்கு இதெல்லாம் தெரியாது. அவரைப் பொறுத்தவரையில் அவர் மகனை எதோ பெரிய துன்பத்துக்கு ஆளாக்குகிறார்கள் என்றே நினைத்தார்.

அம்மா ஹிமாச்சலைச் சேர்ந்தவர். பஞ்சாபிகளில் இரண்டு வகை உண்டு - பாகிஸ்தானிலிருந்து வருபவர்கள் மற்றும்

இந்தியப் பகுதியிலிருப்பவர்கள். பாகிஸ்தானைச் சேர்ந்த பஞ்சாபிகள் தீவிரப் பஞ்சாபிகள், அவர்கள் பேசும் பஞ்சாபி, எல்லைக்கோட்டின் இந்தப் பக்கத்திலிருப்போர் பேசும் ஹிந்தி-பாதிப்புள்ள பஞ்சாபி மொழியிலிருந்து கடுமையாக வேறுபட்டிருக்கும். எங்கள் வீட்டில் எல்லோரும் 'பிந்த் வாலி (பாகிஸ்தானி) பஞ்சாபி' பேசுவோம்.

உண்மையில், ஆரம்பத்தில் அம்மாவின் பேசுமொழி ப்ரியங்காவைக் குழப்பவே செய்தது. அவளுக்கு உதவும்பொருட்டு, அம்மாவுடன் ஃபோனில் பேசும்போதெல்லாம் ஸ்பீக்கரில் வைத்திருக்கச் சொல்வேன். ஆனால் இப்போது நன்றாக முன்னேறிவிட்டாள். அம்மாவின் தாய்மொழி ஹிமாச்சலி, இப்போதெல்லாம் ஹிமாச்சலில்கூட பஞ்சாபிதான் பேசுகிறார்கள். நாங்கள் பெரும்பாலும் முரத்நகரில் பிறந்து வளர்ந்தவர்கள் என்பதால், எங்களில் யாருக்கும் ஹிமாச்சலி சரளமாகப் பேசவராது, நாங்களும் பஞ்சாபியில் பேசவே பழகியிருந்தோம்.

எனக்குத் தெரிந்த யாரையும்விட என் அம்மாதான் இனிமையானவர். அவர் மிகவும் உணர்ச்சிவசமானவர், அதிலும் வீட்டின் செல்லக் குழந்தையான என் விஷயத்தில். நான் ஹாஸ்டலில் இருந்தபோது என் பிரிவால் மிகவும் வாடியிருக்கிறார். ஆரம்பத்தில் அப்பா அம்மாவுக்குத் தொடர்ச்சியாகக் கடிதங்கள் எழுதினேன். ஒரு கட்டத்தில், அம்மாவுக்குத் தனியாகக் கடிதங்கள் எழுதவேண்டாம் என்று அப்பா சொல்லிவிட்டார். அதன் பிறகு நான் கடிதங்கள் எழுதினாலும், அம்மா அழக்கூடாது என்பதற்காக அவற்றில் உணர்ச்சிகரமானவற்றைச் சொல்லாமல் தவிர்த்தேன். அம்மாவுக்கென்று கடிதங்களில் எதுவும் நான் எழுதுவதில்லை என்பதை அவரால் நம்பவே முடியவில்லை. அப்பாவிடம் இதைப் பற்றிக் கேட்டபடி இருந்ததால், அப்பா ஒரு கட்டத்தில் அவரே கடிதங்கள் எழுதத் தொடங்கினார், அம்மாவின் மகிழ்ச்சிக்காக.

நீண்ட காலம் ஹாஸ்டலில் எனக்கு என்னவெல்லாம் நிகழ்கிறது, நான் எப்படி நடத்தப்படுகிறேன் என்பது அம்மாவுக்குத் தெரியாது. பிறகொரு நாள் வீட்டில் கிடந்த என் டைரி அம்மாவின் கையில் சிக்க, அதில் நான் விவரித்திருந்த சில நிகழ்வுகளைப் படித்துவிட்டார். அவர் இதயம் வெடித்து, நொறுங்கிப்போனார். தன் சிறுபிள்ளை வீட்டிலிருந்து வெகுதூரம் போய் அனுபவித்த கடினங்களிலிருந்தும் அவனைச் சுற்றியிருந்த தீயவற்றிலிருந்தும் அவனைக் காப்பாற்ற முடியாமல், துணையிருக்க முடியாத தன் நிலையை எண்ணி மனம் நொந்தார். இது எனக்கு முக்கியமான பாடமாக அமைந்தது.

ஒருவர் வாழ்க்கையின் எத்தனை மோசமான அனுபவங்களைப் பெற்றோரிடம் பகிர்ந்துகொள்ளலாம், அல்லது தன் வாழ்க்கைத் துணைவரிடம்? அது சவாலானது. நாம் வாழ்க்கையில் பல விஷயங்களை அவர்களிடமிருந்து மறைப்பது, அவர்கள் காயப்படக்கூடாது என்பதற்காகத்தான். ஆனால் உண்மையை அவர்களாகவே தெரிந்துகொண்டால் அது அவர்களை மேலும் காயப்படுத்திவிடுகிறது. நம் வலியே அவர்கள் வலியும் என்பதை உணர்ந்துகொள்வதுதான் முக்கியமான ரகசியம், அவர்களிடம் முழு உண்மையைப் பகிர்ந்துகொள்வதே நல்லதாக இருக்கலாம்.

அப்போதெல்லாம் எனக்கு டைரி எழுதும் பழக்கம் இருந்தது. என் நண்பர்கள் எழுதச் சொன்னதால், ஒரு நாட்குறிப்பைப் போல எனது தினசரி நிகழ்வுகளை அதில் எழுதிவந்தேன். அந்த நாள் முழுக்க நடந்தவற்றை, நான் கற்றுக்கொண்டவை, நான் எதிர்கொண்டவை போன்ற நிகழ்வுகளை, ஹிந்தியில் எழுதிவைத்தேன். உண்மையில் இது நான் பரபரப்பாக இயங்க உதவியது. என் கவனம் பெரும்பாலும் விளையாட்டின் மீது குவிந்தது - குறிப்பாக நான் கையாளும் பேட்டிங் நுட்பங்கள், நான் கற்றுக்கொள்ளவேண்டியவை, மற்றும் எனக்குப் பாராட்டுப் பெற்றுத் தருபவை ஆகியவற்றைக் கவனித்தேன். இப்படியான எண்ணங்களை எழுதும்போது, கூடவே என்ன சாப்பிட்டேன், நண்பர்களுடன் நடந்த வேடிக்கைகள் போன்றவற்றையும் கொஞ்சம் எழுதினேன். கல்லூரியில் முதல் ஆண்டு முழுக்கவே இது என்னுடைய அன்றாட நடவடிக்கையாக இருந்தது.

மெல்ல மெல்ல அவ்வளவு நல்லதாக இல்லாத விஷயங்களைப் பற்றியும் நான் எழுத ஆரம்பித்தேன், வீட்டிலிருந்து வெகுதூரத்தில் இருப்பது, மற்றும் ஹாஸ்டல் வாழ்க்கை பற்றி. வீட்டில் கடைக்குட்டியாக இருந்ததால் எல்லோரிடமிருந்தும் நிறைய அன்பும் கவனிப்பும் எனக்கே கிடைத்தது. அந்த வயதுப் பிள்ளைகளுக்கு வீட்டை விட்டு நீண்டகாலம் தள்ளியிருப்பது அவ்வளவு எளிதல்ல. மேலும், நான் மட்டும் அப்படி இருக்கவில்லை. எங்கள் ஹாஸ்டலில் இருந்த நிறைய மாணவர்கள் முதல்முறையாக வீட்டை விட்டு வெகுதூரம் தள்ளி வந்திருந்தனர், அதற்கே சமாளிக்க வேண்டியிருந்தது. அதனாலேயே சீனியர்கள் எங்களை மோசமாக நடத்தியதை மன்னிக்கவே முடியாது. சிலரால் ராகிங்கை சமாளிக்க முடியவில்லை - அது அவர்களை மிகவும் துன்புறுத்தியது, இத்துடன் வீட்டை விட்டுவிட்டு இருப்பதும் சேர்ந்துகொண்டது. இதில் அவர்களது முதல் இலக்காக நான்தான் இருந்தேன்.

சீனியர்கள் எப்போதும் படிப்பிலும் விளையாட்டிலும் சிறந்து விளங்கும் ஜூனியர் மாணவர்களைத்தான் முதலில் தாக்குவார்கள், நான் அப்படிப்பட்டவனாகவே இருந்தேன். எனக்கு நிறைய வேலைகளைக் கொடுப்பார்கள் அல்லது எரிச்சலூட்ட வேண்டுமென்றே சில தொல்லைகளைக் கொடுப்பார்கள். ஆனால் நான் அமைதியாக இருந்தேன். எனக்கு வேறு வழியும் இருக்கவில்லை. காலையில் மைதானத்துக்குச் சென்று பிட்சுகளைத் தயார் செய்து, விக்கெட்டுகளைச் சரியாக அமைக்க வேண்டும், அதன் பிறகு ஜூனியர்கள் மைதானத்திலும் சுற்றியிருக்கும் தோட்டத்திலும் நீர் பாய்ச்சவும் வேண்டும். மதியமும், வகுப்புகளைப் புறக்கணித்துவிட்டு, மாலை நேரப் பயிற்சி வகுப்புகளுக்காக பிட்சையும் விக்கெட்டையும் மறுபடியும் தயார்செய்ய வேண்டும். ஒருவேளை சரியான நேரத்தில் பிட்ச் தயாராக இல்லை என்றால் சீனியர்கள் எங்களைத் தண்டிப்பார்கள் - கைகளை உயர்த்தி வைத்துக்கொண்டு மணிக்கணக்கில் வெயிலில் நிற்க வைப்பார்கள், அல்லது கோழிக்குஞ்சுகளைப் போலக் குத்துக்காலிட்டு குதிக்க வைப்பார்கள். அப்போது அதிகமாக இருந்த ராகிங் பழக்கத்தின் முக்கிய இலக்கு நானாகவே இருந்தேன்.

எங்கள் குடும்பப் பின்புலத்தின் காரணமாக நான் படிப்பில் சிறந்தவனாக இருந்தேன். போலவே, விளையாட்டைப் பற்றியும் நன்றாகத் தெரிந்து வைத்திருந்தேன். அதனால் ஆசிரியர்களுக்கும் பயிற்சியாளர்களுக்கும் என்னை மிகவும் பிடித்திருந்தது. அத்தோடு, பள்ளியில் மிக நன்றாக விளையாடியதால் யாராலும் கிரிக்கெட் விஷயத்தில் என் பக்கம் ஒரு விரலை நீட்டிக் குற்றம்சாட்ட முடியாமல் இருந்தது.

ராகிங் எல்லாப் பள்ளிகளிலும் நடக்கிறது, ஆனால் அதன் தாக்கம் பள்ளிக்குப் பள்ளி வேறுபடும். சில இடங்களில் வெறும் வேடிக்கைக்காகச் செய்யப்படுகிறது, ஆனால் சில இடங்களில் மிகவும் தீவிரமாகி, ஜூனியர்களுக்கு அடிவிழும் அளவுக்கு நடக்கும். என்னைக் கேட்டால் ராகிங் முற்றிலும் தடைசெய்யப்பட வேண்டிய ஒன்று, குறிப்பாக உத்திரப் பிரதேசத்து ஹாஸ்டல்கள் போன்ற இடங்களில், அங்கெல்லாம் பொதுவாகவே சூழல் மிகவும் தீவிரத் தன்மையுடன் இருக்கும்.

அங்கே விளையாடப் போகும் இளைஞர்களும் இதுபோன்ற சவால்களைச் சந்திக்கிறார்கள். சீனியர்கள் தங்கள் வேலைகளை ஜூனியர்களைச் செய்யச் சொல்லி ஏவுவார்கள், அத்தோடு வேறு விதமான ராகிங்கும் நடக்கும் (அவர்கள் மேல் தண்ணீர் ஊற்றுவது போல). இதெல்லாம் ஹாஸ்டல் வாழ்க்கையில் சகஜம். 14 வயதுக்குட்பட்டோர் மட்டுமல்லாமல் 16 மற்றும் 19வயதுக்குட்பட்டோர் அணிகளிலும் இளம் வீரர்களே இருந்தார்கள் என்பதால், இவர்கள் வரும்போதெல்லாம் போட்டி மனப்பான்மையின் கனம் எப்போதும் சீனியர்களின் தலைக்கு மேல் தொங்கியபடி இருக்கும்.

யாராவது ஒரு ஜூனியர் அடிவாங்கிக் காயமுறுவது போன்ற சம்பவம் எதுவும் நிகழும்போது, புதியவர்கள் இதை ஒரு சவாலாக எடுத்துக்கொண்டு பதிலடி கொடுக்கத் தொடங்கினார்கள். ஒரு குழுவாகச் சேர்ந்து அதற்கு எதிராகப் போராடுவது மட்டுமே தாக்குப்பிடிக்க உதவியது. படிக்கவும் விளையாடவும்தான் அங்கே வந்தோம் என்பதை அவர்களுக்குக் காட்ட வேண்டியிருந்தது. நான் அமைதியை விரும்பும்,

சிக்கல்களைத் தாக்கும் நடவடிக்கைகள் இல்லாமல் பேசித் தீர்க்க நினைக்கும் குடும்பத்திலிருந்து வந்தவன். அதுவும் எனக்கு உதவியாக இருந்தது. ஹாஸ்டலுக்கு வந்து சேரும்வரை, யாரும் அப்படிச் சண்டையிட்டு நான் பார்த்ததே இல்லை. அதனால், இப்படி ஒரு பின்னணியிலிருந்து வந்து, இந்தப் புதிய சூழலுக்குப் பழகுவது பெரிய சவாலாக இருந்தது. உடன் பயின்றவர்களுடன் நல்லுறவைப் பேணுவதே அத்தியாவசியமானதாக இருந்தது.

★★★

ஹாஸ்டலில் என் முதல் நாள் நன்றாக நினைவிருக்கிறது. தேர்வுச் சுற்றுகளில் என்னுடன் சேர்த்து 15 மாணவர்கள் தேர்வாகியிருந்தோம். அதன் பிறகு மருத்துவப் பரிசோதனை, உடல்வலிமை, நெகிழ்வுத்தன்மை மற்றும் கண் பரிசோதனைகள் செய்யவேண்டி இருந்தன. இதற்கெல்லாம் ஒரு வாரம் தேவைப்பட்டது, அதில் தேர்வு பெறாதவர்கள் திருப்பி அனுப்பப்பட்டு வேறு மாணவர்கள் தேர்ந்தெடுக்கப்பட்டனர். பின்னர் நாங்கள் தலைமை ஆசிரியரைச் சந்தித்தோம், எங்களிடமிருந்து என்னவெல்லாம் எதிர்பார்க்கப்படும் என்பதைப் பற்றி அவர் விளக்கினார். ஹாஸ்டலிலிருந்த எங்கள் அனைவரிலுமிருந்து இரண்டு அல்லது மூன்று பேர் மட்டுமே அணிக்காக விளையாடத் தேர்வு செய்யப்படுவார்கள். நீரஜ் - அவன் பிற்காலத்தில் எனக்கு மிகச் சிறந்த நண்பன் ஆனான் - மற்றும் இன்னும் சில மாணவர்கள் எங்கள் குழுவில் சேர்ந்தார்கள். பல்வேறு பின்னணிகள், மற்றும் மாநிலத்தின் பல்வேறு பகுதிகளிலிருந்து வந்த மாணவர்கள் எங்கள் பிரிவில் இருந்தார்கள். பிரதாப்கர், ரே பரேலி, கோரக்பூர், மற்றும் அஸம்கர் ஆகிய இடங்களிலிருந்து பெரும்பாலான தடகள வீரர்கள் வந்திருந்தனர்.

நீரஜ்ஜும் நானும் அரைமணி நேரப் பயண தூரத்தில் அடுத்தடுத்து அமைந்திருக்கும் கிராமங்களைச் சேர்ந்தவர்கள். சிறுவர்களாக உள்ளூர் போட்டிகளில் சந்தித்திருந்தோம். அதனால் நாங்கள் ஒன்றாக ஹாஸ்டலுக்குத் தேர்வானது இயல்பாகவே அமைந்தது. எங்கள் பகுதியிலிருந்து மூன்று பேர்

தேர்வாகியிருந்தோம், மூன்றாவது நபரான சீக்கிய இளைஞர் துரதிர்ஷ்டவசமாகக் காலமாகிவிட்டார்.

எனக்கு எல்லாமே கிரிக்கெட்தான். விளையாடும்போது வாழ்க்கையைப் பற்றியும் நிறையக் கற்றுக்கொண்டேன். என் வீட்டில் எல்லோரும் நிறையப் படித்திருந்தாலும், என் அண்ணன்கள் மேற்படிப்புக்குச் சென்று (அவர்களில் ஒருவர் ட்யூஷன் எடுக்கத் தொடங்கியிருந்தார்) இரண்டு இரண்டு பட்டங்களைப் பெற்றிருந்தாலும், எனக்கு என் விளையாட்டுதான் மிக முக்கியமானதாக இருந்தது. அப்பா, எவ்வளவுதான் விளாயாட்டில் நான் ஈடுபாட்டுடன் இருந்தாலும், எவ்வளவு முடியுமோ அவ்வளவு படிக்கவும் வேண்டும் என்று எப்போதும் வலியுறுத்துவார். அவர் கடன் வாங்கி என்னை ஸ்போர்ட்ஸ் காலேஜுக்கு அனுப்பும் சூழல் வந்ததும் நிலைமை மிகவும் கடினமானது. என் படிப்பைப் பற்றி அவர் மிகத் தீவிரமாக இருந்தார், நானோ என் கிரிக்கெட்டுக்காகவே காலேஜில் சேர்ந்தேன். அம்மாவும் படிப்பின் அவசியம் பற்றியும் புதிய விஷயங்களைக் கற்றுக்கொள்வதன் அவசியம் பற்றியும் அவ்வப்போது வலியுறுத்துவார். அதனால்தான் நான் லக்னோ பல்கலைக்கழகத்தில் பி.ஏ படித்துமுடித்தேன் - கல்வியில் அடிப்படையாக ஒரு பட்டமேனும் பெறாவிட்டால் என்னை விளையாட அனுமதிக்கமாட்டார்கள் என்று அறிந்திருந்தேன். எங்கள் பிரிவிலேயே தீபேந்திர பாண்டேவும் நானும் மட்டும் பரீட்சையில் தேறியிருந்தோம். என்னதான் கிரிக்கெட்டில் வெற்றிகள் கிட்டினாலும், படிப்பைக் கண்டுகொள்ளாமல் விட்டிருந்தால் என் பெற்றோரால் அதை முழுமையாக ரசித்திருக்க முடியாது. பெரும்பாலும் விளையாட்டிலிருந்து ஓய்வு பெறும்வரை கிரிக்கெட் வீரர்களுக்குக் கல்வியின் முக்கியத்துவம் புரிவதில்லை.

ஹாஸ்டலில் சேரும்வரை நான் தனியாகப் பயணித்த அதிகபட்சத் தொலைவு முரத்நகரிலிருந்து காஸியாபாத் வரைதான். எனவே, முற்றிலும் புதிய ஒரு நகரத்துக்கு, கிரிக்கெட் விளையாட்டிற்காக இடம் மாறுவது என்பது என் வாழ்வில்

முக்கியமான முடிவாக அமைந்தது. தொடக்கத்தில் சில மாதங்கள், தினமும் விளையாட முடிந்ததால், நன்றாகத்தான் இருந்தன. ஆனால் போகப் போக ஹாஸ்டல் வாழ்க்கையின் கோரமுகம் தென்படத் துவங்க, வாழ்க்கை மாறியது. ஒவ்வொரு நாளும், ராகிங் கொடுமைகளையும் எதிர்கொள்ளவேண்டும், வேலைகளையும் செய்யவேண்டும், அதிலும் குறிப்பிட்ட நேரக் கணக்குக்குள் செய்யவேண்டும் - இதெல்லாம் மிகவும் கடினமாக இருந்தன. விளையாடும்போதும் இப்படிப்பட்ட இடங்களில் நாம் தனிமையை உணர்வோம். குறிப்பாக வெள்ளிக்கிழமைகளில், மற்றவர்கள் எல்லாம் அவரவர் ஊர்களுக்குப் புறப்பட்டுவிடுவார்கள், ஆனால் என் ஊருக்குப் போக இரண்டு நாட்கள் ரயிலில் பயணிக்க வேண்டும் என்பதால் நான் மட்டும் தனியாக இருப்பேன். அவர்கள் திரும்பி வருகையில் வீட்டிலிருந்து தின்பண்டங்கள் கொண்டுவருவார்கள், அது என்னை மேலும் வேதனைக்குள்ளாக்கும். இறுதியாக, பனாரஸைச் சேர்ந்த சில நண்பர்களின் ரயில்வே பாஸ்களைப் பயன்படுத்தி, நானும் வீட்டுக்குப் போய்வரத் தொடங்கினேன், அப்போதைக்கு ரயில் கட்டணம் மிகவும் அதிகமாக இருந்தது.

ஹாஸ்டலில் சந்திக்கும் மனிதர்களிடமிருந்து உபியின் வெவ்வேறு பகுதிகளைப் பற்றித் தெரிந்துகொள்ள முடிந்தது.

நான் உ.பி.யில் பிறந்தவன். என்னுடைய ஆவணங்கள் யாவும் நான் உ.பி.யைச் சேர்ந்தவன் என்றே அறிவித்தன. ஆனால், என் அப்பா காஷ்மீரிலிருந்தும் அம்மா ஹிமாச்சலிலிருந்தும் வந்தவர்கள். ஹாஸ்டலில் சேர்ந்தபோது என் சிகை லேசான பழுப்பு நிறத்தில் இருந்தது, நானும் வெளுப்பாகவே இருந்தேன். என் விளையாட்டும் நல்ல முறையில் மேம்பட்டுக்கொண்டிருந்தது, படிப்பிலும் சிறந்தே விளங்கினேன். நீரஜ் எப்போதும் சொல்கிறாற்போல, நான் ஒரு 'மினி பேக்கேஜ்' ஆகத்தான் அங்கே சென்றேன். பிரச்சினை என்னவென்றால் நிறைய மாணவர்கள் உ.பி - பீஹார் எல்லைப் பகுதிகளிலிருந்து வந்தனர். அவர்களது மனநிலை என்னுடையதிலிருந்து மிகவும் வேறுபட்டிருந்தது. அவர்களில் பெரும்பாலோரை

பொறாமை உந்தித் தள்ளியதென்றும், அவர்கள் மனத்தின் ஆழத்தில் ஒருவித பாதுகாப்பின்மை இருந்திருக்குமென்றும் நான் யூகிக்கிறேன். ஒருவேளை அவர்கள் கண்களுக்கு நான் அந்நியனாகத் தென்பட்டிருக்கலாம்.

★★★

ஹாஸ்டல் வாழ்க்கையில் வழக்கங்களும், மேலும் பல வழக்கங்களுமே நிறைந்திருந்தன. ஒரு கட்டத்தில் நிறுவனமயமாவதையும், அந்த வழக்கங்களின் வலைக்குள் வாழ்க்கை சிக்கிக்கொள்வதையும் தடுப்பது மிகக் கடினமாகிவிடும். ஹாஸ்டலில் கடுமையான நேர அட்டவணை இருந்தது, நாங்கள் எல்லோரும் கட்டாயமாக அதைக் கடைப்பிடிக்கவேண்டியும் இருந்தது. எனக்கு அது இப்படியாக இருந்தது: கண்விழிப்பது, ராகிங்கில் சிக்குவது, தேசிய கீதம் பாடுவது, பயிற்சி செய்வது, காலை உணவு சாப்பிடுவது, வகுப்புகளுக்குப் போவது, மதிய உணவு, மறுபடியும் பயிற்சி, மறுபடியும் ராகிங். இதுவே தொடர்ந்து நடந்தது. இதுவே என் அன்றாட வழக்கமானது.

எங்கள் தலைமை ஆசிரியர் தினமும் காலை ஆறு மணிக்கு எங்களைச் சந்திப்பார். அதற்கு முன்பாக, காலை 4 மணிக்கே ஹாஸ்டல் சைரன் ஒலித்து எங்களை எழுப்பும். எல்லா மாணவர்களுக்குமான தங்குமிடம் வளாகத்துக்குள் வயதின் அடிப்படையிலும், அவரவர் பங்கேற்கும் விளையாட்டின் அடிப்படையிலும் பிரிக்கப்பட்டிருந்தது. கால்பந்து மற்றும் ஹாக்கி விளையாட வந்தவர்கள் ஒரே தளத்தில் இருந்தார்கள், தடகளப் போட்டிகளுக்காக வந்தவர்கள் வேறொரு தளத்தில் தங்கியிருந்தார்கள். நாங்கள், கிரிக்கெட் குழுவினர், நான்காம் தளத்தில் இருந்தோம். எங்களுக்கான தேனீர் காலையில் தரைத் தளத்தில் தயாராக இருக்கும்.

ஹாஸ்டலின் அன்றாட வழக்கங்கள் மட்டுமல்லாமல் சீனியர்களின் கட்டளைகளையும் நாங்கள் பின்பற்ற வேண்டியிருந்தது. ஒவ்வொரு நாள் காலையிலும், மழை பெய்தாலும் சரி, உறையும் குளிர் இருந்தாலும் சரி, சீனியர்கள் அனைவரும் தங்கள் தேனீர்க் குவளைகளை என் படுக்கையின்

கீழே வைத்து, எனக்கான தேனீரை எடுத்துக்கொள்ளும் முன் அவர்கள் ஒவ்வொருவருக்கும் அவர்கள் இருக்கும் இடத்துக்கே நான் தேனீர் கொண்டுவந்து கொடுக்கவேண்டும் என்று கட்டளையிடுவார்கள். எனக்கு அப்போது பதினொன்று அல்லது பன்னிரண்டு வயதிருக்கும், மாடிப்படிகளில் பலமுறை ஏறி இறங்கி அவர்களுக்குத் தேனீர் எடுத்துச் செல்வேன், அதுவும் 4.30 மணிக்குள். நேரம் தவறிவிட்டால் அவர்கள் மீண்டும் என்னை ராகிங் செய்வார்கள், அல்லது அடிப்பார்கள், அதுவும் சில சமயம் ஹாக்கி மட்டைகளால் அடிப்பார்கள்.

காலை உணவுக்குப் பிறகு முதல் பயிற்சி வகுப்புகள் நடக்கும், அதன் பிறகு பள்ளி வகுப்புகள். அதன் பிறகு இரண்டு மணிநேரம் அவகாசம் இருக்கும், அறைக்குத் திரும்பிவிட்டு, மறுபடியும் பயிற்சிக்குப் புறப்படுவோம். அந்த இடைவேளை நாங்கள் ஓய்வெடுக்கவோ, அல்லது வீட்டுப்பாடம் செய்யவோ, அல்லது உட்கார்ந்து படிக்கவோ அளிக்கப்பட்டது. ஆனால் இவற்றில் எதைச் செய்வதற்கும் எனக்குப் பெரிதாக நேரம் கிடைக்காது. சீனியர்கள் தங்கள் அழுக்குத் துணிகளை என் படுக்கையின் மீதோ அல்லது அதன் அருகிலோ வீசிச் சென்றிருப்பார்கள், அவற்றைத் துவைத்துக் கொடுப்பது என்னுடைய கடமை என்று அவர்களே முடிவெடுத்திருந்தார்கள்.

மாலை நேரப் பயிற்சி 7.00 முதல் 7.30 மணிக்குள் முடியும். எங்கள் வளாகத்திலிருந்த மைதானத்துக்கு நாங்கள் நடந்துசெல்ல வேண்டும். ஒவ்வொரு நாள் மாலையிலும் அந்தச் சமயத்தில் ஒரு குவளை பாலும் ஒரு வாழைப்பழமும் ஊட்டச்சத்துக்காக எங்களுக்குக் கொடுக்கப்படும். சீனியர்கள் முதலில் போய் அவர்கள் பங்கைப் பறித்துச் சென்றுவிடுவார்கள். நாங்கள் மைதானத்திலிருந்து உபகரணங்களை எல்லாம் சுருட்டிச் சுமந்து செல்ல வேண்டும், அதனால் பெரும்பாலும் தாமதமாகத்தான் போவோம் - அந்த வேலையும் எங்களுடையதாகவே மாறியிருந்தது.

அதிலும் குறிப்பாக எனக்கு, பயிற்சிக்குப் பிறகு செய்ய நிறைய வேலைகள் இருந்தன, இடத்தைச் சுத்தம் செய்வது

முதல் நெட்டைப் பிரித்து வைப்பது வரை. இதையெல்லாம் முடித்துவிட்டு நான் திரும்பும் முன் சீனியர்கள் அவர்கள் பங்கு பாலைக் குடித்துவிட்டு மிச்சமிருக்கும் கொஞ்சத்திலும் புல்லோ, பூச்சிகளோ, மண்ணோ, அவர்கள் கையில் சிக்குவதை வைத்து அசுத்தம் செய்திருப்பார்கள். அடிப்படையில் அப்போதிருந்த நிலையில் நான் இதைப்பற்றி எதாவது செய்யவேண்டும் அல்லது பசியோடு திரிய வேண்டும் என்ற நிலை இருந்தது. அப்போதுதான் மிச்சமிருக்கும் பாலை ஒரு மஸ்லின் துணியில் வடிகட்டிக் குடிக்கத் தொடங்கினேன்.

இரண்டு வேளை உணவின் போதும் மேஜையின் மூலையில்தான் நாங்கள் உட்கார்ந்திருப்போம். சப்பாத்தியோ, ரொட்டியோ, அல்லது வேறு எந்த உணவோ, மேஜையின் அந்தப் பக்கத்திலிருந்தே பரிமாறத் தொடங்குவார்கள். முதலில் பயிற்சியாளர்கள், பிறகு சீனியர்கள், பிறகு ஜூனியர்களான நாங்கள் - இப்படித்தான் உணவு வரும். அதனால் எங்களுக்குப் பொதுவாக அந்தக் குவியலின் அடியில் இருக்கும் வியர்த்த ரொட்டிகள்தான் கிடைக்கும். இதைப் பற்றியெல்லாம் நாங்கள் புகார் செய்யவும் முடியாது. அப்போதெல்லாம் லக்னோ ஹாஸ்டலில் ஊட்டச்சத்து நிபுணர் யாரும் இல்லை, மேலும் உயர்தர ஊட்டச்சத்துள்ள உணவைக் கொடுக்கவேண்டும் என்பதில் எந்த வலியுறுத்தலும் இருக்கவில்லை.

எங்களுடைய உணவு பொதுவாக இப்படி இருக்கும்: காலை 4 மணிக்குத் தேனீர் கொடுப்பார்கள்; பிறகு காலை உணவில் முளைகட்டிய பயறு, பால், ரொட்டி மற்றும் முட்டைகள்; மதிய உணவு வட இந்திய பாணி சாப்பாடு; மாலை பாலும் வாழைப்பழமும்; இரவு உணவுக்கு சப்பாத்தியும் பருப்புக்கூட்டும் அல்லது எதாவது அசைவ உணவும் இருக்கும். அப்போதெல்லாம் பார்லே-ஜி பிஸ்கட்டுகள் உயிர் காக்கும் உணவாகவே இருந்தன, ஆனால் அவற்றைக் கொஞ்சம் கவனமாகக் கைக்கொள்ள வேண்டியிருந்தது.

ஹாஸ்டலில் அந்த அளவுக்கு ராகிங் செய்யப்பட்ட ஒரே அல்லது முதல் சிறுவன் நான் இல்லை. ஆனால், விருப்பத்துடன்

இதற்காகத் தேர்வு செய்யப்படுபவனாக இருந்தேன். என் மீதான சீனியர்களின் வெறுப்பு எங்கிருந்து வருகிறது என்பதை நான் ஓரளவுக்கு யூகித்திருந்தேன். நான் முதல் பெஞ்ச் மாணவன், நன்றாகப் படிப்பவன். ஒரு கிரிக்கெட்டராகவும் பரவலாகப் புகழ்பெற்றிருந்தேன். பயிற்சியாளர்களுக்கும் ஆசிரியர்களுக்கும் என்னைப் பிடித்திருந்தது. என்னுடைய எதோ ஒரு பேட்டிங் இன்னிங்க்ஸ் காரணமாகவோ, நான் பிடித்த எதோ ஒரு கேட்சின் காரணமாகவோ என் பெயரைக் குறிப்பிட்டு எதோ ஒரு பேச்சு நிகழ்ந்துகொண்டே இருந்தது.

ஸ்போர்ட்ஸ் ஹாஸ்டல் இயங்கும் விதத்தைத் தெரிந்துகொண்டால் ஏன் தொடர்ந்து என்னையே இலக்காக்கியிருந்தார்கள் என்பது ஓரளவுக்குப் புரியும். அங்கிருந்த தடகளப் போட்டிக்கான வகுப்புகளில் சேர்ந்திருந்தவர்களில் பெரும்பாலானவர்கள் ஒரே ஒரு குறிக்கோளுடன் வந்திருந்தனர் - எப்படியாவது ஸ்போர்ட்ஸ் கோட்டாவில் அரசு வேலையில் சேர்ந்துவிடவேண்டும். இதில் நான் என்னடாவென்றால் கிரிக்கெட் பயிற்சியாளர்களால் மட்டுமல்லாமல் பொதுவாக எல்லோராலுமே புகழப்படுகிறேன். அவர்களைப் பொறுத்தவரையில், நான் அபாயமானவன். அவர்கள் எதிர்காலம் இந்தப் பயிற்சியில்தான் அடங்கியிருக்கிறது. அவர்கள் வாழ்க்கை, மற்றும் பெரும்பாலானவர்களின் குடும்பங்களும், அவர்களது வெற்றியை நம்பியிருந்தனர். அவர்கள் என்னை அகற்றப்படவேண்டிய ஒரு தடைக்கல்லாகப் பார்த்தார்கள்.

இவற்றுக்கெல்லாம் மேலாக, எவ்வளவு ராகிங் செய்தாலும் பதிலுக்கு எதிர்த்துப் பேசாதவனாக நான் மட்டுமே இருந்தேன். நான் மிகவும் விரக்தி அடைவேன், அது என்னுடைய பயிற்சியிலும் விளையாட்டின் தீவிரத்திலும் பிரதிபலித்தது. இது என் சீனியர்களுக்கு மேலும் எரிச்சலூட்டியது, ஏனெனில் அவர்களால் அங்கே என்னை ஒன்றும் செய்யமுடியவில்லை. மைதானத்தில், பொதுவாக, அவர்களால் எனக்கு ஈடுகொடுக்க முடிந்ததே இல்லை.

மற்றபடி என்னைத் தாக்கக் காரணங்களைக் கண்டுபிடித்துக் கொண்டே இருந்தார்கள். திடீரென்று எதாவது ஒரு நாள்,

அதிகாலை 3.30 மணிக்கு என் முகத்தில் ஐஸ் போன்ற குளிர்ந்த தண்ணீர் வீசப்படும். இது தண்டனை இல்லை. இது சித்ரவதை. இவை தவிர, வேறு பல சின்னச் சின்னக் காரணங்களுக்காக, இரவு உணவுக்குத் தாமதமாகச் சென்றேன் என்றோ, தோட்டத்துக்குத் தண்ணீர் பாய்ச்சவில்லை என்றோ, என்னை ராகிங் செய்துகொண்டே இருந்தார்கள்.

இது தொடர்பாக பேராசிரியர்கள் மற்றும் ஆசிரியர்களில் யாரும் ஏன் எந்த நடவடிக்கையும் எடுக்கவில்லை என்று நீங்கள் யோசிக்கலாம். ஆனால் அப்போதெல்லாம் ராகிங் ஒரு பெரிய விஷயமாகப் பார்க்கப்பட்டதே இல்லை. இந்தச் சம்பவங்கள் எல்லாம் எளிதாக யார் கவனத்துக்கும் போகாமல் மறைந்துவிடும். பலருக்கும் அது பெரிய விஷயமாக இல்லை. சில சமயங்களில் அவர்கள் கண் முன்னாலேயே இதெல்லாம் நடக்கும்: உதாரணத்துக்கு, சீனியர்கள் தேவையே இல்லாமல் தோட்டத்தின் புல்லைச் சமன்படுத்தவோ, புல்வெட்டவோ எங்களைப் பணிப்பார்கள். யாரும் எதுவும் செய்யமாட்டார்கள். நாங்களும் யாரிடமும் புகார் செய்யமாட்டோம். அப்படிச் செய்தால் அது எங்களை இன்னும் பெரிய ஆபத்துக்குத்தான் இட்டுச் சென்றிருக்கும்.

எங்களைக் கொடுமைப்படுத்த சீனியர்களுக்கு உபாயம் எதுவும் கிடைக்காவிட்டால், மிகவும் சவாலான உடலை வருத்தும் செயல்களைச் செய்யச் சொல்லி, பிறகு மைதானத்தில் வைத்து நாங்கள் செய்த வேலையெல்லாம் திருப்திகரமாக இல்லை என்று எங்களைத் தண்டிப்பார்கள். தண்டனை என்பது கனத்த மரக்கட்டையை தலைக்கு மேலாக உயர்த்திப் பிடித்தபடி பல மணிநேரங்கள் நிற்பது அல்லது 'முர்க்கா பன்னா' (கோழியைப் போலக் குத்துக்காலிட்டுக் குதிப்பது) இப்படி ஏதாவது இருக்கும், அதன் பிறகும் ஹாக்கி மட்டைகளால் எங்களை அடிப்பார்கள்.

ஆரம்பத்தில் திருப்பிக்கொடுப்பதுதான் சரியான வழி என்று நான் நினைத்தேன், ஆனால் அதனால் எந்தப் பயனும் இல்லை என்று பின்னர் புரிந்துகொண்டேன். நான் வாழ்க்கையில் கற்ற முக்கியமான பாடம் அது. வலிமையால் துன்புறுத்துவோரை

எதிர்கொள்ளச் சிறந்த வழி, அவன் அல்லது அவள் பாணியில் திருப்பிக் கொடுப்பதல்ல, அதை நம் பாணியில் செய்யவேண்டும். என்னளவில், என் தீவிரத்தன்மையை விளையாட்டின் பக்கம் திருப்பினேன், சீனியர்களுக்கான பதிலடியை மைதானத்தில் கொடுத்தேன். என் வயது சிறுவர்களுடன் என் மனத்திலிருக்கும் துயரத்தைப் பகிர்ந்தபடி திரிவதில் எனக்கு நம்பிக்கை இருக்கவில்லை. மாறாக, மற்ற யாரையும் விடக் கடுமையாக பயிற்சிக்களத்திலும், மற்ற இடங்களிலும் வியர்க்க விறுவிறுக்க உழைத்தேன். 100 மீட்டர் ஓட்டத்தை 12-13 நொடிகளில் ஓடி முடித்தேன். எனக்கு ஓய்வு நேரம் இருந்தபோதெல்லாம் மைதானத்துக்குச் சென்று உடற்பயிற்சி செய்தேன், அல்லது ஓட்டப் பயிற்சி செய்தேன் - அது சூரியன் உச்சந்தலைக்கு மேல் வந்து சுட்டெரிக்கும் மதிய வெயில் நேரமானாலும் தொடர்ந்தேன்.

நான் ஒருபோதும் உடைந்து போனதோ அழுததோ இல்லை. எங்களால் இதையெல்லாம் பெற்றோரிடமும் சொல்லமுடியவில்லை. பிசிஓ எனப்படும் பொதுத் தொலைபேசி ஹாஸ்டலிலிருந்து வெகுதூரத்தில் இருந்ததால் எங்களால் அடிக்கடி ஊருக்கு ஃபோன் செய்து பேசமுடிந்ததில்லை. மேலும், நாங்கள் ஃபோன் பேசவேண்டுமென்றாலும் சீனியர்களிடம் அனுமதி பெறவேண்டும், அதுவும் வார இறுதி நாட்களில் மட்டுமே அனுமதிக்கப்படும். அதிலும் எல்லா நேரங்களிலும் பெற்றோர் ஃபோனில் கிடைக்கமாட்டார்கள், அதனால் பெரும்பாலும் அண்டை வீட்டாரிடம்தான் பேசவேண்டியதைச் சொல்லவேண்டும். மேலும், பிசிஓவுக்கு வெளியில் நின்றபடி சீனியர்கள் நாங்கள் பேசுவதை ஒட்டுக்கேட்பார்கள், பிறகு அப்படிக் கேட்டவற்றை வைத்தும் ராகிங் செய்வார்கள். நாங்கள் எந்த ரகசியக் குறிப்பும் கொடுக்கமுடியாது, ராகிங் பற்றி வெளியில் ஒரு வார்த்தையேனும் சொல்லிவிட்டதாகச் சந்தேகிக்கும் அளவிலும் நடந்துகொள்ள முடியாது. அதற்கு மிக மோசமான பின்விளைவுகள் இருந்தன.

சில சமயங்களில் நீரஜ் மற்றும் என் நண்பர்களில் இன்னும் இருவர் எனக்கு உதவ நினைத்ததைக் கவனித்திருக்கிறேன்.

ஆனால் எங்களில் யார் எதிர்த்துப் பேசினாலும், எங்கள் குழு மொத்தமும் அடிவாங்க நேரிடும். சீனியர்கள் என்னைத் தங்கள் வழியிலிருந்து அகற்ற நினைத்தது தெளிவாகப் புரிந்தது. இதை நுட்பமாகச் செய்வதற்காக, அவ்வப்போது என் குழுவில் இருந்த மற்ற சிறுவர்களையும் ராகிங் செய்வார்கள், அடித்து உதைப்பார்கள், இதெல்லாம் அவர்களது எண்ணம் வெளிப்படையாகத் தெரிந்துவிடாமலிருப்பதற்கான உபாயங்கள். அவர்கள் கும்பலாகச் சேர்ந்து என்னைத் தாக்கினார்கள். நாங்களும் ஒற்றுமையாகத்தான் இருந்தோம், ஆனால் எங்களுக்கு உதவ யாருமில்லை, அவர்களின் வலிமையை எங்களால் எதிர்கொள்ள முடியவில்லை.

ஆனால், ஒருமுறை, அப்படி என்னால் அடங்கி இருக்க முடியவில்லை, நானும் உடல்வலுவைப் பயன்படுத்தி பதிலடி கொடுத்தேன். அனேகமாக என் ஹாஸ்டல் வாழ்க்கையின் மிக மோசமான நிகழ்ச்சி அதுவாகத்தான் இருக்கும். ஒரு டோர்னமெண்டுக்காக ஆக்ரா வரை ரயிலில் பயணித்தபோது அது நடந்தது. பெரும்பாலும் இரவு நேரப் பயணத்தின் போது, குளிரிலிருந்து பாதுகாத்துக்கொள்ள, லெக் கார்ட் (காலுக்கான கவசம்) உள்ளிட்ட பாதுகாப்புக் கவசங்களை அணிந்தபடியே பயணிப்போம். அன்றைக்கு, பயணச்சீட்டு விவகாரத்தில் ஏதோ குழப்பம் இருந்தது. அதனால் எங்களில் பலருக்கு உட்கார இருக்கை கிடைக்கவில்லை. கதவருகில் தரையில் கிடைத்த இடத்தில் சமாளித்துக்கொண்டு தூங்கவேண்டியிருந்தது. அங்கேயும் சீனியர்கள் எங்களைக் கொடுமைப்படுத்தினார்கள், விளக்குகள் அணைந்தவுடன் தங்கள் செருப்புகளையும் ஷூக்களையும் எங்கள் மேல் வீசினார்கள்.

அன்றிரவு இரண்டு சீனியர்களுக்கும் எனக்குமிடையில் தகராறு ஏற்பட்டது, அவர்கள் இடத்தை நான் ஆக்கிரமிப்பதாகப் புகார் செய்தார்கள்; நான் அங்கே உட்கார்ந்திருப்பதால் காலை நீட்டமுடியவில்லை என்றார்கள். பிறகு விளக்குகள் அணைந்தபின், பருத்த ஒரு சீனியர் மாணவன் என் மீது ஏறி உட்கார்ந்து என் முகத்தில் சிறுநீர் கழிக்கத் தொடங்கினான். எனக்கு ஆத்திரமாக வந்தது. அவனை வெறிகொண்டு தள்ளி

அவன் முகத்தில் குத்தினேன். அவன் கிட்டத்தட்ட ரயிலுக்கு வெளியே தள்ளப்பட்டான். நான் அப்படி நடந்துகொண்ட முதலும் கடைசியுமான நிகழ்வு அதுதான். அப்போது எனக்குப் பதின்மூன்று வயதுதான் ஆகியிருந்தது.

இப்போது யோசித்துப் பார்த்தால் வேறுவிதமாக நடந்துகொண்டிருக்கலாமோ என்று தோன்றுகிறது. ஆனால் அந்தத் தருணத்தில் அப்படித் தீவிரமாக என் அருவருப்பையும் எதிர்ப்பையும் காட்டுவதைத் தவிர எனக்கு வேறு வழி இருக்கவில்லை. நான் கவனமாகவும் இருக்கவேண்டியிருந்தது. அந்தத் தடகள மாணவர்களில் சிலர் தங்களருகில் ரிவால்வர் அல்லது துப்பாக்கி என்று எதையாவது வைத்தபடி உறங்குவார்கள் என்றும் தெரியவந்தது.

ஒருவிதத்தில் அவனை நான் அப்படி எதிர்கொண்டதில் எனக்கு மகிழ்ச்சிதான். எங்கள் குழுவில் சிலர் ஹாஸ்டலில் நடந்தவற்றால் கடுமையாக பாதிக்கப்பட்டிருந்தார்கள். குணால் சேட்டர்ஜீ என்றொரு சிறுவன் இருந்தான். அங்கே நடந்தவற்றால் பாதிக்கப்பட்ட அவன், நான்காம் மாடியின் பால்கனியிலிருந்து குதித்துவிடப்போவதாக மிரட்டினான். நீரஜ்ஜும் நானும் அவனை இழுத்துவந்து, அமைதிப்படுத்தினோம், அவனைப் பாதுகாக்க நாங்கள் இருப்பதாக உறுதி அளித்தோம். சில சமயங்களில் நிலைமை இவ்வளவு மோசமாகவும் இருக்கும்.

சீனியர்களிடம் சிக்கி சின்னாபின்னம் ஆவதில் முதலிடம் எனக்கே இருந்தாலும், நான்தான் என் பிரிவில் இருக்கும் மற்ற மாணவர்களுக்கு ஆலோசனைகளும் ஆறுதலும் சொல்லி, அவர்கள் தவறான முடிவெடுக்காமல் தடுக்க வேண்டியிருந்தது என்பதே பெரிய முரணாக இருந்தது. நான் அவர்களிடம் பேசுவேன், அமைதியாக இருக்கும்படியும் சீனியர்களின் சேட்டைகளைக் கண்டுகொள்ள வேண்டாமென்றும் எடுத்துச் சொல்வேன். பிற ஜூனியர் மாணவர்களுக்கு நான் எடுத்துக்காட்டாக நிற்க வேண்டியிருந்தது.

நான் மைதானத்திலும் இதேபோல் இருந்தேன். மிகவும் நன்றாக விளையாடத் தொடங்கினேன். நான் சின்னஞ்சிறுவனாக,

வளர்ந்த வேகப்பந்து வீச்சாளர்களை எதிர்கொண்டேன், அவர்கள் பெரும்பாலும் மோசமான சீனியர்களாக இருப்பார்கள்; அவர்கள் பந்துவீச்சில் பௌண்டரிகளும் சிக்ஸர்களும் அடித்து, வலைப் பயிற்சியில், அவர்கள் அவ்வளவு நன்றாகப் பந்துவீசவில்லை என்று தோன்றும்படி செய்தேன். கொஞ்சம் கொஞ்சமாக இதனால் அவர்களின் நடத்தை மாறத் தொடங்கியது, ஒரு கட்டத்தில் நான் நன்றாக மிளிர்வதற்கு வாய்ப்பிருக்கிறது என்பதைத் தெரிந்துகொண்டதும் என்னைக் காக்காய் பிடிக்கத் தொடங்கினார்கள். ஆனால் அதெல்லாம் வெகு காலம் கழித்து நடந்தது.

என்னதான் நான் உறுதியான உள்ளமும் மனநிலையும் கொண்டவனாக இருந்தாலும், ஒரு கட்டத்துக்கு மேல் என்னாலும் தாக்குப்பிடிக்க முடியாமல் போனது. நான் உடைந்துபோனேன். அதற்கு மேல் என்னால் தாங்கமுடியவில்லை. நான் வெளியேறித்தான் ஆகவேண்டும் என்று தோன்றியது. அப்படியே செய்தேன்.

★★★

ஒன்பதாம் வகுப்புக்குப் போன சமயத்தில் ராகிங் மிக மோசமான கட்டத்தை எட்டியிருந்தது. நான் என் நண்பன் விகாஸ் பலிவாலிடம் சென்று, என் பொருட்களை எடுத்து வைக்க உதவும்படி கேட்டுக்கொண்டேன். வீட்டுக்குத் திரும்பிவிடலாம் என்று முடிவெடுத்திருந்தேன். நீரஜ்ஜிடம் மட்டும் சொல்லியிருந்தேன். ஆனால் அவர்கள் இருவருக்கும்கூட நான் போனால் திரும்பி வரமாட்டேன் என்பது தெரியாது. அப்போது தீபாவளி விடுமுறை நெருங்கிக்கொண்டிருந்தது. எங்கள் குடும்பத்தில் முக்கியமான விசேஷம் ஒன்று நிகழவிருப்பதாகவும், அது என் அக்காவின் விசேஷம் என்றும், அதில் கலந்துகொள்ள வேண்டுமென்பதால் வழக்கத்தை விடக் கூடுதலான நாட்கள் விடுப்பு தேவைப்படும் என்றும் பொய்க்கதை புனைந்திருந்தேன்.

அப்போது குளிர்காலம் நெருங்கிக்கொண்டிருந்தது, ஹாஸ்டலில் நிலைமை ரொம்பவும் மோசமாகும் என்று அர்த்தம். நான்

துவைக்காத ஒரே போர்வையைத்தான் நான்கு வருடங்களாக உபயோகித்துவந்தேன், சீனியர்கள் அதில் பான் மசாலாவைத் துப்பியிருந்தனர். இன்னொரு சம்பவமும் நடந்தது: ஒரு சீனியர் என்னை எதோ கெட்டவார்த்தை சொல்லி அழைத்து நான் மீரட் பகுதியிலிருந்து வந்ததைக் குறிப்பிட்டு வைதான். அவன் சொன்னது எனக்குப் புரியவில்லை, அதனால், 'மன்னித்துக்கொள்ளுங்கள், நீங்கள் என்னை என்னவென்று சொல்கிறீர்கள் என்று எனக்குப் புரியவில்லை' என்றேன். அதற்காக அடிவாங்கினேன், என் வகுப்பில் எல்லோரையும் அதற்காகத் தண்டித்தார்கள். சூழல் மிகவும் கொடூரமாகிவிட்டது. என்னால் அதற்கு மேல் தாங்க முடியவில்லை.

குடும்பத்தில் விசேஷம் என்று சொன்னது எடுபடாதபோது, உடல்நலமில்லை என்ற அடுத்த நாடகத்தைத் தொடங்கினேன். எனக்கு உடல் நலமில்லை என்றும் அதனால் விடுமுறை தொடங்க சில நாட்கள் இருக்கும்போதே ஊருக்குச் செல்லவேண்டும் என்றும் சொல்ல ஆரம்பித்தேன். ஆனால் அதற்குப் பின் ஒரு போட்டியில் ஒரு பிரமாதமான கேட்ச் பிடித்து ஒரு சீனியரை அவுட் ஆக்கினேன். அப்போதுதான் பயிற்சியாளர் என்னை அழைத்து, 'இப்படிப் பிரமாதமான கேட்ச் பிடிக்கும் அளவுக்கு நல்ல உடல்நிலையில் இருக்கும்போதே நலமில்லை என்று ஏன் சொல்கிறாய்' என்று கேட்டார். நான் இதைச் சமாளிப்பதற்காக, பெரிதாக ஒன்றுமில்லை என்றேன்.

ஆனாலும் வீட்டுக்குப் போகவேண்டும் என்பதில் பிடிவாதமாக இருந்தேன், என்னால் அங்கே கவனம் செலுத்த முடியவில்லை. ஆனால், பயிற்சியாளர் என் கோரிக்கையை நிராகரித்துக்கொண்டே இருந்தார். ஒரு கட்டத்தில் சீனியர்களில் ஒருவருக்குப் பணம் கொடுத்து, ஒரு குறிப்பிட்ட இடம் வரையில் என்னை அழைத்துச் செல்லும்படி கேட்டேன், அங்கிருந்து நானே போய்விடுவேன். நீரஜ்ஜிடம் மட்டும் தகவல் சொல்லியிருந்தேன், அவனிடம் என் தொலைபேசி எண்ணைக் கொடுத்து, ஹாஸ்டலில் நிலைமை மோசமானால் அழைத்துச் சொல்லும்படி சொல்லியிருந்தேன். ஆனால் அவனால் அதைச் செய்யமுடியவில்லை, என்னைக் காரணம்

காட்டி சீனியர்கள் அவனை அடித்து உதைத்தார்கள் - நான் காணாமல் போனதால் அவர்களுக்குப் பிரச்சினை வரும் என்று அவர்கள் நினைத்தார்கள். இப்படித்தான் நான் திட்டமிட்டுத் தப்பித்தேன்: எல்லாவற்றையும் கட்டித் தயாராக வைத்திருந்து, தப்பி ஓடினேன்.

எங்கள் ஸ்போர்ட்ஸ் காலேஜ் புறநகர்ப் பகுதியில் இருந்தது. அங்கிருந்த நெடுஞ்சாலை குறுகலாக, காடுகளால் சூழப்பட்டிருந்தது. எனவே எப்போதெல்லாம் எதாவது விளையாட்டு உபகரணங்கள் வாங்கவேண்டி இருந்ததோ அப்போதெல்லாம் நாங்கள் எதாவது வாகனத்தில் லிஃப்ட் கேட்டுப் பயணிப்பது வழக்கம். அபூர்வமாக அதிர்ஷ்டம் இருந்தால் மட்டுமே பேருந்து கிடைத்து, அதில் பயணிப்போம். நான் தப்பிய அன்று ஒரு ட்ரக்கை நிறுத்தினேன், அதன் ஓட்டுனர் என்னை ஏறிக்கொள்ள அனுமதித்தார். ஆனால் சில நிமிடங்களில் அவரது நடத்தை குறித்து எச்சரிக்கை அடைந்தேன், மேலும் அவர் மீரட்டில் நிறுத்த மறுத்தார். மூன்று மனிதர்களுடன், நான் ஒரு சின்னஞ்சிறுவனாக அந்த ட்ரக்கில் பயணித்தேன். ஒரு சுங்கச் சாவடியில் என் பைகளை வெளியில் வீசி, நானும் எப்படியோ குதித்து வெளியேறி ஓடத் தொடங்கினேன். நல்லவேளையாக அவர்கள் என்னைப் பின்தொடரவில்லை.

பின்னர், அருகிலிருந்த ரயில் நிலையத்தை அடைந்து, அங்கிருந்து புறப்பட்ட ரயிலில் ஏறி, முரத்நகரில் இறங்கிக்கொண்டேன். வீட்டை அடைய இன்னும் 5 கிலோமீட்டர்கள் நடக்கவேண்டும், ஆனால் என்னிடம் எந்தப் புகாரும் இல்லை. உண்மையில் அப்போதுதான் நான் மிகவும் பாதுகாப்பாக உணர்ந்தேன். நான் மொத்தமாகத் திரும்பி வந்துவிட்டேன் என்பதை என் பெற்றோரிடம் சொல்லவில்லை. அம்மா என்னுடைய பைகளைப் பார்த்துவிட்டு விசாரித்தார், விடுமுறைக்காக வந்திருப்பதாகவும், திரும்பும்போது குளிர்காலத்துக்காக இன்னும் சில கூடுதல் ஆடைகளை எடுத்துச் செல்ல வேண்டும் என்றும் மட்டும் சொன்னேன். சுமார் 10-20 நாட்கள் கழித்துதான் எப்போது ஹாஸ்டலுக்குத் திரும்புவேன் என்று விசாரிக்கத் தொடங்கினர், நான் பதிலே சொல்லமாட்டேன்.

என்னைக் காணவில்லையென்று ஹாஸ்டலிலிருந்து வீட்டுக்குக் கடிதம் வந்தபின், நான் ஹாஸ்டலில் நடந்தவை பற்றிய உண்மையைச் சொன்னேன். அம்மா மிகவும் உணர்ச்சிவசப்பட்டார். அம்மாவும் அக்காவும் நான் ஹாஸ்டலுக்குத் திரும்பவேண்டாம் என்று முடிவே செய்துவிட்டார்கள். என்னால் வீட்டிலிருந்தும் வெளியில் போகமுடியவில்லை. அக்கம்பக்கத்தில் உள்ளவர்கள் என்னைப் பற்றி என்ன நினைப்பார்கள், இதனால் குடும்பத்துக்கு என்ன பாதிப்புகள் நேரும் என்று நினைத்து மிகவும் கவலைப்பட்டேன்.

அப்பா என்னால் மிகுந்த வருத்தத்தில் இருந்தார். என்னை ஹாஸ்டலில் சேர்ப்பதற்காகக் கடன் வாங்கியிருந்தார். என்னுடைய கனவை நனவாக்குவதற்காக அவர்கள் எல்லோரும் பல தியாகங்களைச் செய்திருந்தார்கள். ஆனால் நானோ ஹாஸ்டல் காப்பாளர்களிடம் பொய் சொல்லிவிட்டு வீட்டுக்கு ஓடிவந்திருந்தேன். அப்பா நான் மீண்டும் ஹாஸ்டலுக்குத் திரும்ப வேண்டும் என்று வற்புறுத்தினார். வாழ்க்கையில் சவால்கள் வரும்போது விட்டுவிட்டு ஓடக்கூடாது, அவற்றை நேரடியாக எதிர்கொள்ளவேண்டும் என்பது அவரது கருத்து.

ஹாஸ்டலிலிருந்து வந்த கடிதத்தில், அவர்கள் எனக்குப் பயிற்சி அளிப்பதற்காக நிறையச் செலவு செய்திருப்பதாகவும், நான் திரும்பிச் சென்று, அவர்கள் அணிக்காக விளையாட மறுத்தால், ஒரு தொகையை அபராதமாக நாங்கள் செலுத்த வேண்டும் என்றும் சொல்லப்பட்டிருந்தது. அப்போது அப்பாவும் தினேஷ் அண்ணனும் என்னைத் திரும்பிப் போகச் சொல்லி சமாதானப்படுத்தத் தொடங்கினார்கள்.

என் கிரிக்கெட் கோச் எஸ்.பி.கிருஷ்ணன் அவர்களே எங்கள் வீடு தேடி வந்து, என் பெற்றோரிடம் ஹாஸ்டலில் நடப்பவற்றை எல்லாம் விளக்கிச் சொன்னார். எனக்கு நடந்ததையெல்லாம் தெரிந்துகொண்டபோது கிருஷ்ணன் சாரும் மிகவும் அதிர்ச்சியும் வேதனையும் அடைந்தார். இனி ஒருபோதும் அப்படியான சம்பவம் எதையும் நான் எதிர்கொள்ள நேராது என்று என் பெற்றோரிடமும் என்னிடமும் உறுதி அளித்தார், என்

பாதுகாப்பைத் தானே கண்காணிப்பதாகவும் சொன்னார். சீனியர்கள் எங்களுக்குச் செய்துவந்த அத்தனை கொடூரங்களைப் பற்றி கிருஷ்ணன் சாரும் நன்றாகத் தெரிந்துகொண்டார்.

அண்ணன் எனக்கு மிகவும் ஆதரவாயிருந்தார்; என்னை ஹாஸ்டலுக்கு அழைத்துவந்தார். நீரஜ்ஜூம் மற்றவர்களும் என்னைப் பார்த்ததும் மிகவும் மகிழ்ந்தார்கள். நான் சரியான முறையில் அதைக் கையாண்டிருக்கவில்லை, ஆனால் என் தரப்பை முன்வைத்திருந்தேன். அதனால் என்னுடைய ஹாஸ்டல் வாழ்க்கை மட்டுமல்ல, ஆனால் அங்கிருந்த அதிகாரிகள் ராகிங்கையும் வலியோர் சிறியோரைத் துன்புறுத்துவதையும் பார்க்கும் பார்வையும் சேர்ந்து மாறியது. அதைப் பெரிய குற்றமாக இல்லாவிட்டாலும் பிரச்சினை என்ற அளவில் கவனிக்கத் தொடங்கினார்கள் - மேலும் தவறிழைப்பவர்களைக் கடுமையாகத் தண்டிக்கவேண்டும் என்பதையும் உணர்ந்தார்கள்.

★★★

கிருஷ்ணன் சார் எங்களைச் சந்தித்து, என் கதையை முழுக்கக் கேட்டுவிட்டுத் திரும்பிச் சென்ற பின், ஹாஸ்டல் அதிகாரிகள், ராகிங் தொடர்பாக யார் யார் என்னென்ன செய்திருக்கிறார்கள் என்பதை விசாரிக்க ஒரு குழுவை அமைத்தார்கள். ஆனால், சீனியர்களை எதிர்த்துப் பேச யாரும் துணியவில்லை, அதனால் அவர்கள் யாரும் தண்டிக்கப்படவுமில்லை. ஆனால், இதுவரையில் சீனியர்கள் என்னவெல்லாம் செய்தார்கள் என்பது ஆசிரியர்களுக்கு நன்றாகத் தெரிந்துவிட்டதால் அவர்கள் தொடர்ச்சியாகக் கண்காணிப்பில் ஈடுபட்டனர்.

நான் ஹாஸ்டலுக்குத் திரும்பியபோது நிலைமை ஒரேயடியாக மாறத் தொடங்கியிருந்தது. எனக்கு அந்த ஆசுவாசம் தேவைப்பட்டது. திறமைசாலி மாணவர்கள் இந்த ராகிங் சிக்கலால் வெளியேற நினைக்கும் அளவுக்கு எதுவும் நடக்கக்கூடாது என்பதை அதிகாரிகள் உணர்ந்திருந்தார்கள். கல்லூரியின் கடமை மாணவர்களுக்குப் பயிற்சியளித்து வடிவமைப்பது. ராகிங்கை நிறுத்தாவிட்டால் இந்தியா விளையாட்டுத்துறையில் முன்னேறுவது சாத்தியமே இல்லை என்பதைப் புரிந்துகொண்டார்கள்.

இந்தச் சமீபத்திய நடவடிக்கைகள் எனக்குள்ளும் ஒரு பெரிய மாற்றத்தை நிகழ்த்தியிருந்தன. நான் மேலும் வலிமையானவனாக, சுதந்திரமானவனாக மாறியிருந்தேன். யார் எந்தப் பக்கம் நிற்கிறார்கள் என்பதைப் பொறுத்து அவர்கள் எண்ணத்தை சரியென்றோ தவறென்றோ நிரூபிப்பதில் எனக்கிருந்த முனைப்பு மேலும் வளர்ந்தது. யார் என்ன செய்தாலும் ஒரு வார்த்தையும் பேசாமல், மைதானத்தில் என் பேட்டிங்கின் மூலம் மட்டுமே பதில் சொல்லவேண்டும் என்று முடிவெடுத்தேன்.

நான், என் புன்னகையையும் தொலைக்கவே இல்லை. எந்தத் தருணத்தில் நான் என்ன நினைத்துக்கொண்டிருக்கிறேன் என்பதைப் புரிந்துகொள்ளவே மிகவும் சிரமமாக இருப்பதாக நீரஜ் அவ்வப்போது புலம்புவான். நான் எப்போதுமே என் முகத்தில் ஒரு வெற்று பாவனையை வைத்துக்கொண்டிருப்பதாகவும், அதில் ஒருவித மர்மம் இருப்பதாகவும், அதனால் நான் என்ன நினைக்கிறேன் என்பது யாருக்கும் தெரியாது என்றும் சொல்வான். நான் அதை வேண்டுமென்றே செய்யவில்லை, என்றாலும் என் நெருங்கிய நண்பர்களாவது என்னை ஒரு புதிரைப் போலப் பார்க்கிறார்கள் என்பது எனக்கு மகிழ்ச்சியளித்தது.

அப்படி நான் மாறிக்கொண்டிருந்த சமயத்தில்தான் என்னைப் பொறுத்த சீனியர்களின் நடவடிக்கைகளிலும் மாபெரும் மாற்றங்கள் தென்பட்டன. ராகிங் தொடர்பான பொறுப்பிலிருந்த ஆசிரியர்களிடம் சிக்காமல் இருக்கவே சிலர் அதைச் செய்தனர். ஆனால் மற்ற பெரும்பாலானோர் நான் அங்கே வந்திருப்பது பயிற்சி முடித்து எப்படியாவது இந்திய அணியில் இடம்பிடிப்பதற்காகத்தான் என்பதைப் புரிந்துகொண்டு மாறினர். நான் மைதானத்தில் மேலும் சிறப்பாக விளையாடத் தொடங்கியதும் அவர்களது ரசிப்பு, மரியாதையாக மாறியது.

ஹாஸ்டலில் நிகழ்ந்த எல்லாம் ஒன்றுசேர்ந்தபோது, எங்கள் ஜூனியர் அணிக்கு நான் தலைமை ஏற்று, சீனியர் அணியைத் தோற்கடித்ததும் நடந்தது. அந்தப் போட்டியில் சிறந்த

ஆட்டக்காரனாக நான் இருந்தேன். காலம் என் பக்கம் திரும்பிவிட்டதையும் இனி நன்மைகள் நிகழும் என்பதையும் இது எனக்குப் புரியவைத்தது.

ஹாஸ்டலில் திரும்பவும் சேர்ந்தபோது, எனக்கு டைரி தேவைப்படவில்லை, ஏனெனில் முன்னைக் காட்டிலும் வலிமையோடு திரும்பியிருந்தேன். அந்தப் பழைய டைரி என் பெற்றோர் வீட்டில் எங்கோ இன்னமும் இருக்கிறதென்றே நினைக்கிறேன். அந்த டைரியில் நான் குறிப்பிட்டிருந்த சீனியர்கள் - என்னை ராகிங் செய்தவர்கள் - விரைவிலேயே என் தலைமையின் கீழ் விளையாடத் தொடங்கினார்கள். அதை நான் பெரிதாகக் கருதவில்லை. மைதானத்தில் என் கவனமெல்லாம் நான் நன்றாக விளையாடவேண்டும் என்பதில்தான் இருந்தது. அந்த லட்சியத்திலிருந்து என் கவனத்தை எதுவும் திருப்பாமல் பார்த்துக்கொண்டேன்.

இவை எல்லாவற்றிலுமிருந்து - ஹாஸ்டலில் எனக்கு ஏற்பட்ட மோசமான அனுபவங்கள், அதைத் தொடர்ந்து நான் பாதியில் வெளியேறியது - நிகழ்ந்த மிகப்பெரிய நன்மை என்னவென்றால், சீனியர்கள் ஜூனியர்களைப் பார்த்த பார்வையே மாறியதுதான். ராகிங் நீண்ட கால பாதிப்பை ஏற்படுத்தவல்லது என்பதைப் பற்றிய புரிதல் எல்லோருக்கும் வந்திருந்தது. அதனால் அடுத்த குழு, நீரஜ்ஜும் என் மற்ற நண்பர்களும், சீனியர்களானபோது அவர்கள் புதியவர்களை முழுமனதாக வரவேற்றதைப் பார்க்க முடிந்தது. லக்னோ ஸ்போர்ட்ஸ் ஹாஸ்டல், எங்களுக்கு ஏற்பட்ட ராகிங் பற்றியோ அவமதிப்பைப் பற்றியோ எந்த அச்சமும் இல்லாமல், மாணவர்கள் விளையாடவும், கல்வி கற்கவும், தங்கள் லட்சியங்களைப் பின்தொடரவும் வந்து சேரும் இடமாக மாறியது.

★★★

நான் முன்பே சொன்னதைப் போல எங்கள் கல்லூரி மிகவும் தனிமையான ஓரிடத்தில் அமைந்திருந்தது. ரேடியோவைத் தவிர எங்களுக்குப் பெரிதாகப் பொழுதுபோக்கு சாதனங்கள் எதுவும் இருக்கவில்லை. அத்தியாவசியமான பொருட்களை

வாங்க மட்டுமே வெளியில் செல்வோம். அருகில் ஒரு தேனீர்க் கடை இருந்தது, செல்திகளையும் மற்ற பொதுவான நடப்பு விவரங்களையும் தெரிந்துகொள்ள அங்கே செல்வோம். அதைத் தவிர அங்கே செய்வதற்குப் பெரிதாக ஏதுமில்லை, அறைகளில் டிவி கிடையாது. ஹாஸ்டலுக்குள் ஒரு டிவி அறை இருந்தது. ஆனால் பெரும்பாலும் சீனியர்கள்தான் அதைப் பயன்படுத்தினர். அபூர்வமாகத்தான் நாங்கள் எல்லோரும் சேர்ந்து கிரிக்கெட் பார்க்கும் வாய்ப்பு அமையும்.

மிருத்யுஞ்சய் த்ரிபாதி என்னும் சீனியர் ஒருவர் 2000ம் ஆண்டு 19 வயதுக்குட்பட்ட உலகக் கோப்பையில் விளையாடினார். அவர் யுவராஜ் சிங் அணியைச் சேர்ந்தவர். த்ரிபாதி எங்கள் கல்லூரியைச் சேர்ந்தவர் என்பதால் அந்தப் போட்டியை டிவி அறையில் பார்க்கும் வாய்ப்புக் கிடைத்தது. கொழும்பில் இலங்கைக்கு எதிராக நடந்த இறுதிப் போட்டியில் அவர் ஒரு விக்கெட் எடுத்தார். அப்போது மட்டும்தான் நாங்கள் எல்லோரும் டிவி அறையில் ஒன்றாக உட்கார்ந்து ஒரே சேனலைப் பார்த்தோம்.

எங்கள் குழுவைப் பொறுத்தவரையில் நாங்கள் ஒன்றாக இருந்தால் மகிழ்ச்சியாகவே இருந்தோம். அதிலும் எப்போதும் நானே வேடிக்கைகளைத் தொடங்கிவைப்பேன். ஒன்றாக ரேடியோ கேட்டபடி அதில் ஒலிக்கும் பாடல்களைக் கூடவே பாடுவோம். எனக்கு எப்போதும் பாடுவதில் விருப்பம் உண்டு, அதனால் நீரஜ்ஜும் மற்றவர்களும் நான் சதா அவர்கள் காதருகில் பாடல்களை முணுமுணுப்பதைப் பொறுத்துக்கொள்ள வேண்டியிருந்தது.

அப்போதெல்லாம் ஹாஸ்டலுக்கு வெளியிலிருக்கும் உலகைப் பற்றி எங்களுக்கு எதுவுமே தெரியாது. இன்றைய தலைமுறை பிள்ளைகளைப் போலில்லை; அது கொஞ்சம் அப்பாவிப் பிள்ளைகளின் காலமாக இருந்தது. வெளியுலகோடு தொடர்பு கொள்ள எங்களுக்குக் கிடைத்த நேரம் தீபாவளி மற்றும் ஹோலி விடுமுறைகள் மட்டுமே. அப்போதுதான் நாங்கள் ரயில்கள், சாலைகள், கார்கள், தவிர பெண்களையும் பார்க்கமுடிந்தது.

ரேடியோ, டிவி அறை தவிர எங்களுக்கிருந்த ஒரே ஒரு போக்கிடம் பக்கத்திலிருந்த திரையரங்கம்தான். சில சமயம், சத்தமில்லாமல் வெளியேறி சனிக்கிழமை இரவுகளில் சினிமா பார்த்து வருவோம். ஓரிரண்டு முறை சீனியர்களிடம் பிடிபட்டு அடிபட்டதும் நடந்தது. ஆனாலும் அதற்கு முன்னால் சினிமா பார்த்துவிடுவோமே, அது போதுமாயிருந்தது.

அங்கிருந்த சூழலில் படிப்பைச் சமாளிப்பது எங்களுக்குச் சுலபமாக இல்லை. இரவெல்லாம் கண்விழித்துப் படிப்போம், தவிர, தேர்வுகள் தொடங்குவதற்கு முந்தைய நாள் விடுப்பு எடுத்துக்கொண்டு படிப்போம். கிரிக்கெட்டைப் பொறுத்து எனக்கிருந்த நேரிட்ட அணுகுமுறையுடனேயே படிப்பையும் அணுகினேன், ஆனால் இரண்டிலும் எப்போதும் ஒரே அளவிலான வெற்றி கிடைத்ததென்று சொல்லிவிட முடியாது. எனக்குச் சில கெட்ட கனவுகளைக் கொடுத்திருந்தாலும் பள்ளியில் கணக்குப் பாடம் எனக்குப் பிடித்த பாடமாக இருந்தது.

கல்லூரியில் இருந்த நான்கு ஆண்டுகள், ஹாஸ்டல் வாழ்க்கை இதெல்லாம் வெளியுலக வாழ்க்கைக்கு என்னைத் தயார்செய்ததாகவே நான் நினைக்கிறேன். அந்தப் போராட்டம் எனக்குக் கட்டுப்பாட்டைக் கற்றுத்தந்தது, மனத்தளவில் எனக்கு வலிமை சேர்த்து, எந்தச் சூழலையும் எதிர்கொள்ளும் வலிமையை எனக்குக் கொடுத்தது. இயல்பாக ஹாஸ்டல் வாழ்க்கையில் வளரும் கட்டுக்கோப்பான நடத்தையை அதன்பிறகு உதறித்தள்ள முடியாது. உடலும் மனமும் ஒரு விதமாகப் பக்குவப்படும், அது வாழ்நாள் முழுவதும் தொடரும், பிள்ளைகளுக்கும் அதையே சொல்லிக்கொடுப்போம்.

கடைசி வருடத்தில் நான் ஹாஸ்டலில் அதிக நேரம் செலவிடவில்லை, ஏனெனில் முதலில் மாநில ஜூனியர் அணிகளுக்கும், பிறகு இந்திய ஜூனியர் அணிகளுக்கும் தொடர்ச்சியாகத் தேர்வு பெற்று வந்தேன். பின்னர், உத்தரப் பிரதேச மாநில அணிக்கு விளையாட நீண்ட காலம் தேவைப்படவில்லை. என் கிரிக்கெட் பயணம் தொடங்கிவிட்டது.

கல்லூரியிலிருந்து ஸ்டைபெண்ட் என்று சொல்லப்படும் உதவித்தொகை கிடைக்க ஆரம்பித்தது. அப்போதெல்லாம் ஹாஸ்டலில் நீரஜ்ஜும் நானும் அதிகம் சந்தித்துக்கொள்ள முடியாமல் போனது.

சமீபத்தில், இரண்டு ஆண்டுகளுக்கு முன்பாக இருக்கலாம், நான் முன்னின்று என்னுடைய ஹாஸ்டல் நண்பர்களின் வாட்ஸப் குழு ஒன்றை உருவாக்கினேன். அவ்வப்போது மொத்தக் குழுவுடனும் பழங்கதைகளைப் பேசி (நல்லதும் அல்லதுமாக எல்லாக் கதைகளையும்) அரட்டையடிப்போம். இது மிக மகிழ்ச்சியாக இருக்கிறது. நீரஜ்ஜும் நானும் மிகச் சிறந்த நண்பர்களாகவே இன்றும் இருக்கிறோம், அடிக்கடி சந்திக்கிறோம். ஒருவர் வீட்டில் மற்றவர் எந்நேரமும் இருக்கிறோம்.

என்னுடைய ராகிங் மற்றும் சீனியர்கள் தொடர்பான மோசமான அனுபவங்களைப் பற்றி நான் அவ்வளவாகப் பேசுவதில்லை, ஆனால் அவற்றைப் பகிர்வதன் மூலமாக ஒரு விழிப்புணர்வை ஏற்படுத்த முடியும், மக்களைப் பேசவைக்க முடியும் என்றால் நிச்சயம் பேசுவேன். அழித்தெறியப்பட வேண்டிய கொடூரம் அது. நீங்கள் பாதிக்கப்பட்டிருந்தால் நினைவில் கொள்ளுங்கள், அது நீங்கள் குற்ற உணர்வு கொள்ளவேண்டிய இடம் அல்ல, மாறாக, துணிச்சலாக எதிர்த்து நிற்கவேண்டிய இடம்.

ஹாஸ்டலில் என் வாழ்க்கையை நரகமாக்கிய அந்த சீனியர்களில் பெரும்பாலானோர் என்னவானார்கள் என்றே எனக்குத் தெரியாது. எப்போதாவது எங்காவது ஓரிருவரை எதேச்சையாகச் சந்திக்க நேரும், அவர்கள் மகிச்சியோடு அரட்டையடிக்கவே விரும்புவார்கள். ஆனால், எங்களுக்குச் செய்த கொடுமைகளை எவ்வளவு சௌகரியமாக மறந்துவிட்டார்கள் என்று எனக்கு எப்போதும் தோன்றும். அது ஒவ்வொரு முறையும் என்னைப் புன்னகைக்க வைக்கும்.

4

ஆரம்ப நாட்கள்

நான் ஹாஸ்டலை விட்டுப் போன பின்பும் ஹாஸ்டல் என்னை விட்டுப் போகவில்லை. ஹாஸ்டல் வாழ்க்கையின் கட்டுப்பாடுகளும் வழக்கங்களும் வாழ்க்கையின் ஒரு பாகமாகிவிடுகின்றன. அவை நம்முடைய ஒரு பாகமாகிவிடுகின்றன. ஒருவிதத்தில், நாம் நாமாக இருக்க அந்த வாழ்க்கையே ஒரு காரணமாக இருக்கிறது.

இன்றுவரையில், போக வேண்டிய இடத்துக்குச் சரியான நேரத்தில் போவது, சுத்தமாக உடுத்துவது, நகங்களை ஒழுங்காக வெட்டியிருப்பது போன்றவை பற்றி நான் மிகவும் உறுதியாக இருப்பேன். அந்த ஆரம்ப நாட்கள் என்னைச் சரியாக நிலைநிறுத்தின என்று நம்புகிறேன். அவை என் வாழ்க்கையிலும், தொழிலிலும், கிரிக்கெட்டிலும் சிறந்தவனாக இருக்க உதவின. எந்த அளவுக்கு இந்தப் பாதிப்பு இருந்ததென்றால், என்னுடைய அன்றாடங்களைத் தடுக்கும்பட்சத்தில் ஒரு மூத்த வீரருடன் என் அறையைப் பகிர்ந்துகொள்வதே, ஆரம்ப நாட்களில் எனக்குச்

சிரமமாக இருந்தது. 2004ல் 19 வயதுக்குட்பட்டோருக்கான உலகக் கோப்பைக்கு இந்திய அணியில் இடம்பெற்றேன், அதற்கு ஓராண்டு முன்னதாக உத்தரப் பிரதேச ரஞ்சிக் கோப்பை அணிக்குத் தேர்வு பெற்றேன். என்னுடைய பதினாறாவது பிறந்தநாள் முடிந்து சில நாட்களே ஆகியிருந்தன. அசாம் அணிக்கு எதிராக 2003ல் குவஹாத்தியில் அந்தப் போட்டி நடைபெற்றது.

அப்போதெல்லாம் எந்த வீரருக்கும் தனியாகத் தங்கும் அறை கொடுக்கப்படமாட்டாது, இப்போதும் இந்தியாவின் மாநில அணிகளில் அப்படித்தான். முதல்-தர கிரிக்கெட் போட்டிகளில், முதல் முறையாக என்னுடன் அறையைப் பகிர்ந்துகொண்டவர் நிகில் சோப்ரா. அவர் அப்போதே மூத்த வீரர், இந்திய அணிக்காகச் சில ஒருநாள் போட்டிகளிலும் ஒரு டெஸ்ட் போட்டியிலும் ஏற்கனவே விளையாடியிருந்தார். அவர் மிகவும் ஆதரவாகத்தான் இருந்தார், ஆனால் எங்களுடைய வழக்கங்கள் முற்றிலும் வெவ்வேறாக இருந்தன. இறுதியில் நான் கேப்டனான ஞானு பா’யிடம் (ஞானேந்திர பாண்டே), எனக்கு வேறு அறை ஒதுக்கித் தரும்படி கேட்டுக்கொண்டேன்.

நிகில் பா’ய் மூத்த வீரர்; நானோ என் வயது வீரர்களுடன் இருக்கவேண்டும், அவர்களுடன் தொடர்பில் இருக்கவேண்டும், ஆட்டத்தில் கவனம் செலுத்தவேண்டும் என்று விரும்பினேன். சீக்கிரம் உறங்கி சீக்கிரம் எழுந்தும் விடுவது என் வழக்கம். என் உடற்கடிகை இன்னமும் ஹாஸ்டலின் நேரக் கட்டுப்பாட்டுடன் இசைந்திருந்தது. எனவே நான் இன்னொரு இளம் வீரரான, தாஹிர் அப்பாஸுடன் தங்கிக்கொள்ளத் தீர்மானித்தேன், அவருக்கும் சுமார் பதினெட்டு வயதுதான் ஆகியிருந்தது. தரையில் பாய் விரித்து உறங்கவேண்டும் என்றாலும் பரவாயில்லை என்ற முடிவுக்கு வந்திருந்தேன். மேலும், அணி நிர்வாகிகளிடம் ஜூனியர் அணி வீரர்களை ஒன்றாகத் தங்கவைக்கும்படி வேண்டுகோள் விடுத்திருந்தேன்.

சீனியர் வீரர்களிடம் ஒழுக்கம் இல்லயென்றோ என்னால் அவர்களுடன் ஒத்துப்போக முடியவில்லை என்றோ நான்

சொல்லவில்லை. அவர்களது அன்றாடம் என்னுடையதிலிருந்து மிகவும் வேறுபட்டிருந்தது, அவ்வளவுதான். அது புரிந்துகொள்ளத்தக்கதும் கூட. அவர்கள் யாருடைய அறையிலாவது இருந்தபடி, இரவு உணவுக்குப் பிறகு அரட்டையடிப்பார்கள், அல்லது சீட்டு விளையாடுவார்கள், அதுவும் இல்லாவிட்டால் சும்மாவாவது இருப்பார்கள். ஆனால் எனக்கு தூங்கினால் போதும் என்றிருக்கும். உறங்கும் நேரம் வந்துவிட்டால் என் உடல் தன்னால் தளர்ந்து ஒடுங்கிவிடும்.

அவர்கள் எல்லோரும் என்னைவிட 10 - 12 வயது மூத்தவர்களாக இருந்தார்கள். நான் மிகவும் கூச்ச சுபாவம் கொண்டவனாக, தனிமை விரும்பியாக இருந்தேன். மைதானத்தில் துணிச்சல் மிக்கவனாக இருந்தேன், ஆனால் வெளியில் இன்னமும் சீனியர்களிடம் மனம் திறந்து நேரடியாகப் பேச முடியாதவனாக இருந்தேன். ஞானு பாய் என்னை வரவேற்ற விதத்திலும், எல்லோருடனும் இணைந்திருக்கச் செய்த விதத்திலும் வியப்பான மனிதராகவே தென்பட்டார். இந்தக் குணத்தை அவரிடமிருந்து விரைவில் கற்றுக்கொண்டேன். ஓர் இளம் வீரனை எப்படி ட்ரஸ்ஸிங் ரூமிலும், அணியின் சூழலுக்குள்ளும் இயல்பாக வைத்திருப்பது என்பதில் அவரது அணுகுமுறையை ஒரு பாடம் என்றே சொல்லலாம். அதை நான் இன்றுவரை கடைப்பிடிக்கிறேன். இப்போதெல்லாம் புதிய வீரர்களை அணிக்குள் வரவேற்கும் பணியில் எப்போதும் நானிருப்பதைக் காணலாம், அது சென்னை சூப்பர் கிங்க்ஸ் அணியானாலும் சரி, உத்தரப் பிரதேச அணியானாலும் சரி.

குவஹாத்தியில் நடந்த அந்தப் போட்டிதான் என்னுடைய முதலாவது முதல்-தரப் போட்டி. நான் அப்போதுதான் பள்ளிப்படிப்பை முடித்திருந்தேன், ஆனால் களம் கண்டதோ ஏற்கனவே இந்தியாவுக்காக விளையாடியவர்களுடனும் உள்ளூர் பெருமிதங்களான ரிஸ்வான் ஷம்ஷாத் மற்றும் ஆஷிஷ் வின்ஸ்டன் ஸைதி போன்றோருடனும். அதற்கு முன்பாக பத்தொன்பது வயதுக்குட்பட்ட இந்திய அணிக்காக ஐந்தாறு போட்டிகளில் விளையாடியிருந்தேன், 2002 இறுதியில்

இங்கிலாந்து சுற்றுப்பயணத்துக்குத் தேர்வாகியிருந்தேன். தேர்வுக்குழுவினர் அவ்வளவு இளவயதில் என்னை அணிக்குள் புகுத்தியது பெரியதொரு முடிவுதான். மேலும் உத்தரப்பிரதேசத்தின் கிரிக்கெட் விளையாடும் விதமே தனி, மிகவும் முரட்டுத்தனமாக இருக்கும். எதிர்கால நன்மைகளுக்காக இப்போது மிகக் கடினமான நடவடிக்கைகளை எடுப்பார்கள், எடுத்த குறிக்கோளை நோக்கி எந்தச் சமரசமும் இல்லாமல் முன்னேறிக்கொண்டே இருப்பார்கள். அப்படியொரு சூழலில் விரைவாக வளர்ந்துவிடலாம். நானும் அப்படித்தான் வளர்ந்தேன்.

என் முதல் போட்டியில் சுமாராக விளையாடி, 22 மற்றும் 40 ரன்கள் சேர்த்தேன், முதல் இன்னிங்க்ஸில் சீக்கிரமே பௌல்ட் ஆகிவிட்டேன். அந்த ஆண்டு, அந்தப் போட்டித் தொடரில் அதன் பிறகு சீனியர்கள் அணியில் நான் விளையாடவில்லை. ஆனால் ஞானு பா'ய் என் மீது நம்பிக்கை இழக்கவில்லை. தலைநிமிர்ந்து, என் ஆட்டத்தின் மீது கவனம் செலுத்தும்படி சொன்னார். சில சமயங்களில் ஓர் இளைஞனாக, நாம் மிகுந்த மரியாதை வைத்திருக்கும் மூத்த வீரர் ஒருவர், இப்படி அமைதியாக ஊக்கமூட்டும் ஒரு சொல்லைச் சொல்வதுதான் மிகவும் தேவையானதாக இருக்கும்.

அப்போதிருந்து, 2003ஆம் ஆண்டில் பெரும்பாலும் ஜூனியர் கிரிக்கெட் விளையாடிக்கொண்டிருந்தேன், பத்தொன்பது வயதுக்குட்பட்ட இந்திய அணியில் இடம்பெற்று ஆசியக் கோப்பை போட்டிகளில் விளையாடினேன். 2003-2004 ரஞ்சிக் கோப்பை போட்டிகளுக்காகத் திரும்பவும் அணியில் சேர்க்கப்பட்டேன். ஞானு பா'ய் எப்போதும் என்னோடு தொடர்பிலிருந்தார். என்னுடைய ஒழுக்கமும், ஆட்டத்தின் மீதான கவனமும் என்னிடம் அவருக்குப் பிடித்த குணங்கள். அவருக்கு எப்போதெல்லாம் கொஞ்சம் ஓய்வு நேரம் கிடைத்ததோ அப்போதெல்லாம் எனக்குப் பயிற்சியளிப்பதில் முனைப்பாக இருந்தார். அதன் பிறகு, என் கேப்டனுடன் முதல் தரப் போட்டிகளில் நெடிய பார்ட்னர்ஷிப் ஆடவேண்டும் என்ற என் கனவு நிறைவேறியது.

அந்தப் போட்டி ஆந்திராவுக்கு எதிராக கான்பூரின் க்ரீன் பார்க் ஓவலில் நடந்தது. பந்துவீச்சுக்கு சாதகமாகக் காற்று வீசிக்கொண்டிருந்தது. நாங்கள் டாஸ் ஜெயித்து பேட்டிங் எடுத்து, 43/4 என்ற மோசமான நிலையில் இருந்தோம். அணியை இக்கட்டிலிருந்து தப்பவைப்பது ஞானு பா'ய் மற்றும் என்னுடைய கைகளில் இருந்தது. 181 ரன் பார்ட்னர்ஷிப்பின் மூலம் அதை நாங்கள் செய்தோம். அந்தச் சூழலில் அவர்தான் ஆட்டத்தைக் கையிலெடுத்து மிகப் பிரமாதமான இன்னிங்ஸை விளையாடினார். துரதிர்ஷ்டவசமாக 97ல் ஆட்டமிழந்தார், ஐந்து சிக்சர்கள் அடித்திருந்தார். முதல் தர கிரிக்கெட்டில் என் முதல் சதத்தை நான் அடித்தபோது அவர் மைதானத்தில் இல்லை. ஆனால் என் அன்றைய வெற்றி அவருக்கே உரித்தானது.

அந்தப் போட்டியின் இடையில் ஒரு சமயம், உள்ளூர் போட்டிகளில் இன்னொரு சீனியர், திறமைவாய்ந்த சையத் சஹபுத்தீன் நன்றாகத் திருகிப் பந்து வீசிக்கொண்டிருந்தார். அவரை எதிர்கொள்ள நான் கொஞ்சம் தடுமாறினேன். ஞானு பா'ய் சஹபுத்தீனிடமிருந்து என்னைப் பாதுகாக்க முடிவெடுத்து அவர் பந்துவீச்சின் சவாலைத் தானே சமாளித்துக்கொண்டிருந்தார். இது பார்ட்னர்ஷிப் பேட்டிங் குறித்து எனக்கு நிறைய கற்றுக்கொடுத்தது. உங்கள் முனையில் எப்படி விளையாடுகிறீர்கள் என்பது மட்டுமல்ல, சில சமயம் உங்கள் பார்ட்னருக்காவும் மறுமுனையில் விளையாட வேண்டியிருக்கும். வாழ்க்கையும் அப்படித்தான். நம்முடைய வெற்றியை நோக்கி மட்டுமே உழைத்துக்கொண்டிருக்க முடியாது. அதிலிருந்து சற்றே விலகி, வேறு யாருக்கேனும் கைகொடுக்கவேண்டிய, அல்லது அவர்கள் தடுமாறுகிறார்கள் என்று தெரியும்போது அவர்களுக்கு ஆதரவாக, பாதுகாப்பாகவாவது இருக்க வேண்டிய தருணங்கள் வாழ்க்கையில் வரும், அப்போது நம் வாழ்க்கையில் என்ன நடந்துகொண்டிருந்தாலும் சரி. அன்றைக்கு சஹபுத்தீனை ஞானு பா'ய் எதிர்கொண்டிராவிட்டால் நான் என்ன செய்திருப்பேன் என்று தெரியவில்லை, ஒருவேளை என் முதல் சதம் நிகழாமல் போயிருக்கலாம். அன்றைக்கு ஒரு சீனியர் வீரர் என்ற முறையில்

அவர் என்னைப் பாதுகாத்ததற்கு இன்றளவும் அவருக்கு நான் நன்றிக்கடன்பட்டிருக்கிறேன்.

★★★

ஹாஸ்டலில் இருந்தபோது மாநில அணியில் விளையாடுவதே முதல் லட்சியமாக இருந்தது. ஆனால் இறுதிக் கனவு, இந்திய தேசிய அணியில் விளையாடுவதுதான். ஆனால் அந்தக் கட்டத்தில் அதைப் பற்றி யாரும் நினைக்கத் தொடங்குவதில்லை. ஒரு நேரத்தில் ஓரடி எடுத்து படிப்படியாக முன்னேறத்தான் நினைப்போம். கிரிக்கெட்டில், மைதானத்துக்குள்ளும் வெளியிலுமாக, கொஞ்சம் சலிப்படைந்து, எல்லாம் வேகமாக நிகழவேண்டும் என்று துடிக்கும் சூழல்கள் அவ்வப்போது தோன்றும். ஆனால், வாழ்க்கைக்கென்று ஒரு நடைமுறை இருக்கிறது, நேர அட்டவணை இருக்கிறது. வேறு யாரையோ முந்திச் செல்லவேண்டும் என்றோ, வாழ்க்கைப் பாதையில் ஓரிரு அடிகளைத் தாண்டிக் கடக்கலாம் என்றோ எண்ணாமல் சமன் குலையாமல் இருப்பது நம் கையில்தான் இருக்கிறது. பல்லாண்டு காலமாகச் சொல்லப்பட்டு வரும் உண்மை இது: ஓடவேண்டுமென்றால் நடக்கக் கற்கவேண்டும். தீவிர அர்ப்பணிப்புடன், கொண்ட லட்சியத்துக்கு உண்மையாக உழைத்தால், யாராலும் நம்மைத் தடுத்து நிறுத்த முடியாது. எனவே ஒரு சிறிய ஆலோசனை: ஆழ்ந்து மூச்செடுங்கள், எதையும் எளிதாக எடுத்துக்கொண்டு, நடைமுறையைக் கடைப்பிடியுங்கள்.

என்னுடைய அடுத்த அடி, உபியின் ஜூனியர் அணிகளில் இடம்பெறுவதற்கான தகுதித் தேர்வுகளில் கலந்துகொள்வது. ஸ்போர்ட்ஸ் காலேஜ் போட்டிகளிலும் தொடர்களிலும் விளையாடத் தொடங்கினேன், படிப்பின் அழுத்தமும் இருந்தது, ஏனென்றால் கல்வியின்பால் மிகுந்த மதிப்பு கொண்ட என் குடும்பத்தினரின் எதிர்பார்ப்புகளையும் நான் நிறைவேற்றவேண்டியிருந்தது.

16 வயதுக்குட்பட்டோர் பிரிவில் ரஞ்சிக்கோப்பை போட்டிகள் தொடங்குமுன் பரிசோதனைகள் நடக்கும். ஸ்போர்ட்ஸ்

காலேஜிலிருந்து இதற்காக 15 பேர் அனுப்பப்பட்டனர், மற்றவர்கள் மாநிலத்தின் பிற பகுதிகளிலிருந்து, குறிப்பாக லக்னோவிலிருந்து வந்தவர்கள். நீளமான அறைகளில் நிறையப் பேர் தங்கியிருப்போம். எங்கள் ஹாஸ்டலில் தினசரி படித் தொகையாக நாற்பது ரூபாய் கொடுப்பார்கள் - அதை வைத்துத்தான் நாங்கள் சாப்பிடுவது, துவைப்பது போன்ற அத்தனை அடிப்படைத் தேவைகளையும் கவனிக்கவேண்டும். அந்தக் காலத்தில் அதுவே எங்களுக்குப் போதுமானதாகவும் இருந்தது, பெரிய தொகையாகவும் தெரிந்தது.

இந்தப் பரிசோதனைகள் என்று நான் குறிப்பிடுபவை மும்பை அல்லது டெல்லி மைதானங்களில் நீங்கள் பார்த்திருக்கக்கூடிய எந்தக் காட்சியைப் போலவும் இருக்காது. இவை வேறு வகையானவை. வெவ்வேறு மாவட்டங்களிலிருந்து ஆயிரக்கணக்கான மாணவர்கள் மைதானத்துக்கு வந்திருப்பார்கள். சிலர் பெற்றோருடன், சிலர் அவர்கள் இல்லாமல். அவர்களில் பலரும் தங்கள் விவசாய நிலங்களைக் காவலில்லாமல் விட்டுவிட்டு மொத்தக் குடும்பத்தாருடன் வந்திருப்பார்கள். எல்லோருமே தங்கள் மகன் எப்படியாவது மாநில ஜூனியர் அணியில் இடம்பிடித்துவிடுவான் என்றே நம்புவார்கள். பெரும்பாலோர் இது தங்கள் கிரிக்கெட்டின் முதல் அடி, இதன் மூலம் வாழ்க்கையே மாறிவிடும் என்று நம்புவார்கள். அந்தக் காலத்தில், இப்படி அந்த மாநில ஜூனியர் அணியில் இடம்பெற வேண்டும் அல்லது குறைந்தபட்சம் இந்த வாய்ப்பைப் பயன்படுத்தி ஸ்போர்ட்ஸ் கோட்டாவில் அரசு வேலையாவது வாங்கிவிட வேண்டும் என்று நினைப்பார்கள். ஆனாலும் எதோ ஒரு விதத்தில், இன்றைக்குக் காட்டிலும் அன்று அது கிரிக்கெட்டை முன்னிலைப்படுத்தியே இருந்தது. இப்போதெல்லாம் இந்தியன் ப்ரீமியர் லீக் வந்தபிறகு இதெல்லாம் இன்னும் வினோதமாகிவிட்டது.

ஆக, அங்கே ஆயிரக்கணக்கான மாணவர்கள் இருந்தார்கள். ஒரு பேட்ஸ்மனாக உங்களை நிரூபிக்கப் பொதுவாக ஐந்து பந்துகள் மட்டுமே வாய்ப்புக் கிடைக்கும். அந்த ஒரே

அடிப்படையில் 25 – 30 மாணவர்களைத் தேர்ந்தெடுப்பார்கள். பந்துவீச்சாளர்கள் பெரும்பாலும் இதற்கென்றே தயாரிக்கப்பட்ட தங்கள் பிரத்யேகப் பந்துகளுடன் வருவார்கள். பந்து நல்ல பலனைக் கொடுக்கவேண்டும் என்பதற்காக, திருகவும் எகிறவும் வேண்டும் என்பதற்காக, என்ன செய்திருப்பார்கள் என்று சோதிக்க யாரும் இருக்கமாட்டார்கள். பயிற்சியாளர்கள் பந்துவீச்சாளர்களை உச்சபட்ச வேகத்தில் வீசச் சொல்வார்கள். அங்கிருந்த பெரும்பாலான மாணவர்களுக்கு அவர்கள் வாழ்நாளில் எதிர்கொண்ட மிகக் கடினமான பந்துவீச்சாக அது அமைந்திருக்கும்.

பாதிப் பேர் பந்துவீச்சாளர் மறுமுனைக்கு வந்தவுடனேயே அடிபடும் என்று அஞ்சிப் பின்வாங்கிவிடுவார்கள். நிறைய மாணவர்கள் மதிய உணவு இடைவேளைக்குப் பிறகு தங்களுக்கான தேர்வு நேரத்தை அமைத்துக்கொடுக்கத் தங்களாலான அத்தனை வழிகளிலும் முயற்சி செய்வார்கள், ஏனென்றால், அப்போது பந்துவீச்சாளர்கள் களைத்திருப்பார்கள், பேட்ஸ்மன் குறைந்த எண்ணிக்கையிலான பந்துகளை எதிர்கொள்ள வேண்டியிருக்கும். அதனால் அவுட் ஆகும் வாய்ப்புகளும் குறைவு, அதைவிட முக்கியமாக, அடிபடும் வாய்ப்புகளும் குறைவு.

எனக்குப் பதினாறு வயதுக்குட்பட்ட பரிசோதனைகள் நடந்தபோது, நான் அதற்கு முன்பாகவே பதினான்கு வயதுக்குட்பட்டோர் பிரிவில் விளையாடியிருந்தேன். அதனால் என்னைத் தனியாக அழைத்து 10–15 நிமிடங்கள் விளையாடவிட்டுப் பார்த்தார்கள். சில குறிப்பிட்ட விதங்களில் ஆடச் சொன்னார்கள். அதன் பிறகு நான் முன்பே தேர்ந்தெடுக்கப்பட்டுவிட்டதாகவும், ஏனைய தகுதிச்சுற்றுகளில் நான் பங்கேற்கவேண்டியதில்லை என்றும் சொன்னார்கள்.

அதனால், மற்ற இரண்டு நாட்களும் நான் அங்கேயே உட்கார்ந்து பரிசோதனைகளைப் பார்த்தபடி இருந்தேன். உபியில் இருந்த சில குடும்பங்களும், விளையாட்டு வீரர்களும் கிரிக்கெட்டுக்காக எவ்வளவு தியாகங்கள் செய்யத் தயாராயிருந்தனர் என்பதை

நிரூபிக்கும் சிறிய காட்சியாக அது இருந்தது. உடல் வலுவால் தாக்குப்பிடிக்கவேண்டிய பல தீவிர சோதனைகளை அந்த வீரர்கள் எதிர்கொண்டனர். சிலர் சாப்பிட்டிருக்க மாட்டார்கள், சிலர் தூங்கியிருக்க மாட்டார்கள். சில பணக்கார மாணவர்கள் நவீன கார்களில் வந்திருப்பார்கள், அவர்களில் சிலருக்கு எல்லா வேலைகளிலும் வேலைக்காரர்களும் கார் ஓட்டுனர்களும் உதவி செய்வார்கள். தேர்வுக் குழுவினரின் ஃபோன் ஒலித்தபடியே இருக்கும். அவர்கள் முகபாவங்களைக் கொண்டே பேசுவது யார் என்பதையும், அவர்களின் நிபந்தனை அல்லது கோரிக்கைகளை தேர்வுக்குழுவினர் நிறைவேற்றுவார்களா இல்லையா என்பதையும் புரிந்துகொள்ளலாம். அதெல்லாம் வசீகரமாகவே இருந்தது. சில மாணவர்களால் 800 மீட்டர் ஓட்டத்தைக் கூட ஓடி முடிக்க இயலவில்லை. அவர்களுக்காக வருந்த வேண்டியிருந்தது.

தேர்வுப் பரிசோதனைக்கான நுழைவுக் கட்டணம் 150 ரூபாயாக இருந்தது. சிலர் மீண்டும் மீண்டும் விண்ணப்பித்து, கிட்டத்தட்ட 1000 ரூபாய் வரையில் செலவு செய்வார்கள். மற்றவர்கள் போகட்டும் என்று விட்டுவிட்டு அடுத்த முறை பார்த்துக்கொள்வதாகச் சொல்வார்கள். இந்தப் பரிசோதனைகளை ஏற்பாடு செய்வோருக்கு பெரும்பாலும் இது பணம் பண்ணும் வியாபாரமாகத்தான் இருந்தது. சில சமயம் உபியின் தேர்வு நடைமுறை இதயத்தை நொறுக்குவதாக இருக்கும். ஆனால் உபி சில போட்டித் தொடர்களில் வென்று பட்டங்களை வெல்லத் தொடங்கியபிறகு, நல்லவேளையாக, இவையெல்லாம் படிப்படியாக மாறிவருகின்றன. இந்த மாநிலத்தில் நிறைய திறமைசாலிகள் இருக்கிறார்கள். அவர்களை நெறிப்படுத்துவதில் மட்டுமே சவால் இருந்தது, இப்போது அது சரியாக நடப்பதைப் பார்க்க மகிழ்ச்சியாக இருக்கிறது. இந்த அமைப்பின் மூலமாக வந்து பலரும் இந்திய அணிக்கு விளையாடுவதைப் பார்த்திருக்கிறோம்.

இப்போது திரும்பிப் பார்க்கையில், இப்படி சர்வதேசப் போட்டிகள் வரையில் வந்திருக்கும் நாங்கள் எல்லோரும்

எவ்வளவு கொடுத்துவைத்தவர்கள் என்பது புரிகிறது. இதிலிருக்கும் பாடம் என்னவென்றால் உலகின் தலைசிறந்த திறமையாளராக இருந்தாலும், நிறைய அதிர்ஷ்டமும் இன்னும் பல விஷயங்களும் நம் பக்கம் இருக்கவேண்டும். இந்த வாழ்க்கையில் நன்றி சொல்லிக்கொண்டே இருக்க எத்தனையோ காரணங்கள் எப்போதும் இருக்கின்றன.

உபி பரிசோதனைகளில் என்னுடனேயே சீக்கிரமாகத் தேர்வு செய்யப்பட்ட இன்னும் சில மாணவர்கள் இருந்தார்கள். உத்தரப் பிரதேச சீனியர் அணியில் விளையாடினால் எப்படி இருக்கும் என்று நாங்கள் பேசிக்கொண்டிருந்தோம், பதினான்கு வயதுக்குட்பட்டோர் அணியில் விளையாடிய என் அனுபவங்களை நானும் பகிர்ந்துகொண்டிருந்தேன்.

அது எனக்கு மிக முக்கியமான நிகழ்வாக இருந்தது, மீண்டும் என் திறமையில் நானே நம்பிக்கை வைப்பதற்கு - மீண்டும் அதே வார்த்தை - அது உதவியாக இருந்தது. அந்தச் சமயத்தில் உபி தேர்வுக்குழுத் தலைவராக இருந்த நீரு கபூர் சார்தான் முதல் முறையாக என்னிடம் எதோ சிறப்புத் திறன் இருப்பதாக ஊகித்து, மற்ற தேர்வுக் குழு உறுப்பினர்கள் மற்றும் பயிற்சியாளர்கள் முன்னிலையில் அந்தக் கூடுதல் பத்து நிமிடங்கள் விளையாட எனக்கு வாய்ப்பளித்தார். அதற்காக நான் எப்போதும் அவருக்கு நன்றிக் கடன்பட்டிருக்கிறேன், ஏனெனில் ஆயிரம் மாணவர்களுக்கு மத்தியில் நான் ஒளிவீசும்படியாக அவர் எனக்கு அந்தச் சிறப்பு வாய்ப்பைக் கொடுத்தார். விளையாட்டில் உச்சத்தைத் தொட்டாலும், அவ்விடத்துக்குச் செல்லும் வரையில் வழியில் இப்படித் துணைவருவோர் செய்யும் உதவிகள், காலப்போக்கில் அளவில் சிறியவையாகத் தென்பட்டாலும், அவற்றின் பலன்கள் காலகாலத்துக்கும் தொடரும், அன்றைக்கு நீரு கபூர் சார் எனக்குச் செய்த உதவியைப் போல. நானும் என் பங்குக்கு நன்றாக விளையாடினேன் என்பதும் உண்மைதான். அந்தத் தேர்வுப் பரிசோதனைக்கு முன்பாகவும் உள்ளூர் போட்டிகளில் நான் நன்றாகவே விளையாடிக்கொண்டிருந்தேன்.

நான் முதன் முதலாக ஒரு தேர்வுப் பரிசோதனைக்குப் போனதை நினைத்துப் பார்க்கிறேன். உபி பரிசோதனைகளுக்காக புகைப்படம் எடுக்கப் போயிருந்தேன் (விண்ணப்பத்தில் புகைப்படம் கட்டாயம் இருக்கவேண்டும்). புகைப்படம் எடுப்பதற்காக எனக்கு ஒரு வெள்ளைச் சட்டையைக் கொடுத்திருந்தார்கள். அது எனக்கு மகிழ்ச்சியான, பெருமிதமான தருணமாக இருந்தது. இந்தப் புகைப்படம் எடுப்பதில் தொடங்கி, என் மாநில அணியில் விளையாடப் போவேன் என்ற நம்பிக்கை இருந்தது. எங்களை ஒரு டெம்போ வண்டி அங்கே அழைத்துச் சென்றது. அந்த இடத்தைச் சுற்றிலும் சாப்பாட்டுக் கடைகளும் ஒரு திரையரங்கமும் இருந்தன.

கோம்திநகரிலிருந்த ஒரு போட்டி ஸ்போர்ட்ஸ் காலேஜை எதிர்த்து விளையாட நாங்கள் சென்றிருந்தோம். பயண நேரம் எங்களுக்கு மிக மகிழ்ச்சியானதாக இருந்தது. (இப்படியான தருணங்களில் மட்டுமே நான்காண்டு ஹாஸ்டல் வாழ்க்கையில் வெளியில் செல்ல எங்களுக்கு வாய்ப்புக் கிடைத்தது). சில சமயங்களில் ஷீஷ் மஹால் போட்டியில் விளையாட கிருஷ்ணன் சார் எங்களை அவரது ஸ்கூட்டரில் ஏற்றிக்கொண்டு அழைத்துச் செல்வார். ஆர்.பி.சிங்கும் நானும் அவருடன் அப்படிச் செல்வோம், எங்கள் கிரிக்கெட் பைகளைத் தொங்கவிட்டபடி. ஷர்மா'ஜியின் கடையில் தேனீர் குடிப்போம். அதிகாலையிலேயே டாஸ் போட்டுவிடுவார், ஆட்டம் சீக்கிரம் தொடங்கவேண்டும் என்பதற்காக. அப்போது லக்னோ அணியினர் என்னை அணுகினார்கள். அலிகரில் ஒரு ஆட்டம் நடந்தது, அங்கே எனக்கு ஒருவர் ஒரு பேட்டைப் பரிசளித்தார், அப்போது நான் ஓரளவு ரன்களைச் சேர்த்தேன். அப்போதெல்லாம் 15 - 20 ரன்கள் அடிப்பதே பெரிய காரியமாகக் கருதப்பட்டது.

சரியான ஆட்டங்கள் விளையாடும் வாய்ப்பு இல்லாதபோதெல்லாம், நான் டென்னிஸ் பந்து கிரிக்கெட் விளையாடப் போய்விடுவேன். ஆட்டத்திலிருந்து முழுமையான இடைவேளை வேண்டுமென்று நான் விரும்பியதே இல்லை. முதன் முதலாக ஒரு பேட்டைக் கையிலெடுத்ததிலிருந்து

அப்படி ஒருபோதும் ஒய்ந்ததே இல்லை என்றே நான் நினைக்கிறேன். ஒருமுறை லக்னோவில் நீண்டகாலம் மழை பொழிந்தது, ஆம்ஸ்டர்டாமிலிருந்து வந்த ஒரு நிறுவனம், ஹாக்கி மைதானத்தில் ஆஸ்ட்ரோ டர்ஃபப் எனப்படும் செயற்கைப் புல்தளத்தை அமைத்திருந்தது. ரஹ்மான் சாரும், ஜுனைத் சாரும் முறையே ஹாக்கி மற்றும் பேட்மிண்டன் பயிற்சியாளர்களாக இருந்தார்கள்.

நாங்கள் ஃபீல்டிங் பயிற்சிகளுக்காக அங்கே போவோம். அந்த மைதானத்தில்தான் நான் சறுக்கி ஃபீல்டிங் செய்யக் கற்றுக்கொண்டேன். அங்கே நள்ளிரவு வரை பயிற்சி செய்வோம் (சில சமயம் அதற்குப் பிறகும்), நீர் தெளிக்கும் இயந்திரங்கள் இயங்கியபின் சற்று நேரம் கழித்துத் தொடங்குவோம். கேட்ச் பயிற்சிக்காக டென்னிஸ் பந்துகளைத் தரையில் வீசி எழும்பச் செய்வோம். அல்லது பக்கவாட்டில் இருந்த சிமெண்ட் தளத்தில் வீசி எழும்பச் செய்வோம். இதன் நோக்கம் துரித எதிர்வினையைத் தூண்டுவதும், பந்து உங்களை நோக்கிப் பறந்து வரும்போது அதனைக் கேட்சாக்குவதில் சிறப்பதும்தான். களிப்பூட்டும் அனுபவமாக அது இருந்தது.

சரியான கிரிக்கெட் பயிற்சி இல்லாமையை ஈடுசெய்ய, ஆஸ்ட்ரோ டர்ஃபில் ஆறு ஓவர் ஆட்டங்கள் விளையாட எங்களுக்கு அனுமதி அளிக்கப்பட்டது. மழையிலிருந்து பாதுகாக்க போதுமான ஏற்பாடுகள் இல்லாததால் வலையைப் பயிற்சிக்குப் பயன்படுத்த முடியவில்லை. அதன் பிறகு வருவதுதான் மிகச் சிறந்த தருணம் - மழையில் சுடச்சுட ஜிலேபிகளும் சமோசாக்களும் வரும். அது ஒரு கனவுக் காட்சியைப் போலிருக்கும்.

மீண்டும் வாழ்க்கைப் பாடங்கள் காத்திருந்தன. வெற்றிக்கான பயிற்சியில் ஈடுபடுகையில் எப்போதும் சரியான கட்டமைப்புகள் இல்லை, சிறந்த ஏற்பாடுகள் இல்லை என்று புகார் செய்துகொண்டே இருக்க முடியாது. பல சமயங்களில் கையிலிருப்பதைச் சிறந்த முறையில் பயன்படுத்துவதோ அல்லது இருக்கும் குறுகிய வெளிக்குள் நிலையை மேம்படுத்திக்கொள்வதோ

மட்டும் தீர்வாகக் கிடைக்கும். வெற்றிகரமான மனிதரின் வாழ்வில் புகார்களுக்கு இடமில்லை. தான் சார்ந்த துறையில், அனைத்து நிலைகளையும் கடந்து வெற்றியின் உச்சத்தை எட்டிய அனவருக்கும் இது பொருந்தும்.

சில சமயம் பக்கத்திலிருக்கும் கிராமங்களிலும் நகரங்களிலும் விளையாடப் போவோம். அப்படி ஒரு போட்டியின்போதுதான் மிகவும் அபாயமான ஒரு ஸ்விங் வேகப்பந்துவீச்சாளரான பிரவீண் குமாரைச் சந்தித்தேன். அப்போதே பிகே (பிரவீண் குமார்) கிரிக்கெட்டில் நல்லதோர் இடத்தைப் பிடிப்பார் என்று நினைத்தேன். சரியாகத்தான் கணித்திருந்தேன். மீரட்டில் அவரை எதிர்கொண்டது நன்றாக நினைவிருக்கிறது. தோல் பந்தைக் கொண்டு பந்து வீசுகையில் எதிர்கொள்ள மிகவும் திறமையான சவாலான பந்துவீச்சாளராக இருந்தார். அந்தப் பயணத்திலிருந்து இன்னும் எஞ்சியிருக்கும் இன்னொரு ஞாபகம், அவர்களது அணியில் முழுமையான பயிற்சி உபகரணங்கள் இருந்தன, பேட்டுகள் சிறந்தவையாக இருந்தன.

மீரட்தானே பேட் தயாரிப்பின் முக்கிய இடம். அவர்கள் அணி மைதானத்துக்கு வருவதைப் பார்த்தால் தேசிய அணியே வருவதைப் போலிருக்கும் - முழுத் தயாரிப்புடன் வருவார்கள். அவர்களில் ஒருவர் தேசிய அணிக்கு விளையாடப் போனதும் உண்மைதான்.

★★★

ஒரு கிரிக்கெட் ஆட்டக்காரனாக என்னுடைய முன்னேற்றத்தின் அடுத்த அடி 2004ஆம் ஆண்டின் 19 வயதுக்குட்பட்டோருக்கான உலகக் கோப்பை. என்னுடைய அடுத்த மைல்கல். அதற்கு முன்பாகவே தேசிய அணியின் சீருடையை அணிந்திருக்கிறேன், ஆனாலும் உலகக் கோப்பைக்கு ஈடு இணை ஏது.

என் கிரிக்கெட் வாழ்க்கையின் ஒவ்வொரு கட்டத்திலும், ஒவ்வோர் அடியிலும், என் ஆட்டத்தின் எதோ ஒரு நுணுக்கத்தின் மீது தன் பாதிப்பை இட்டுச் சென்ற ஆசிரியர்கள் இருந்தார்கள். என்னைப் பேணி வளர்த்து, கிரிக்கெட்டை

அதிரடியாக அணுகக் கற்றுக்கொடுத்த கோபால் ஷர்மா சார் மற்றும் ஞானு பா'ய் பற்றி நான் முன்பே சொல்லியிருக்கிறேன்.

என்னுடைய முதல் ரஞ்சிக் கோப்பை போட்டிக்குச் சில மாதங்கள் முன்பாக 17 வயதுக்குட்பட்டோர் அணியில் இலங்கைக்குச் சுற்றுப்பயணம் செய்தபோது மதிப்பிற்குரிய ஏரப்பள்ளி பிரசன்னா சார் எனக்கு பந்துவீச்சில் பயிற்சி அளித்தார். அவர் ஆஃப் ஸ்பின் பந்துவீச்சு பற்றியும், அணிக்காகப் பல்வேறு இடங்களில் பந்துவீசிய அனுபவங்களைப் பற்றியும் அவர் பேசக் கேட்பது எப்பேர்ப்பட்ட அனுபவமாக இருக்கும் என்று கற்பனை செய்து பாருங்கள். அது முற்றிலும் வேறுவிதமான அனுபவம். அதன்பின், உலகக் கோப்பை அணிக்குத் தேர்வான பின் ராபின் சிங் அழைத்தது! முன்னாள் ஆல்ரவுண்டரான ராபின் சிங் அந்த அணிக்குப் பயிற்சியாளராக இருந்தார். முழுத்திறமையையும் பயன்படுத்தி விளையாடிய வகையில் எனக்கும் அவருக்கும் ஒற்றுமை இருந்தது. மேலும் அவர் விளையாடிய காலகட்டத்தில் இந்தியாவின் தலைசிறந்த ஃபீல்டர்களில் ஒருவராக இருந்தார். பிறகு, உலகம் முழுக்க மதிக்கப்படும் பயிற்சியாளராக இருந்துவருகிறார். ஆனால் அப்போது, அவை அவரது பயிற்சியாளர் பொறுப்பின் ஆரம்ப நாட்கள். ஆனால் தன் பொறுப்பில் எவ்வளவு அர்ப்பணிப்புடனும் தீவிரத்துடனும் இருந்தார் என்பதை நாங்கள் பார்த்தோம்.

என்னை அந்த அணியின் கேப்டனாக அறிவிப்பார்கள் என்று ஒரு பேச்சு உலவியது. ஆனால் என்னைக் காட்டிலும் அம்பாத்தி ராயுடு அனுபவம் அதிகம் பெற்றவர் என்பதாலும், இந்தியா ஏ அணியில் அதற்கு முன்பாகவே விளையாடியிருந்தார் என்பதாலும் அவருக்கு அந்தப் பொறுப்பு கொடுக்கப்பட்டது. வங்கதேசத்துக்குப் புறப்படும் முன் கொல்கத்தாவில் ஆஸ்திரேலியாவுக்கு எதிராகச் சில பயிற்சிப் போட்டிகள் இருந்தன. ஆஸ்திரேலிய அணியும் வலுவாகவே இருந்தது. தற்போதைய ஆஸ்திரேலிய அணி கேப்டனான டிம் பெய்னி, மற்றும் அதன் பிறகு ஆஸ்திரேலிய தேசிய அணியில் இடம்பெற்ற

காலும் ஃபெர்கஸன் ஆகியோர் அந்த அணியின் தொடக்க ஆட்டக்காரர்களாக இருந்தனர். அந்தப் போட்டியில் ரன்களும் சேர்த்தேன், விக்கெட்டுகளும் எடுத்தேன். அதற்கு முந்தைய போட்டிகளில் ஃபைஸ் ஃபஸலும் பியுஷ் சாவ்லாவும் நன்றாக விளையாடியிருந்தனர். ஃபைஸ் உலகக் கோப்பைக்கான அணியிலும் இருந்தார்.

அந்தப் போட்டியில் நாங்கள் நன்றாகவே விளையாடினோம். ஷிகர் நெருப்பைப் போல பேட்டிங் செய்தார். தினேஷ் கார்த்திக், ராபின் உத்தப்பா, மற்றும் நானும் சில முக்கியமான இன்னிங்க்ஸ் விளையாடினோம். துரதிர்ஷ்டவசமாக, அரை இறுதியில் பாகிஸ்தானிடம் தோற்றுவிட்டோம். ஆனால் அந்தப் போட்டித்தொடரின் மூலமாக எங்களில் பலரும் நல்ல பெயரை ஈட்டிக்கொண்டோம்.

உலகக் கோப்பையின்போது தினேஷ் கார்த்திக்கும் நானும் ஒரே அறையில் தங்கினோம். போட்டியின் ஹைலைட்ஸை இருவரும் ஒன்றாகப் பார்ப்போம். மாலைகளில் ஏதாவது ஹிந்திப் படங்கள் பார்ப்போம், அப்போதுதான் கவனித்தேன் அவர் நான் சிரிக்கும்போது மட்டுமே அவரும் சிரித்தார், அதனால் திரைப்படத்தில் நடப்பது என்ன என்று உங்களுக்குப் புரிகிறதா என்று நான் கேட்டேன். அவர், ‘இல்லை. நீங்கள் சிரிப்பதால் மட்டுமே நானும் சிரிக்கிறேன்,’ என்றார். அதுதான் டிகே(தினேஷ் கார்த்திக்) குணம். இத்தனை ஆண்டுகளுக்குப் பிறகும் எங்கள் உறவு உறுதியாக நீடிப்பதும் அவர் அதே போன்ற தேர்ந்த உடற்கட்டுடன் இருப்பதும் அபாரமானவை.

டிகே, ராயுடு, மற்றும் நான் என்று எங்கள் மூவரிடையில் நெருக்கமான பந்தம் உருவானது. நாங்கள் டெல்லியில் ஒரு பயிற்சிப் போட்டிக்காகச் சென்றிருந்தபோது அவர்கள் இருவரும் என்னுடன் மதிய உணவு சாப்பிட வந்திருந்தார்கள். எங்களுக்கு பேட் வாங்க மீரட் செல்லலாம் என்று திட்டமிட்டிருந்தோம். என் அம்மாவுடன் உரையாடி மகிழ்ந்து நேரத்தைச் செலவிட்டார்கள். அம்மா அவர்களிடம், ‘போய் ஜெயிச்சிட்டு வாங்க பசங்களா’ என்று தொடர்ந்து ஹிந்தியில் சொல்லிக்கொண்டே இருந்தார்.

அவர்கள் இருவரும் அதை மொழிபெயர்க்க என் முகத்தையே பார்ப்பார்கள்.

வளர்ந்து வரும் எந்த கிரிக்கெட் வீரரின் வாழ்விலும், குறிப்பாக இந்தியாவில், 19 வயதுக்குட்பட்டோருக்கான உலகக் கோப்பை மிக முக்கியமான கட்டமாகும். வளர்ச்சியின் மிகப் பெரிய அடித்தளமாகவும் இருக்கலாம், ஆனால் அதற்கான அழுத்தங்களும் உண்டு. அப்போதுதான் அந்தப் போட்டிகளின் தொலைக்காட்சிப் பதிவு தொடங்கியிருந்தது, நம் விளையாட்டுக் கேமராவில் பதிவாகி தேசம் முழுவதும் மக்களால் காணப்படும் சூழல் தோன்றியிருந்தது. ஒரு கிரிக்கெட்டராகவும், தனி மனிதனாகவும், நம்மைப் பற்றி, நம் பலம் - பலவீனங்களைப் பற்றி நாமே உணர்ந்துகொள்ளும் காலகட்டம் அது. தேசிய அணிக்குள் பாய்வதற்கான மிகச் சரியான விசைப்பலகையாகவும் அந்தப் போட்டிகள் அமையக்கூடும். நம்மைப் பற்றியும், நம் எதிர்காலம் பற்றியும் அதீதமாக யோசித்துக்கொண்டிருப்பதைத் தவிர்க்க, நமக்குக் கிடைத்திருக்கும் களத்தின் முக்கியத்துவத்தை உணர்ந்து, அதை மிகச் சரியாகப் பயன்படுத்திக்கொள்வதே நல்லது.

எனக்குச் சரியாக நினைவிருக்கிறதெனில் 2000ம் ஆண்டு யுவி பா'வின் (யுவ்ராஜ் சிங்) அணியிலிருந்து இரண்டு பேர் இந்திய அணிக்குத் தேர்வானார்கள், யுவியுமே அப்படித் தேர்வானார். மேலும் மொஹம்மத் கைஃப், ரீதிந்தர் சோதி, அஜய் ராத்ரா ஆகியோரும் தேர்வானார்கள். என் அணியிலிருந்து எட்டுப் பேர் இந்திய அணிக்குத் தேர்வானோம், ஃபைஸ் 2016ல் ஜிம்பாப்வேயில் ஒருநாள் போட்டி ஒன்றில் விளையாடினார்.

விராட் கோலி அணியிலிருந்தும் சிலர் தேசிய அணிக்குத் தேர்வு பெற்றார்கள் என்றே நினைக்கிறேன். 2008ல் விராட் தலைமையிலான அணி உலகக் கோப்பையை வென்றபோது ஐபிஎல் போட்டிகளும் தொடங்கியிருந்தன. எங்களுடைய பள்ளிக் காலத்தில் இருந்த ஒரே வித்தியாசம், 19 வயதுக்குட்பட்டோர் அணியிலிருந்து முதல் தர கிரிக்கெட் அணிகளுக்குத் தேர்வாகும் முன்னமே நெடிய போட்டிகள் (4, 5 நாள் போட்டிகள்) நிறைய

விளையாடிப் பழகியிருப்போம். ராயுடுவும் கார்த்திக்கும் தத்தமது மாநில அணிகளுக்கு விளையாடத் தொடங்கியிருந்தார்கள், சிலர் இந்தியா ஏ அணிக்கும் தேர்வு பெற்றிருந்தார்கள். இர்ஃபான் பதான் எங்கள் அணியைச் சேர்ந்தவர், 2002ல் 19 வயதுக்குட்பட்டோர் அணியில் இடம்பெற்று இங்கிலாந்து சுற்றுப்பயணத்தில் பிரமாதமாக விளையாடினார், 2003 இறுதியில் ஆஸ்திரேலியாவில் இந்திய அணிக்காக விளையாடி மிகச் சிறப்பாகத் தன் முதல் முத்திரையைப் பதித்தார். பிறகு, நானும், வி.ஆர்.வி, மற்றும் ஆர்.பி.சிங் ஆகியோரும் இந்திய அணிக்குத் தேர்வு பெற்றோம். அதன் பிறகு, பியுஷும் ராபினும் இங்கிலாந்துக்கு எதிராக 2006ல் விளையாடினார்கள்.

அப்போது, இர்ஃபான் வெளிச்சத்துக்கு வந்துசேர்ந்த, 19 வயதுக்குட்பட்டோருக்கான அணியின் இங்கிலாந்து சுற்றுப்பயணத்தின்போது, இங்கிலாந்திலும் மிகத் திறமையான பல வீரர்களை எதிர்கொண்டோம். லியாம் ப்ளங்கெட், கபீர் அலி, மற்றும் டிம் ப்ரெஸ்னன் போன்ற வீரர்கள் சிறப்பாக விளையாடினார்கள், அவர்கள் பின்னர் தங்கள் தேசிய அணியில் இடம்பெற்றதில் எந்த வியப்பும் இல்லை. ஏற்கனவே இர்ஃபானைச் சுற்றி கவனம் குவிந்திருந்தது. ஆனால், பால் வல்தாட்டி, மன்விந்தர் பிஸ்லா போன்ற வீரர்களும் குறிப்பிடத்தக்க அளவு ரன்களைச் சேர்த்தது எனக்கு நினைவிருக்கிறது. இங்கிலாந்து அணியில் 6அடி8அங்குலம் உயரத்தில் ஒரு வேகப்பந்து வீச்சாளர், எங்களுக்கு மிகப் பெரிய சவாலாக இருந்தார். அப்படி ஒன்றை அதற்குமுன் நாங்கள் அப்படி ஒன்றை எதிர்கொண்டதே இல்லை. எங்கள் அணியின் பேட்ஸ்மன் ஒருவரை அவர் காயப்படுத்திவிட்டார். ஒருநாள் போட்டிகளில் நான் பயனளிக்கும் ரன்களைச் சேர்த்திருந்தேன், டெஸ்ட் போட்டியை 1-1 என்ற கணக்கில் ட்ரா செய்திருந்தோம். நாங்கள் அவரவர் மாநில அணிகளுக்குத் திரும்பியபோது இந்தப் போட்டித் தொடரில் பெற்ற பயிற்சி மிகவும் பயனுள்ளதாக இருந்தது. அப்போதெல்லாம் பெரிய, புகழ்பெற்ற வீரர்கள் ரஞ்சி மற்றும் துலீப் கோப்பை போட்டிகளில் சிலவற்றிலாவது தொடர்ந்து விளையாடுவார்கள்.

முதல் முறையாக முனாஃப் படேலை ஒரு முதல் தர போட்டியில் எதிர்கொண்டது எனக்கு நன்றாக நினைவிருக்கிறது. உண்மையிலேயே வேகமாக பந்துவீசக் கூடியவர். ஆனால் இங்கிலாந்தில் வேகப்பந்து வீச்சை எதிர்கொண்டிருந்ததால், முனாஃபை எதிர்கொள்ள நான் தயாராகவே இருந்தேன். அதனால்தான் எப்போதும் இளம் கிரிக்கெட் வீரர்கள் சர்வதேசக் களத்தை நோக்கி முன்னேறும்போது, அவனோ அவளோ, நிதானத்துடன் தங்கள் நகர்வை மேற்கொண்டு, அவ்வப்போது தம்முன் இருக்கும் சவால்களில் ஒவ்வொன்றாக கவனம் செலுத்துவதை மகிழ்ச்சியுடன் செய்யவேண்டும் என்று நான் சொல்லிக்கொண்டே இருப்பேன்.

19 வயதுக்குட்பட்டோருக்கான களம் சுவாரசியமானது. எங்கள் காலத்தில் அது பெரும்பாலான ஜூனியர் வீரர்களுக்கு, தங்கள் மாநில அணிகளுக்குத் தேர்வாவதற்கு முந்தைய கட்டமாக இந்தப் போட்டிகள் அமைந்தன. உத்தரப்பிரதேச அணியில் இடம்பெற்று நான் என் முதல் போட்டியை 16 வயதில் விளையாடியது என்னுடைய அதிர்ஷ்டம்தான். இப்போதெல்லாம் ஜூனியர் உலகக் கோப்பையில் விளையாடும் வீரர்கள் ஐபிஎல்லில் விளையாடுவதன் மூலம் வீட்டுக்கு வீடு தெரிந்தவர்களாகிவிடுவதைப் போல அப்போதைய காலகட்டம் இருக்கவில்லை. இப்படியான ஓர் அமைப்பில், நன்றாகப் போட்டியிடக்கூடிய இளம் வீரர்கள் சில உயர்ந்த இடங்களுக்காகப் போட்டியிடக் குவிகையில், உரசல்களும் பாதுகாப்பின்மை உணர்வும் மேலிடக்கூடும். நல்ல வேளையாக நான் விளையாடத் தொடங்கியபோது சூழல் இப்படி இருக்கவில்லை. அதை ஒரு போட்டி என்ற மனப்பான்மையுடன் நான் பார்க்கவும் இல்லை.

நம் தேசத்துக்காக விளையாடும்போது, நம்மை, நமது லட்சியத்தைக் கடந்த பார்வையோடு விளையாடவேண்டும். ஆமாம், எல்லோருக்குமே நன்றாக விளையாடிப் புகழ்பெற வேண்டும் என்ற எண்ணம் இருக்கும்தான். ஆனால் நமது உச்சபட்ச லட்சியம் அதுதானா? உலகக் கோப்பையை வென்று நமது தேசத்துக்குப் பெருமை தேடித் தருவதாகத்தானே

அது இருக்கமுடியும்? எந்த ஒரு குழு விளையாட்டிலும் அந்த அணுகுமுறை இருப்பது அத்தியாவசியம். தனிப்பட்ட வீரர்களின் சாதனைகளின் தொகுப்புதான் அணியின் சாதனை. இப்படியான அணுகுமுறை விளையாட்டுக் குழுக்களுக்கு மட்டுமல்ல, எந்த ஒரு குழு நடவடிக்கைக்கும் தேவையானதாகும்.

நமது அணியின் அத்தனை வீரர்களும் போட்டியில் பங்குகொண்டு தங்களுடைய மிகச் சிறந்த பங்களிப்பைக் கொடுத்தார்கள், அதனை யார் பார்வையிடுகிறார்கள், யார் பார்க்கவில்லை என்பதை அணி வீரர்கள் பொருட்படுத்தியதே இல்லை. ஷிகர், ராயுடு, கார்த்திக், மற்றும் நான் ஒருவரோடொருவர் போட்டியிடுவதற்காகப் பயிற்சியில் ஈடுபடவில்லை, மாறாக, மைதானத்தில் எங்களால் எவ்வளவு சிறப்பாகச் செயல்பட முடியும் என்பதை நோக்கி எங்களைத் தயார்செய்துகொண்டிருந்தோம்.

நாட்டிங்காம்ஷயர் அல்லது ப்ரிஸ்டாலில் ஒரு போட்டி நடந்தது, அதில் நான் பேட்டிங் செய்துகொண்டிருந்தேன். அதே உயரமான இங்கிலாந்து பந்துவீச்சாளரை எதிர்கொள்வதில் எனக்குச் சிரமம் இருந்தது, மற்றவர்கள் அவ்வளவாகச் சிரமப்படவில்லையோ என்று எனக்குத் தோன்றியது. ஆனால் ஆட்டம் முடிந்தபிறகு நாங்கள் ஒன்றுகூடி வரும் போட்டிகளில் அவரை எப்படி எதிர்கொள்வது என்பதைப் பற்றி ஆலோசித்தோம். 'ஓ, ராய்னாவுக்கு அவரை எதிர்கொள்வதில் ஏதோ சிக்கல் இருக்கிறது. நல்லது. இதனால் எனக்கான வாய்ப்புகள் அதிகரிக்கும்' என்பது போன்ற மனநிலை அப்போது இருக்கவில்லை. அப்படி யாரும் சிந்திப்பதில்லை, சிந்திக்கவும் கூடாது.

அப்போதெல்லாம் கௌதம் கம்பீரின் க்ளப் அணியுடனும் நான் விளையாடியிருக்கிறேன். அவர் ஒரு மிகச் சிறந்த வீரர், வெற்றி பெறும்வரை போராடும் போராட்டக் குணம் கொண்டவர். நாங்கள் எல்லோரும் ஒன்றுகூடி டேபிள் டென்னிஸ் விளையாடுவோம். ஒருபோதும் கைவிடக்கூடாது, தொடர்ந்து போராடவேண்டும் என்பதே டேபிள் டென்னிஸ்

மேஜையிலும் அவரது அணுகுமுறையாக இருந்தது.

எனவே டெல்லியில் விளையாடியபோதெல்லாம், என்னையும் அப்படியே இருக்கும்படி, அதிரடியான அணுகுமுறையைக் கைக்கொள்ளும்படி எனக்கு அறிவுறுத்துவார். எதிரணி அதிரடியாக இருந்தால், நாம் அவர்களை விடவும் அதிரடியாக இருக்கவேண்டும். உண்மையைச் சொல்வதென்றால், நானும் அதிரடியாகத்தான் இருந்தேன், ஆனால் எப்போதுமே நிதானத்தை விடமாட்டேன். அவர் எப்படியென்றால் தன் அதிரடித்தன்மையை முழுவதுமாகத் தன் ஆட்டத்தில் பிரயோகித்து, எதிரணி யாரை எதிர்கொள்கிறது என்பதைத் தெரியவைத்தபடி இருப்பார். நானும் பேட்டிங்கோ ஃபீல்டிங்கோ எனக்கு ஏற்படும் கோபத்தை என் ஆட்டத்துக்குள் திருப்பியபடிதான் இருப்பேன். ஆனால் கௌடி பா'யிடமிருந்து இதில் நான் சிறிதளவு வேறுபட்டிருந்தேன்: என்னைப் பார்த்து, நான் எந்த அளவுக்குத் தீவிரமாக இருக்கிறேன் என்பதைக் கணிக்க முடியாதவனாக இருந்தேன்.

என் கிரிக்கெட் வாழ்க்கையின் அடிப்படை பயிற்சிக் காலம், அதன்பின் வந்த அத்தனை சவால்களையும் எதிர்கொள்ளும்படியாக என்னை வடிவமைத்தது, எப்போதும் போல, அடுத்த அடியை என்னால் எடுத்து வைக்க முடியும் என்று நான் நம்பினேன். எனக்குக் கிடைத்த திடமான அடித்தளத்தின் பலனாக, அந்தச் சவால்களை எதிர்கொள்ளவும் நான் தயார் என்று நம்பினேன்.

5

கடல் கடந்த போட்டித் தொடர் பயணங்கள்

2005ஆம் ஆண்டு ஆஷஸ் கிரிக்கெட் போட்டித் தொடர் மிகச் சிறந்த டெஸ்ட் தொடர் என்று வரலாற்றில் இடம்பெற்றுள்ளது. இப்போதும் மக்கள், மறக்க முடியாத பலரது ஆட்டங்கள் நிரம்பிய அந்தத் தொடரை எப்போதும் நினைவிருக்கும் மிகச் சிறந்த போட்டி என்று நினைவுகூர்கிறார்கள். ஆஸ்திரேலியர்களுக்கு ஆஷஸ் கோப்பை எவ்வளவு முக்கியமானது என்பதை அவர்கள் அணி இங்கிலாந்துக்குப் புறப்படுவதற்குச் சில மாதங்களுக்கு முன்பு 2005ல் நான் நேரடியாகக் கண்டுகொண்டேன். ப்ரிஸ்பேனில் இருக்கும் ஆஸ்திரேலிய தேசிய கிரிக்கெட் மையத்தில் அவர்கள் அந்தத் தொடருக்கான பயிற்சிகளில் ஈடுபடுவதை நெருக்கத்தில் இருந்து பார்க்கும் நல்வாய்ப்பு எனக்குக் கிடைத்தது.

2004-05 ஆண்டுக்கான பார்டர்-கவாஸ்கர் ஸ்காலர்ஷிப்புக்கு, ஷிகர் தவன், வேணுகோபால் ராவ் ஆகியோருடன் நானும் தேர்ந்தெடுக்கப்பட்டிருந்தேன். மதிப்புக்குரிய கவாஸ்கர் அவர்களே எங்கள் மூவரின் பெயர்களைத் தேர்ந்தெடுத்திருந்தார்.

இளம் கிரிக்கெட் வீரர்கள் ஒவ்வொருவருக்கும் இந்த ஸ்காலர்ஷிப் மிகுந்த பெருமைக்குரிய முக்கியமான விஷயமாக இருந்தது. ஆஸ்திரேலியாவில் இரண்டு மாதங்கள் தங்கியிருக்கும் வாய்ப்பு மட்டுமல்லாமல் அவர்களின் கிரிக்கெட் கலாச்சாரத்தையும் அருகிலிருந்து தெரிந்துகொள்ளும் வாய்ப்பும் கிடைக்கும்.

அப்போதெல்லாம் இந்த ஸ்காலர்ஷிப் இந்திய அணிக்குள் அழைத்துச் செல்லும் ஒரு விசைப்பலகையாகவும் இருந்தது. இந்திய கிரிக்கெட் வாரியம் (பி.சி.சி.ஐ) எங்கள் பயணத்தின் தாளாளராக இருந்ததால் ஒருவிதத்தில் அப்போதே நாங்கள் இந்திய அணியின் பிரதிநிதிகளாகத்தான் இருந்தோம். எங்களுக்கென்று அங்கே கிடைத்த நேரத்தின் முக்கியத்துவத்தை நாங்கள் அறிந்திருந்தோம். அது எங்களுக்குக் கிடைத்த மிகப்பெரிய கௌரவம். மதிப்புக்குரிய சுனில் கவாஸ்கர் மற்றும் ஆலன் பார்டர் ஆகியோரின் பெயர்களைச் சுமக்கக் கிடைக்கும் வாய்ப்பைப் பற்றிக் கொஞ்சம் யோசித்துப் பாருங்கள். அது பலவிதங்களிலும் இந்தியாவுக்காக எதிர்காலத்தில் களமிறங்கும் எங்கள் வாய்ப்பையும் திறனையும் உயர்த்திக்கொடுத்தது. வேணு பா'யும் நானும் அவ்வாண்டின் பிற்பகுதியில் ஒரே போட்டியில் அறிமுகமானோம், ஷிகரின் அறிமுகமும் வெகுதொலைவில் இருக்கவில்லை, துரிதமாகவே நிகழ்ந்தது.

நாங்கள் ஆஸ்திரேலியாவில் இருந்த இரண்டு மாத காலத்தில் ரிக்கி பாண்டிங் மற்றும் அவரது அணியினர் தேசிய மையத்தில் பயிற்சி செய்வதை மிக நெருக்கத்திலிருந்து பார்க்கும் வாய்ப்புக் கிடைத்தது மிக முக்கியமான அம்சமாகும். 'ஹாய், ஹலோ' மட்டுமே சொல்லிக்கொண்டோம் என்றாலும் அவர்களில் சிலருடன் பேசுவதற்கான வாய்ப்பு அமைந்ததும் சிறந்த விஷயம்தான். அவ்வளவு நெருக்கத்திலிருந்து பாண்டிங் அடிக்கும் ட்ரைவ்களையும், புல் ஷாட்டுகளையும் பார்ப்பது வசீகரமான அனுபவமாக இருந்தது. அதைப் போலவே மேத்யூ ஹைடன், ஜஸ்டின் லாங்கர் போன்ற வீரர்களை, அவர்களின் பயிற்சியாளர்கள், பல மாதங்களுக்குப் பிறகு நடக்கவிருக்கும் இங்கிலாந்து சுற்றுப்பயணத்தை முன்வைத்து, அங்கிருக்கும்

சூழல்களுக்கேற்ப பயிற்சியளித்ததும் மிகவும் சுவாரசியமாக இருந்தது. ப்ரெட் லீ வலைப்பயிற்சியில் பந்துவீசும் வேகத்தைப் பார்த்து அசந்துபோனேன், ஜேசன் கில்லஸ்பியும் நல்ல வேகத்தில் பந்துவீசுவார், ஷான் டெய்ட்டும் இருந்தார்.

அந்தப் பயிற்சி முகாமிலிருந்து நாங்கள் நிறையக் கற்றுக்கொண்டோம். அவர்களுடைய ஜிம் பயிற்சி முறைகளை நாங்களும் கற்றோம், உடலைக் கட்டுக்கோப்பாகவும், போட்டிகளில் விளையாடத் தயாராகவும் வைத்திருப்பது எப்படி என்பதைக் கற்றுக்கொண்டோம். அப்போதெல்லாம் அவர்களது ஃபீல்டிங் தரம் மிகவும் உயர்ந்ததாக இருந்தது, இந்தியா அந்தத் தரத்தை எட்ட முயன்றுகொண்டிருந்தது. நம்மிடமும் யுவ்ராஜ் சிங், மொஹம்மத் கைஃப் போன்ற அம்பு போலப் பாய்ந்து ஃபீல்டிங் செய்யும் இந்திய அணி வீரர்களும் இருந்தார்கள். அப்போதுதான் இந்தியா முழுக்க ஃபீல்டிங் கலாச்சாரத்தில் ஒரு பெரிய மாற்றம் நிகழ்ந்துகொண்டிருந்தது. எனக்கு, ஃபீல்டிங்கில் உலகில் சிறந்து விளங்கியோர் அதனை எப்படி அணுகினார்கள், அதற்காக எப்படியான பயிற்சிகளில் ஈடுபட்டார்கள் என்பதை நெருக்கத்திலிருந்து பார்த்தது அந்தப் பயிற்சி முகாமில் எனக்கு இன்னொரு முக்கியமான அனுபவமாக வாய்த்தது.

ஷிகரும் நானும் வட இந்தியாவின் ஸ்போர்ட்ஸ் காலேஜ் அமைப்புகளின் மூலம் எங்கள் பயணத்தைத் தொடங்கியவர்கள், அதனால் உடல்நலம் பேணும் பயிற்சிகளில் ஈடுபடுவதற்கு நன்றாகவே பழகியிருந்தோம். ஆனால் உடல்நலத்துக்கான எவ்வளவு கடுமையான பயிற்சிகளை ஆஸ்திரேலிய நிர்வாகம் தங்கள் அணி வீரர்களுக்காக ஏற்படுத்தியிருந்தது என்பது எங்களுக்குத் தெரிந்திருக்கவில்லை. எங்களுக்கும் வேணு பா'ய்க்கும் அது வேறுவிதமான கண் திறப்பாக அமைந்தது. உடலை வலிமையாக வைத்துக்கொள்வது மட்டும் போதாது, தேவைக்கேற்ப வளையும் வலிமையும் தேவை என்பதை அப்போது உணர்ந்தோம். ஜிம்முக்குப் போவதும், தசைகளை இறுக்கமாக வளர்த்துக்கொள்வதும் மட்டுமே போதாது என்பது

புரிந்தது. அங்கிருந்த இரண்டு மாதங்களில்தான் உடலைக் கட்டுக்கோப்பாகப் பேணுவதில் சிறப்பது எப்படி என்பதைப் பற்றிய புரிதல் எனக்கு வந்தது என்றே நினைக்கிறேன்.

ஷிகருக்கும் எனக்குமான மிக நெருக்கமான நட்புக்கான தொடக்கப்புள்ளியாகவும் அந்தப் பயணம் அமைந்தது, எங்கள் தோழமை இத்தனை ஆண்டுகளுக்குப் பிறகும் அதே நெருக்கத்துடன் இருக்கிறது. அவர் டெல்லியைச் சேர்ந்தவர், நான் உ.பியைச் சேர்ந்தவன், மனத்தளவில் நாங்கள் வலிமையானவர்களாகவே இருந்தோம். நாங்கள் நட்பானவர்களாகவும், மனிதர்களுடன் நிறையப் பேச விரும்புபவர்களாகவும் இருந்தோம். எங்களுக்குக் கொஞ்சம் கூச்சம் இருந்தது, ஆனால் நாங்கள் ஒதுங்கியிருக்கவில்லை. வேணு பா'ய் வயதால் எங்களுக்கு மூத்தவராக இருந்தார், நிறைய உள்ளூர்ப் போட்டிகளில் விளையாடி, அப்போதே இந்திய வீரராகப் பார்க்கப்பட்டார். 2000ஆம் ஆண்டு உலகக்கோப்பையை வென்ற கைஃப் பா'யின் புகழ்பெற்ற பத்தொன்பது வயதுக்குட்பட்டோர் அணியில் அவர் இடம்பெற்றிருந்தார்.

2004ஆம் ஆண்டு தொடக்கத்தில் பத்தொன்பது வயதுக்குட்பட்டோருக்கான உலகக்கோப்பை அணியில் நானும் ஷிகரும் இடம்பெற்றிருந்தோம். அந்தப் போட்டித் தொடரில் அவர், தன் பேட்டிங் திறமையால் அனைவரையும் கவர்ந்திருந்தார். அதற்குப் பிறகு ஒருவரை ஒருவர் நன்றாக அறிந்திருந்தோம். ஆனால் ஆஸ்திரேலியப் பயணத்துக்குப் பிறகுதான் நெருங்கிய நண்பர்களானோம். வேணு பா'ய் எங்களிலிருந்து வேறுபட்ட சுபாவம் கொண்டிருந்தார். அவர் மிகவும் அமைதியான, ஆன்மிக நாட்டம் கொண்ட, அவ்வளவாக வெளியில் செல்லவோ அவ்விடங்களைக் கண்டு மகிழவோ தீவிர விருப்பமற்றவராக இருந்தார்.

இதனால் ஷிகரும் நானும் நெருக்கமாகி, ஆஸ்திரேலிய வாழ்க்கை பற்றியும், அங்குள்ள உள்ளூர் கிரிக்கெட் வீரர்கள் எப்படி யோசிப்பார்கள், விளையாடுவார்கள்

என்பது பற்றியும் நிறைய கற்றுக்கொள்ளத் தொடங்கினோம். பெரும்பாலானவற்றை நாங்களே சமாளித்தோம், வேணு பா'ய் எங்களுக்கு வழிகாட்டியாகவும், எங்களை வடிவமைப்பவராகவும் இருந்தார். நாமிருக்கும் இடத்தின் அம்சங்களை உள்வாங்கிக்கொண்டு, எவ்வளவு முடியுமோ அவ்வளவு அவற்றைக் கற்றுக்கொள்ளவேண்டும் என்று எப்போதும் சொல்வார். எங்களோடு எப்போதும் வெளியில் சுற்றுவதில் அவருக்குப் பெரிதாக ஆர்வம் இல்லை என்பதால் ஷிகரும் நானும் நகரத்துக்கு வெளியே சிறு சிறு பயணங்கள், அப்போதைக்கு எங்களால் சமாளிக்க முடிந்த பயணங்களை மேற்கொண்டோம். பெரும்பாலும் பேருந்து அல்லது ரயிலில் க்வீன்ஸ்லாந்தைச் சுற்றி வந்தோம்.

அப்போதெல்லாம் எங்கள் யாரிடமும் மொபைல் ஃபோன் இல்லை. அதனால் எங்கள் குடும்பத்துடன் பல நாட்கள் தொடர்பில்லாமல் இருப்போம். அதனால் ஐஎஸ்டி தொலைபேசி வசதி இருந்த அந்த ஒரு கடைக்கு எப்படியாவது போய், வீட்டுக்குப் பேசி நாங்கள் நன்றாக இருக்கிறோம் என்று சொல்ல நினைப்போம். பொதுவாக ஞாயிற்றுக்கிழமைகள், அன்று மேட்ச் எதுவும் இல்லாவிட்டால், இதற்காகவே ஒதுக்கப்பட்டிருந்தன. ஞாயிற்றுக்கிழமைகளில்தான் எங்கள் துணி துவைக்கும் வேலையும் நடைபெறும். முதலில் சில நாட்கள் அந்த மிஷின்களை எப்படி இயக்குவதென்றோ, அல்லது அவற்றைப் பயன்படுத்த யாரிடம் அனுமதி வாங்கவேண்டுமென்றோ தெரியாமல் ஷிகரும் நானும் தவித்தது ஞாபகம் இருக்கிறது. எங்களுக்கு உதவ வேணு பா'யைத்தான் முழுமையாகச் சார்ந்திருந்தோம். அமைதியாக அவரைப் பின் தொடர்ந்து சென்று, அவரது உத்தரவுகளை நிறைவேற்றுவோம். அப்போதெல்லாம் இப்படியான அடிப்படை விஷயங்களைப் பற்றிக்கூட எதுவும் தெரியாமல் இருந்தோம் என்பதை இப்போது நினைத்தால் வேடிக்கையாக இருக்கிறது, அதுவும் குறிப்பாக வெளிநாடுகளில். பெரும்பாலும் வேணு பா'ய் எங்களைக் காப்பாற்றுபவராக இருந்தார்.

அப்போதெல்லாம், இப்படியான வெளிநாட்டுப் பயணங்களின்போது, ஷிகருக்கும் எனக்கும் ஆங்கில மொழி பெரிய சிக்கலாக இருந்தது. அப்போது நான் பள்ளிப் படிப்பு முடித்து கல்லூரிக்குப் போயிருந்தேன். அதனால் எனக்கு அந்த மொழியில் பரிச்சயம் இருந்தது, ஆனால் திடீரென்று அதனை ஆஸ்திரேலியர்களிடம் பேசவேண்டியிருந்தது மிகவும் அச்சுறுத்தும் அனுபவமாக இருந்தது. அத்துடன், ஆங்கிலத்தின் வெவ்வேறு தொனிகளைப் புரிந்துகொள்வது கூடுதல் சவாலாக இருந்தது. ஆஸ்திரேலிய ஆங்கிலத் தொனியில் சொற்கள் மிகவும் கனத்து வரையப்படுவதால், அத்துடன் பழகியிராவிட்டால் புரிந்துகொள்வது மிகுந்த சிரமமாக இருக்கும். இந்த விஷயத்தில் எங்களுக்கு உதவியவர்கள் பயிற்சி முகாமில் இருந்த சில இளம் ஆஸ்திரேலிய வீரர்கள்தான்.

அவர்களில் சிலரான ட்ராவிஸ் பிர்ட், ஜேசன் க்ரெஜ்ஸா, டிம் பெய்னி போன்றோர் பிற்காலத்தில் ஆஸ்திரேலிய அணிக்கு விளையாடினார்கள். பெய்னி எனக்கு உண்மையிலேயே நல்ல நண்பரானார். நான் இளவயது ராஹுல் த்ராவிட் போலவே இருப்பதாகச் சொல்லி, என்னை எப்போதும் ராஹுல் என்றே அழைப்பார், அதை நான் மிகப் பெரிய கௌரவமாகவே கருதுகிறேன். நாங்கள் அங்கு தங்கியிருந்த நாட்களை பெய்னி ரசிக்கத்தக்கவையாக்கினார். அவரது கண்களால் ஆஸ்திரேலியாவைப் புரிந்துகொள்வது நல்லதோர் அனுபவமாக இருந்தது. அவரால் முடிந்தபோதெல்லாம் எங்களை விதவிதமான உணவகங்களுக்கும், பல்வேறு இடங்களைச் சுற்றிப்பார்க்கவும் அழைத்துச் சென்றார்.

பயிற்சி நேரம் முடிந்ததும் பெய்னியுடனும், ஏனைய ஆஸி கிரிக்கெட் வீரர்களுடனும் அமர்ந்து வாழ்க்கையைப் பற்றியும் கிரிக்கெட்டைப் பற்றியும் அரட்டை அடித்த தருணங்கள் மிகச் சிறந்தவை. எங்களை நன்றாகப் பழகும்படி உற்சாகப்படுத்தினர். ஆரம்பத்தில் சற்றுத் தயக்கமாகவும் சங்கடமாகவும் இருந்தாலும், விரைவாகவே ஷிகரும் நானும் அவர்களோடு நன்றாகக் கலந்து பழகிவிட்டோம்.

அப்போதெல்லாம் எனக்கு வயது குறைவு என்பதால் நான் மது அருந்துவதில்லை. எனவே, ஷிகரும் நானும் பொதுவாக கோலாவை பருகிக்கொண்டிருப்போம். ஆனால் நாங்கள் நிறையவே சாப்பிடுவோம். சமையலில் பெரும்பாலும் குளிர்ந்த உணவுகளே இருக்கும். பயிற்சி நாட்களில் எங்களுக்கு என்ன கொடுக்கப்பட்டதோ அதை மட்டும் சாப்பிட்டுச் சமாளிப்போம். எப்போதுமே உணவு குறித்துப் புகார் செய்யும் நபர்களாக நாங்கள் இருந்ததில்லை. நான் ஹாஸ்டலில் வளர்ந்தவன் என்பதையும் நினைவில் கொள்க.

எப்படியோ அங்கே எங்களுக்கு ஒரு மெஸியர் கிடைத்தார். பத்தொன்பது வயதுக்குட்பட்டோருக்கான உலகக் கோப்பையில் இந்திய அணியில் இடம்பெற்றிருந்த அஸார் பிலாக்கியாவும் எங்களுடன் பயிற்சி முகாமில் இருந்தார். அவரது குடும்பத்தார் ப்ரிஸ்பேனில் இருந்தார்கள். அவர்கள் தாராளமான அளவுகளில் வீட்டுச் சாப்பாடு கொடுத்தனுப்புவார்கள், நாங்கள் எல்லோரும் அதை ரசித்து உண்போம். அந்த டார்மிட்ரி (வரிசையாக படுக்கை அமைந்திருக்கும் தங்குமிடம்) நாட்களில் அது எங்களுக்கு மிகப்பெரிய விருந்தாக அமைந்தது. அப்போதெல்லாம் பெரிதாகப் பணம் ஈட்டவில்லை என்பதால் அங்கிருக்கும் மிஷின்களில் சாப்பிட என்ன கிடைக்கிறதோ பெரும்பாலும் அதையே சப்பிட்டுச் சமாளிப்போம். அந்தச் சூழலில் அஸாரின் வீட்டுச் சாப்பாடு மிகப்பெரிய ஆறுதலாக இருந்தது.

கோல்ட் கோஸ்ட் பகுதியில் ஷிகரும் நானும் சில உள்ளூர்வாசிகளை நண்பர்களாகப் பெற்றிருந்தோம். இந்திய உணவுக்காக மிகவும் ஏங்கியிருந்ததால் அது எங்கே கிடைக்கும் என்று சதா தேடிக்கொண்டிருந்தோம். அப்போது ஒரு மைக்ரோவேவ் வாங்கிவிட்டோம், அதில் அஸார் வீட்டிலிருந்து வரும் தெப்ளா ரோட்டிகளை வைத்து ரசித்து உண்போம்.

ப்ரிஸ்பேனிலிருந்து திரும்பிய சில மாதங்களுக்குப் பின் இங்கிலாந்துக்குச் சென்றபோது உணவு அவ்வளவு பெரிய சிக்கலாக இல்லை. இது, முன்னாள் இந்திய கிரிக்கெட் வீரரும்,

முதன்முதலில் உபி அணியில் என் கேப்டனாக இருந்தவருமான ஞானேந்திர பாண்டே, நான் இங்கிலாந்துக்குச் சென்று க்ளப் கிரிக்கெட் விளையாடவேண்டும் என்று முடிவெடுத்து வலியுறுத்தியபோது நிகழ்ந்தது.

அப்போதே அவர் மான்செஸ்டர் பகுதியில் உள்ளூர்வாசிகளுக்கு நன்றாகத் தெரிந்த பிரபலமாக இருந்தார். ஞானு பா'ய் பல ஆண்டுகளாக லங்காஷயர் லீக்கில் விளையாடி வந்தார், அதில் பல உலகத்தரமான கிரிக்கெட் வீரர்கள் பங்கேற்றனர். டாட்மார்டென் என்ற க்ளப்புக்காக விளையாடி நற்பெயரை ஈட்டியிருந்தார். 2004-2005 ஆண்டு ரஞ்சிக் கோப்பை போட்டிகளில் விளையாடியபோதுதான் அவர் என்னிடம் வந்து நானும் இங்கிலாந்துக்குச் சென்று க்ளப் கிரிக்கெட் விளையாட வேண்டும் என்று சொன்னார். பால்டன் மற்றும் மாவட்ட கிரிக்கெட் சங்கப் போட்டிகளில் பங்கேற்று வந்த ஆஸ்ட்லி அண்ட் டைல்டெஸ்லி என்னும் கிரிக்கெட் க்ளப்பைத் தொடர்பு கொண்டு எனக்காகப் பேசினார். ஞானு பா'யுடன் இங்கிலாந்தில் ஒரு மாத காலம் இருந்தேன், ஒரு தொழில்முறை கிரிக்கெட் ஆட்டக்காரனாக என் வாழ்வில் அது மிக முக்கியமான காலகட்டம் என்று நம்புகிறேன். அப்போதெல்லாம் பிசிசிஐ போன்ற எந்த அமைப்புடன் எந்தத் தொடர்பும் எனக்கு இருந்ததில்லை.

இங்கிலாந்தைப் பொறுத்தவரையில் 'ப்ரொஃபஷனல்' எனப்படும் தொழில்முறை கிரிக்கெட் ஆட்டக்காரராகத் தேர்ந்தெடுக்கப்பட்டால் பௌலிங், பேட்டிங், ஃபீல்டிங் என்று எல்லாமே செய்யவேண்டும். இங்கிலாந்தில் பிட்ச்சுகள், குறிப்பாக க்ளப் கிரிக்கெட் அளவில், எப்போதும் இயற்கையை எதிர்கொண்டு போராடும் அளவிலேயே இருக்கும். காலையில் மைதானத்தில் இறங்கினால் கருமேகங்கள் எங்கும் சூழ்ந்திருக்க, பேட்டிங்க் செய்வது மிகுந்த சிரமமாக இருக்கும். ஆனால் ஒரு தொழில்முறை ஆட்டக்காரராக, நீங்கள் முன்வந்து போட்டியை வென்று கொடுக்கவேண்டும் என்று க்ளப்பில் எல்லோரும் எதிர்பார்ப்பார்கள். மேலும், ஏனைய அம்சங்களிலும் நீங்கள்

க்ளப்புடன் ஈடுபட்டிருக்கவேண்டும். நான் அதிகாலை 5 மணிக்கு மைதானத்துக்குச் சென்று என்னுடைய உடற்பயிற்சிகளை மேற்கொள்வேன், மைதான் உதவியாளருக்கு பிட்ச்சைத் தயார் செய்வதில் உதவியாக இருப்பேன், மேலும் எதாவது உதவிகள் தேவையா என்பதையும் பார்த்துப் பார்த்துச் செய்வேன்.

இந்த அனுபவம், ஒரு கிரிக்கெட் ஆட்டக்காரனாக என் திறமைகளை மேம்படுத்திக் கொள்ளவும், என்னை மேலும் வலிமையானவனாக மாற்றிக்கொள்ளவும், நுணுக்கமாகச் சிந்திக்கவும் எனக்குப் பெரிய அளவில் உதவியது, தொழில்முறையில் மேலும் சிறக்கவும், மைதானத்தில் என் விளையாட்டின்மூலமே எதையும் வெளிப்படுத்தத் தூண்டியது. எனக்கு அதிர்ஷ்டம் இருந்தது போலும், ஏனெனில், ஆஸ்திரேலிய கிரிக்கெட் வீரரும் பயிற்சியாளருமான ட்ரெவர் சாப்பெல் இங்கிலாந்தில் என் விளையாட்டைப் பார்த்தபோது, அவருக்கு என் ஆட்டம் பிடித்துப்போனது. என்னைப் பற்றி நல்லதோர் அபிப்பிராயத்தை, அப்போதைய இந்திய சீனியர் கிரிக்கெட் அணியின் பயிற்சியாளராக இருந்த தன் சகோதரர் க்ரேக்கிடம் அவர் தெரிவித்ததாக நான் கேள்விப்பட்டேன்.

க்ளப் கிரிக்கெட்டைப் பொறுத்தவரை, நீங்கள் அங்கே ஒரு கிரிக்கெட் ஆட்டக்காரராக மட்டுமல்லாமல் அவர்களது குடும்ப அங்கத்தினராகவே மாறிவிடுவீர்கள். தொழில்முறை ஆட்டக்காரர்கள் அல்லாத பலரோடும் இணைந்து ஆடுவீர்கள், அவர்களில் ஒருவர் அருகிலிருக்கும் பப்பில் (மதுபானக் கூடம்) வேலை பார்ப்பவராகவோ, ஒரு கணக்காளராகவோ இருக்கலாம். எனவே, இப்படி ஓர் அணியின் பகுதியாக இணைந்திருக்கையில், ஆட்டத்தின் நுணுக்கங்களைப் பற்றி மட்டுமல்லாமல், ஒட்டுமொத்தமாக இங்கிலாந்தின் கலாச்சாரம் பற்றிய ஓர் அறிதல் ஏற்பட்டு, அந்த க்ளப்பின் அடிப்படை குணநலன்களின் ஒரு பகுதியாகவே மாறிவிடுவீர்கள். அங்கு விளையாடியது ஓர் உன்னதமான அனுபவம். குடும்பம் குடும்பமாக மைதானத்துக்கு வந்து அணிக்கு உற்சாகமளிப்பார்கள். நீங்கள் அவர்களில் ஒருவராகவே

மாறிவிடலாம். இங்கிலாந்தின் க்ளப் கிரிக்கெட் கலாச்சாரத்தில் வெகு எளிதாக நம்மை அங்கீகரித்துக்கொள்வார்கள்.

அப்போது அங்கிருந்த பெரும்பாலான வீரர்கள் வாரத்துக்கு 500 பவுண்டுகள் சம்பாதித்துக்கொண்டிருந்தார்கள், எனக்கு வாரத்துக்கு 200 பவுண்டுகள் கொடுத்தார்கள். இரண்டாம் கட்டப் பயிற்சியை நான் முடித்ததும் அங்கிருந்த சிறுவர்களுக்குப் பயிற்சியளிக்கச் சொன்னார்கள். இது எனக்குப் பெரிய குழப்பத்தை ஏற்படுத்தியது, ஏனெனில் அப்போது நானே ஒரு சிறுவனாகத்தான் இருந்தேன். ஆனால் விசா பெறுவதற்கும் அதனைத் தக்கவைத்துக்கொள்வதற்கும் இந்த இரண்டாம் கட்டப் பயிற்சி கட்டாயத் தேவையாக இருந்தது. அதனால் நான் அவர்களுக்கு ஐந்து நாட்களுக்குப் பயிற்சி அளித்தேன், துணைக்குச் சில வழிகாட்டு நெறிமுறைகள் இருந்தன.

அப்போதெல்லாம் ஸ்கோர் போர்டுக்கு நேர் மேலாக அவர்கள் அமைத்துக்கொடுத்திருந்த தங்கும் அறையில்தான் நான் தங்கியிருந்தேன். ஆனால், அந்தச் சமயங்களில் மிகவும் தனித்திருப்பதாக உணர்ந்தேன். அதனால், டாட்மார்டெனில் தன் க்ளப் மைதானத்தருகில் ஞானு பா'ய் தங்கியிருந்த இரண்டு படுக்கையறை கொண்ட அபார்ட்மெண்டுக்குக் குடிபெயர்ந்தேன். வார இறுதிகளில் இருவரும் தனித்தனியே சென்று அவரவர் க்ளப் போட்டிகளில் விளையாடுவோம்; வாரநாட்களில் ஒன்றாகப் பயிற்சி மேற்கொள்வோம். பெரும்பாலான நேரத்தை அவரது வீட்டிலும், இந்திய உணவைத் தேடி நடப்பதிலும் கழித்தோம். ஞானு பா'ய் பிரமாதமாகச் சமைப்பார், வாரநாட்களில் வீட்டுச்சாப்பாடு கிடைப்பதை நானும் மிகவும் விரும்பினேன். அவருக்கு மான்செஸ்டரிலும் அதைச் சுற்றியிருந்த பகுதிகளிலும் சில நண்பர்கள் இருந்தார்கள். நாங்கள் அவர்கள் வீடுகளுக்குச் சாப்பிடவோ, அல்லது வெறுமனே அரட்டை அடிக்கவோ போவோம். என்னளவில் மிக முக்கியமான நபராக அவர் இருந்தார். அவர் மட்டும் அருகில் இல்லாதிருந்தால் நான் அந்தளவுக்குச் சௌகரியமாக இருந்திருப்பேனா என்பது சந்தேகம்தான். அங்கே செல்லத் தூண்டியதற்காக மட்டுமல்லாமல், அதை நடத்திக்

கொடுத்ததற்காகவும் நான் அவருக்கு மிகுந்த நன்றிக்கடன் பட்டிருக்கிறேன்.

நாட்கள் செல்லச் செல்ல என் அணி வீரர்களுடன் நான் மேலும் பழகி, நல்லுறவு உருவாகியது. போட்டி ஆட்டங்களுக்குப் பிறகு கிடைக்கும் நேரத்தில் அவர்களுடன் பழகத் தொடங்கினேன். சில சமயங்களில் க்ளப் ஹவுஸில் இந்திய உணவு கிடைக்கும்படி அவர்கள் பார்த்துக்கொண்டார்கள். அது எனக்குப் பெரிய கௌரவமாகத் தோன்றியது. என் கேப்டன் க்றிஸ் புல்லாக் மிகவும் அன்புக்குரிய மனிதர். சில ஆண்டுகளுக்குப் பிறகு ஒரு பேட்டியில், 'பதினெட்டு வயதான சுரேஷ் ரெய்னா'தான் தன்னுடன் விளையாடிய அல்லது தன்னை எதிர்கொண்ட க்ளப் வீரர்களில் மிகச் சிறந்தவர் என்று அவர் சொன்னதைப் படித்தேன். அது எனக்கு மிகவும் உன்னதமான ஒரு தருணம். நான் பன்னிரண்டு போட்டிகளில் விளையாடி, 58.55 ஆவரேஜுடன் 644 ரன்கள், அதில் இரண்டு அரை சதங்களும் மூன்று சதங்களும் அடங்கும், சேர்த்திருந்தேன். மேலும், 23.18 ஆவரேஜில் இருபத்திரண்டு விக்கெட்டுகளையும் சாய்த்திருந்தேன்.

அப்படி ஒரு குறிப்பிட்ட போட்டிக்குப் பிறகு, அந்த க்ளப் சேர்மனின் மகள் என்னிடம் வந்து நான் மிக நன்றாக விளையாடியதாகப் பேசிக்கொண்டிருந்தார், பிறகு இன்னொரு பெண்மணியும் அந்தப் பேச்சில் இணைந்துகொண்டார். எனக்கிருந்த கூச்சத்தில் என்ன சொல்வதென்றே தெரியவில்லை. அமைதியாக என்னைக் காப்பாற்றும்படி ஞானு பா'ய்க்கு சமிக்ஞை செய்தேன். அதெல்லாம் மிகவும் அப்பாவியாக இருந்த காலங்கள்.

இறுதியில் ஆஸ்ட்லி அண்ட் டைல்டெஸ்லி க்ளப்புடனான எனது ஒப்பந்தத்தை நான் துண்டித்துக்கொள்ள நேர்ந்தது, ஏனெனில் பெங்களூரில் பயிற்சியாளர் க்ரேக் சாப்பெல் மற்றும் கேப்டன் ராஹுல் த்ராவிட்டின் மேற்பார்வையில் நடைபெறவிருந்த சீனியர் இந்திய அணியின் பயிற்சி முகாமுக்கு நான் தேர்ந்தெடுக்கப்பட்டேன். அதனால் அங்கிருந்த எஞ்சிய

நேரம் எனக்கு மிகவும் முக்கியமானதாயிற்று. அங்கிருந்தோர் அனைவரும் எனக்குக் கிடைத்த இந்த அங்கீகாரத்தால் மிகவும் பெருமைப்பட்டார்கள், ஞானு பா'யும் அப்படித்தான். போட்டித்தொடரின் பாதியில் புறப்பட வேண்டியதைப் பற்றி நான் சற்றுக் கவலைப்பட்டேன், ஆனால் நம் தேசத்துக்காக விளையாடுவதற்குத் தேர்வான உற்சாகம் இதனை ஈடுகட்டியதையும் தாண்டிப் பொங்கியது.

அவர்கள் என்னிடம் மிகப் பிரமாதமான அன்புடன் நடந்துகொண்டார்கள். இரண்டு மாதங்களுக்குப் பிறகு நான் இலங்கைக்கு எதிராக முதன்முதலாக இந்திய அணிக்காக விளையாடத் தேர்வு செய்யப்பட்டபோது, எனக்கு இந்தியா கேப் (தொப்பி) கிடைத்ததற்காக ஒரு பாராட்டுக் கடிதம் எழுதி அனுப்பியிருந்தார்கள், நான் அவர்கள் அணிக்காக மீண்டும் வந்து விளையாடுவேன் என்று நம்பிக்கை தெரிவித்திருந்தார்கள். க்ளப்பின் வலைதளத்தில் இதைப் பற்றிய ஒரு கட்டுரையை எழுதியிருந்தார்கள். எனக்காக மிகவும் மகிழ்ந்தார்கள், என்னால் அவ்வணிக்குத் திரும்பவே முடியாது என்றபோதும், க்ளப் ஹவுஸிற்கு வந்து அவர்களோடு இருக்கும்படியோ, அல்லது எனக்கு நேரமிருக்கும்போது மேட்ச் பார்க்கவரும்படியோ என்னை அழைத்துக்கொண்டே இருப்பார்கள்.

அந்தக் கட்டத்தில், என் வாழ்வின் பெரும்பகுதியை ஏற்கனவே நான் கிரிக்கெட் பயிற்சி முகாம்களில் செலவிட்டிருந்தேன். ஸ்போர்ட்ஸ் காலேஜ் நாட்களில் நான் லக்னோ ஹாஸ்டலில் தங்கியிருந்தபோது, எனக்கு முற்றிலும் வேறுவிதமான அனுபவங்கள் கிடைத்திருந்தன, ஏனெனில் அங்கு வசதிகள் மிகக் குறைவு. ஆனால் பத்தொன்பது வயதுக்குட்பட்டோருக்கான இந்திய அணியில் தொழில்முறை ஆட்டக்காரர்களாக இடம்பெற்று இங்கிலாந்துக்குச் சென்றபோது, பல்கலைக்கழகங்களில் தங்கினோம், அந்நாட்டின் தலைசிறந்த க்ளப்புகளுடன் அணிசேர்ந்து பல்வேறு போட்டிகளில் விளையாடினோம் - அந்த அனுபவம் மிகவும் உயர்தரமானதாக இருந்தது, முதன்முதலாக சர்வதேசப் போட்டிகளில் அப்போதுதான் நாங்கள் விளையாடினோம்.

கிரிக்கெட் எப்படி விளையாடப்படுகிறது என்பதைப் பற்றியும், அந்தத் தரத்தில் விளையாட வீரர்கள் எப்படித் தம்மைத் தயார்செய்துகொள்கிறார்கள் என்பது பற்றியுமான எனது பார்வையே முற்றிலும் மாறியது.

ப்ரிஸ்பேனிலும் எனக்கு அதேபோன்ற உயர்தர அனுபவங்கள் கிட்டின. உண்மையில், இங்கிலாந்தில் என் முதல் பயணமும், அதைத் தொடர்ந்து ஆஸ்திரேலியப் பயணமும் - என் முதல் இரண்டு கடல்கடந்த பயணங்கள் - கிரிக்கெட்தான் என் வாழ்க்கை என்பதை முடிவுசெய்ய எனக்கு உதவின.

இந்திய முகாமில் 2005ல் இடம்பெற்றபோது, எனக்கு அது புதிய, அல்லது பொருந்தாத இடமாகத் தோன்றவே இல்லை. அப்போது, முன்பே இந்திய அணியில் விளையாடியவர்களுடனும், இந்த விளையாட்டில் மிகப் பெரிய இடத்தை அடைந்தவர்களுடனும் தோளோடு தோளாக நிற்க வாய்ப்புக் கிடைத்தது. அவ்வளவு பயிற்சிகளையும் மேற்கொண்ட பின்னர், என்னாலும் இந்திய அணியில் இடம்பெற்று விளையாட முடியும் என்ற நம்பிக்கை எனக்கு வந்திருந்தது. அடிப்படையில் அது என் நம்பிக்கைக்கு வலுசேர்த்தது.

அவ்விரண்டு அனுபவங்களையும் ஒப்பிட்டால், ஒட்டுமொத்த மாகப் பார்க்கும்போது ஆஸ்திரேலிய நாட்கள் மிகக் கடினமாக இருந்தன என்றே சொல்வேன், இங்கிலாந்தில் ஆஸ்ட்லி அண்ட் டைல்டெஸ்லியுடனான என் நாட்களோ தொழில்முறையில் சிறந்தவையாக (ப்ரொஃபெஷனல்) இருந்தன. இந்திய அணியில் இடம்பெறும் முன், ஆஸ்திரேலியாவிலும் இங்கிலாந்திலும் கிடைத்த விளையாட்டுப் பயிற்சிகளும் அங்கிருந்த நாட்களும் எப்போதும் என் மனத்துக்கு மிகவும் நெருக்கமான நாட்களாக இருக்கும், ஏனெனில் அவைதான் என்னை வலிமையானவனாகவும், தொழில்முறையில் சிறந்தவனாகவும் ஆக்கின, அதன் மூலம் உயர்மட்டத்தில் விளையாடத் தயார்செய்தன. எந்த ஒரு கிரிக்கெட் ஆட்டக்காரரின் வாழ்விலும் இப்படியான வாய்ப்பு, அவரது வளரும் பருவத்தில் மிகச் சிறந்த பாய்ச்சலாக அமையும். வளர்ந்து வரும் ஒவ்வோர் இளம் வீரருக்கும் இதனை நான் பரிந்துரைக்கிறேன்.

6

தோனியின் முத்திரை

மாஹி பா'யும் நானும் எப்போது இவ்வளவு நெருங்கினோம் என்ற தருணத்தை என்னால் கச்சிதமாகக் குறிப்பிட முடியாது. சரியான தேதியை இருவருமே நினைவுகூர முடியாது. அது தானாக நடந்தது. அது ஒரு மாயாஜாலம். சிலர் இந்திய கிரிக்கெட் வட்டாரங்களில் எங்கள் பெயர்கள் ஒரே மூச்சில் உச்சரிக்கப்படுவதாகச் சொல்வதை நான் அறிவேன். ஆனால் எங்களைப் பொறுத்தவரையில், நாங்கள் சந்தித்த அந்தக் கணமே எங்களுக்குள் நெருக்கம் உருவாகிவிட்டது.

அது எப்போது நடந்ததென்று எனக்குத் தெரியும். க்வாலியரில் நடந்த ஒரு துலீப் கோப்பை போட்டியில்தான் நான் முதன்முதலாக எம்.எஸ்.தோனியைப் பார்த்தேன். ஃபிப்ரவரி 2005ல் நடந்த அந்தப் போட்டியில் நான் மத்திய மண்டல அணியில் இடம்பெற்றிருந்தேன், நாங்கள் கிழக்கு மண்டல அணியை எதிர்கொண்டோம், மாஹி பா'ய் அவர்களின் விக்கெட் கீப்பராக இருந்தார். அவரது நீண்ட சிகை, நம்பிக்கையான அணுகுமுறை, தன்னம்பிக்கை, மற்றும் அவரது அதிரடி

ஆட்டம் ஈர்த்தது. அவர் அப்போதே சர்வதேசப்போட்டிகளில் அறிமுகமாகியிருந்தார், வங்கதேசத்தில் மூன்று ஒருநாள் போட்டிகளில் விளையாடியிருந்தார். ஆனால் அதில் பெரிதாக பாதிப்பெதையும் ஏற்படுத்தவில்லை. நாங்கள் இருவருமே அந்தப் போட்டியில் பெரிதாக ரன்களைச் சேர்க்கவில்லை, ஆனால் முதல் இன்னிங்ஸில் என் கேட்ச்சை விக்கெட்டுக்குப் பின்னால் அவர் பிடித்திருந்தார்.

நாங்கள் இருவருமே அதற்கு முந்தைய வருடம்தான் புகழ் வெளிச்சத்திற்கு வந்திருந்தோம். நைரோபியில் நடந்த அந்தப் பிரபலமான போட்டித் தொடரில் இந்தியா ஏ அணிக்காக அவர் ஆடிய அதிரடி ஆட்டத்தினால் அவருக்கு நட்சத்திர அந்தஸ்து கிடைத்திருந்தது. கிட்டத்தட்ட அந்தச் சமயத்தில்தான் நான் ஆஸ்திரேலியாவுக்கு, பார்டர்-கவாஸ்கர் ஸ்காலர்ஷிப்பை முன்னிட்டுச் சென்றிருந்தேன். அந்த துலீப் கோப்பை போட்டியில் எங்களால் அதிகம் பேசிக்கொள்ள முடியவில்லை. ஆனால் அவரில் என்னைப் போன்ற ஒருவனை, என்னால் எளிதில் தொடர்புகொள்ளத்தக்க ஒரு மனிதரை நான் பார்த்தேன். மைதானத்துக்கு வெளியில் கூச்சத்துடனும், தனியாகவும் அவர் இருந்தார், என்னைப் போலவே.

அதற்குப் பிறகு, பெங்களூரில் நடந்த ஒரு சீனியர் இந்திய அணி பயிற்சி முகாமில் சந்தித்தோம். நான் யார் யார் பெயர்களை உச்சாடனம் செய்து, அவர்களைப் போல ஆகவேண்டும் என்று நினைத்து வளர்ந்தேனோ அவர்களுடன் சேர்ந்து பயிற்சி முகாமில் இருக்கக் கிடைத்த முதல் வாய்ப்பு அது. மாஹி பா'யும் அங்கே இருந்தார். நாங்கள் உடனடியாக நெருங்கிவிட்டோம். ஜே.பி,யாதவ், எல்.பாலாஜி, இர்ஃபான் (இவரை பத்தொன்பது வயதுக்குட்பட்டோர் அணியிலிருந்த நாட்களின்போதே அறிந்திருந்தேன்), நீரஜ் பட்டேல் போன்ற இன்னும் சிலர் இருந்தனர். நாங்கள் நெருங்கிப் பழகும் ஒரு குழுவாகிவிட்டோம்.

மாஹிதான் எனக்கு மிகவும் நெருக்கமானவராக இருந்தார். நாங்கள் இருவரும் சிறிய நகரங்களிலிருந்து வந்தவர்கள்,

எங்கள் குடும்ப அமைப்புகள் ஒரே மாதிரியானவை, சுருங்கச் சொல்வதானால் நாங்கள் மண்ணின் மைந்தர்கள். எங்களுக்கு 'தேசி' (உள்ளூர்) பொருட்களே பிடிக்கும். மேலும், வீட்டைவிட்டு வெகுதூரம் விலகியிருக்கும்போது, இப்படி 'தில் கீ பாதேன்' (மனத்திலிருப்பவற்றை) பகிர்ந்துகொள்ளத்தக்க ஒரு நண்பரை நாம் தேடிக்கொண்டே இருப்போம். மாஹி பா'ய் எனக்கு அப்படியானவராக இருந்தார். ஆரம்ப நாட்களிலிருந்தே, அவரிடம் என்னால் எதைப் பற்றியும் பேச முடிந்தது. அவர் நிறையப் பேசுபவரில்லை, ஆனால் பிரமாதமாகக் கவனிப்பார், அதனால் எங்கள் உறவு இன்னும் இறுக உதவினார். நாங்கள் கிரிக்கெட் ஆட்டக்காரர்கள் என்ற முறையிலும், இன்னும் முக்கியமாக நண்பர்கள் என்ற உறவிலும், பிணைக்கப்பட்டிருந்தோம்.

நாங்கள் ஒரே அறையைப் பகிர்ந்துகொள்ளத் தொடங்கினோம். ஆரம்ப நாட்களில் தூதரக விருந்துகள், அல்லது அணி சார்ந்த சமூக நிகழ்வுகள் அனைத்திலும் எப்போதும் ஒன்றாகவே கலந்துகொண்டோம். அப்போதெல்லாம் நாகரிகமாக உணவருந்தும் முறை குறித்த கடுமையான அச்சமும் எங்களுக்கு இருந்தது. வெளிநாடுகளில் இருந்தால் ஃபுட் கோர்ட்டுகளுக்கும், இந்தியாவில் இருந்தால் தாபாக்களுக்கும் செல்லவே விரும்பினோம். அங்கெல்லாம் கொஞ்சம் சௌகரியமாக இருப்பதாக உணர்ந்தோம். இந்த நாகரிகமாக உணவருந்தும் முறையில் ஸ்பூனையும் ஃபோர்கையும் கச்சிதமாகப் பயன்படுத்தவேண்டியிருந்தது, அத்துடன் விதவிதமான கத்திகள் வேறு இருந்தன. அவையெல்லாம் கடும் அழுத்தத்தை உண்டாக்கின. நாங்கள் ஒன்றாகத் திரிந்து, மற்றவர்களைப் பார்த்துக் கற்றுக்கொள்ள முயல்வோம். இதுவும் ஒரு சர்வதேச விளையாட்டு வீரனாக, தேசத்தின் பிரதிநிதியாக இருப்பதன் ஓர் அங்கம்தான். மைதானத்தில் மட்டுமல்ல, அதற்கு வெளியிலும் உங்கள் நடத்தையில் சில அம்சங்கள் எதிர்பார்க்கப்படும். தோற்றத்திலும் நடத்தையிலும் சில நெறிகளைப் பின்பற்றுவது அவசியம். கோட் அணிந்து தூதரக விருந்துகளுக்குச் செல்வது போன்ற சில நடைமுறைகள்

இருந்தன. எல்லா ஷாட்களையும் நன்றாக விளையாடத் தெரியும், தேசத்துக்காக ரன்களைச் சேர்க்கத் தெரியும் என்று மட்டும் சொல்லிக்கொண்டிருந்தால் போதாது. விளையாடாத சமயங்களில் எப்படி நடந்த்கொள்கிறோம் என்பதும் முக்கியம்தான்.

காலப்போக்கில், இன்னும் வெளியுலக அனுபவங்கள் கிடைத்தபின், சமூகமும் வாழ்க்கை முறையும் மாறும். ஆனால் அவரது மனத்தின் அடியாழத்தில் மாஹி பா'ய் இன்னமும் ஒரு 'தேசி'தான். உணவோ, அவருக்குப் பிடித்த நாய்வகைகளோ, அவர் கேட்கும் இசையோ, எதுவானாலும் அவர் இன்னமும் இந்தியப் பொருட்களையே விரும்புகிறார். நானும் அப்படியே. எங்களுக்கு 'திகாவா' (பகட்டு) என்பதில் சிறிதும் நாட்டமில்லை. எப்போதுமே எளிமையாகவும், அசலாகவும் இருக்க விரும்புகிறோம்.

2007 உலகக்கோப்பையிலும், அதைத் தொடர்ந்து நடந்த டி20 உலகப் போட்டிகளிலும் பங்கேற்க முடியாமல் போனதால் நான் உடைந்துபோயிருந்தேன். தென்னாப்பிரிக்காவில் நிகழ்ந்த டி20 கோப்பைதான் இந்திய கிரிக்கெட்டில் எம்.எஸ்.தோனி சகாப்தத்தைத் தொடங்கி வைத்தது என்பதை நாம் அறிவோம். அந்தக் காலகட்டத்தில், நான் ஓர் அறுவை சிகிச்சைக்குப் பின் மீண்டு வந்துகொண்டிருந்தபோது, நாங்கள் தொடர்ந்து தொடர்பில் இருந்தோம். அந்தக் கடினமான காலத்தில் ராஹுல் பா'ய், சச்சின் பா'ஜி, மற்றும் மாஹி பா'ய்தான் எப்போதும் என்னுடன் உரையாடி, எனக்குத் துணையாக இருந்தார்கள்.

நாங்கள் திரும்பவும் ஒரே அறையைப் பகிர்ந்துகொள்ளத் தொடங்குவதற்குள் மாஹி பா'ய் ஒரு சூப்பர்ஸ்டார் ஆகிவிட்டார் என்றபோதும் எங்கள் உறவு அப்படியே நீடித்தது. சில மாதங்களுக்குப் பிறகு ஆஸ்திரேலியாவில் நடந்த சி.பி போட்டித்தொடரில் இந்தியாவை வெற்றிக்கு வழிநடத்தியதால் அவரது சாதனைகள் இன்னும் கூடின. சி.பி போட்டித் தொடருக்கான இந்திய அணியில் நான் இடம்பெற்றிருந்தேன். என் முட்டியில் ஏற்பட்ட காயம், அதைத் தொடர்ந்த அறுவை

சிகிச்சை ஆகியவற்றால் நான் நெடுங்காலம் விளையாட்டிலிருந்து விலகியிருந்தபின் அப்போதுதான் திரும்பி வந்திருந்தேன்.

அந்தச் சமயத்தில்தான் ஐபிஎல் ஏலங்களும் நடைபெற்றன. நாட்டிலிருக்கும் ஒவ்வொரு கிரிக்கெட் ஆட்டக்காரரையும் போலவே நானும் எந்த அணிக்கு விளையாடுவேன் என்பதைத் தெரிந்துகொள்ள ஆர்வமாகக் காத்திருந்தேன். சென்னை சூப்பர் கிங்க்ஸ் அணியில் இணைந்தபோது மிகுந்த மகிழ்ச்சியில் இருந்தேன். அதாவது மாஹி பா'யும் நானும் ஒரே அணிக்கு விளையாடுவோம் என்று அர்த்தம், அது தந்த மகிழ்ச்சி. ஏலத்தில் எனக்கான அணி நிர்ணயம் ஆன உடனேயே அவர் அழைத்துப் பேசினார். 'மஜா ஆயேகா தேக்' (ஜாலியா இருப்போம் பாரு) என்று சொன்னார். கவனம் பெரும்பாலும் அவர் மீதுதான் குவிந்திருந்தது. சென்னை ஏலத்தில் எடுத்திருந்த மற்ற சிலரைப் பார்த்தபோது - மேத்யூ ஹெய்டன், முத்தையா முரளிதரன், ஸ்டீஃபன் ஃப்ளெமிங் - அவர்களோடு ஒரே அணியில் இருப்பதே அவ்வளவு சந்தோஷமாக இருந்தது. ஐபிஎல் மாஹி பா'யுடன் எனக்கிருந்த உறவை மேலும் பலப்படுத்தியது.

முதலில் சென்னையின் ஹோட்டலிலும் அதைச் சுற்றியும், நாங்கள் இருவருமாக நிறைய நேரம் செலவிட்டோம். பிறகு, சென்னை நகரத்தின் நுணுக்கங்களைப் புரிந்துகொண்டதும் அவரவர் வழியில் தனியே பயணித்தோம். என்னிடம் எனது மஞ்சள் நிற ஸ்போர்ட்ஸ் கார் இருந்தது, அவரிடம் அவரது பைக்குகள் இருந்தன. ஹெய்டன் சர்ஃபிங் போய் வந்தார். நாங்கள் அனைவரும் ஒரு பெரிய குடும்பம் போல நெருங்கிப் பழகினோம். சென்னையில் மாஹி பா'யும் நானும் தல என்றும் சின்ன தல என்றும் அழைக்கப்படுகிறோம், அதை நான் மிகவும் மதிக்கிறேன்.

எல்லாச் சமயங்களிலும், மாஹி பா'ய் என்னுடனே இருந்திருக்கிறார். ஆரம்பம் முதலே என் விளையாட்டு வாழ்க்கையிலும் முக்கியமான அனைத்து நிகழ்வுகளிலும் அவரும் உடனிருந்திருக்கிறார்.

★★★

2005ல் பெங்களூரில் நடந்த பயிற்சி முகாமின் இறுதி நாளன்று தேர்வுக்குழுத் தலைவர் கிரண் மோரே சாரிடமிருந்து நேரடியாக வாழ்த்துடன், நான் இலங்கைக்குப் பயணம் மேற்கொள்ளவிருக்கும் இந்திய அணிக்குத் தேர்வு செய்யப்பட்டிருப்பதாகத் தகவல் வந்தது. அப்போது என்னிடம் சொந்தமாக ஃபோன் இல்லை. தேர்வாளர் ஒருவரே நேரடியாகத் தொடர்புகொள்வது மிகவும் பெருமையாக இருந்தது.

பிசிசிஐ சீக்கிரமாகவே அறிவிப்பை வெளியிட்டுவிட்டதால் - எப்போதையும் விட ஒரு மணிநேரம் முன்னதாகவே - தொலைக்காட்சி சேனல்களும் செய்தியை ஒளிபரப்பத் தொடங்கின. ஒரு தொலைபேசி பூத்துக்குச் சென்று, வீட்டுக்கு ஃபோன் செய்து, நான் தேர்ந்தெடுக்கப்பட்டு விட்டதையும், மறுநாள் வீட்டுக்கு வருவேன் என்பதையும் தெரிவித்தேன். நான் வீட்டுக்குப் போனபோது எல்லோரும் மிகுந்த மகிழ்ச்சியிலிருந்தனர். அன்றுதான் முதன்முதலாக நான் ஊடகங்களை எதிர்கொண்டேன். இரண்டு டிவி நிருபர்களும் வந்திருந்தனர். அவர்கள் என்னையும் என் பெற்றோரையும் பேட்டி எடுத்தனர், எனக்குப் பெருமையாக இருந்தது.

அப்போது எனக்குப் பதினெட்டு வயதுதான். அது என் வாழ்விலேயே மிகப் பெரிய தருணமாகவும், மிக முக்கியமான நாளாகவும் இருந்தது. ஞானேந்திர பாண்டே இந்தியாவுக்காக விளையாடுவதை நான் பார்த்திருக்கிறேன், அதன் பிறகு கைஃப் பா'ய் விளையாடுவதையும் பார்த்திருக்கிறேன். ரஞ்சிக் கோப்பை போட்டிகளின்போது அவர்களுடன் ஒரே அறையில் தங்கியிருக்கிறேன். இப்போது, இந்திய அணியில் இணைவதற்கான அழைப்பு கனவில் நடப்பதைப் போலிருந்தது.

2005 கிரிக்கெட் சீசன் எனக்கு நல்லபடியாகவே அமைந்திருந்தது. 2004-05 ரஞ்சி கோப்பை போட்டிகளில் சுமார் 600 ரன்கள் சேர்த்திருந்தேன். மேலும் முக்கியமான ஒரு போட்டியில் ஆட்டமிழக்காமல் 89 ரன்கள் அடித்திருந்தேன். அப்போது மத்திய மண்டலத்துக்கு கோபால் ஷர்மா தேசியத் தேர்வாளராக இருந்தார். சுதந்திரத்துக்குப் பிறகான இந்திய தேசிய அணியில்

இடம்பெற்ற முதல் உத்தரப் பிரதேச வீரர் அவர்தான். தேர்வுக்குழுவில் இடம்பெறுமுன் பயிற்சியாளராக இருந்தார், அவரது அணியில் மிகத் திறமைவாய்ந்த வீரர்கள் இருந்தனர். கைஃப் பா'ய், பிறகு நான், ஆர்.பி.சிங், பியுஷ் சாவ்லா, சிறிது காலத்துக்குப் பின் ப்ரவீண் குமார் ஆகியோர் அவரது தேர்வுகளே. தேசம் முழுவதுமிருந்த பல அணிகள் எங்களைப் பார்த்து அஞ்சின. எங்கள் அணி வலிமையானதாகவே இருந்தது.

நான் இங்கிலாந்தில் லீக் கிரிக்கெட் விளையாடிக்கொண்டிருந்த போதுதான் பயிற்சி முகாமுக்கான அழைப்பு வந்தது. 2007ஆம் ஆண்டு உலகக்கோப்பைக்கான பயிற்சிகளின்போது பெரிய அளவில் பெஞ்ச் எனப்படுகிற துணை ஆட்டக்காரர்களையும் அதிக அளவில் தேர்ந்தெடுத்துத் தயார்படுத்த வேண்டும் என்பது ராஹுல் பா'யின் திட்டத்தின் ஒரு பகுதியாக இருந்தது. அவர் கேப்டன் ஆன பிறகு கிரிக்கெட் வட்டாரத்தில் நிறைய இளைஞர்கள் இருக்கவேண்டும் என்று விரும்பினார். அந்த அணிக்குள் நுழைவது, அதுவும் ஒரு மிடில் ஆர்டர் பேட்ஸ்மனாக நுழைவது மிகவும் கடினமாகவே இருந்தது. அணிக்குள்ளாகவோ அல்லது எந்த நொடியும் அணியில் இடம்பிடித்துவிடக்கூடியவர்களாகவோ பலர் இருந்தனர். யுவி பா'வும், கைஃப் பா'யும் ஏற்கனவே அணியில் இருந்தனர். மேலும், அம்பாத்தி ராயுடு, வேணு பா'ய், பார்த்திவ், நீரஜ் பட்டேல் ஆகியோருடன் நானும் போட்டியில் இருந்தேன்.

முகாமின் ஆரம்ப நாட்களில் உடல் தகுதி மற்றும் ஃபீல்டிங்கின் மீது அதிகக் கவனம் இருந்தது. திறமையான வீரர்கள், குறிப்பாக ஃபீல்டிங் திறமை மிகுந்தவர்கள் நிறைய இருந்தனர். அப்போதைக்கு அஜித் அகர்கர் சில காலமாக விளையாடிக்கொண்டிருந்தார், ஆனால் அப்போதும் பிரமாதமான வீரராக இருந்தார். பேட்டிங், பௌலிங், மற்றும் ஃபீல்டிங் பயிற்சிகளுக்காக நாங்கள் வெவ்வேறு அணிகளாகப் பிரிக்கப்பட்டோம். அதையொட்டியே முகாமில் பயிற்சி அளிக்கப்பட்டது. பா'ஜி (சச்சின் டெண்டுல்கர்) மற்றும் ராஹுல் பா'ய் அருகில் இருக்கும் பேறு அப்போது எனக்குக் கிடைத்தது.

என்னுடைய ஃபீல்டிங் பயிற்சிகளைப் பார்த்து ஈர்க்கப்பட்ட ராஹுல் பா'ய் நான் இவ்வளவு நன்றாகத் தாவிப் பிடிக்கவும், சறுக்கவும் எங்கே கற்றேன் என்று கூடக் கேட்டார்.

அந்த முகாமில் வீரு பா' (விரேந்திர சேவாக்) பேட்டைக் கொண்டு அதகளம் செய்துகொண்டிருந்தார். முரளி கார்த்திக் பந்துவீச்சில் சிக்ஸர், சிக்ஸர், மேலும் சிக்ஸர் என்று அடித்துக்கொண்டிருந்தார். நான் மறுமுனையில் பேட்டிங் செய்ய நின்றிருந்தேன், பேட்டிங் மிகச் சுலபமானது என்கிறாற்போல அவர் அடித்தாடியதை அசந்து போய் பார்த்துக்கொண்டிருந்தேன். திடீரென்று பெரியவர்களின், வீரர்களின் உலகத்தில் ஒரு சிறுவனாக நானிருப்பதைப் போல உணர்ந்தேன். முகாமில் ஒருமுறை ஹர்பஜன் சிங் பந்து வீசியபோது நான் ஒரு சிக்ஸர் அடித்தேன் - மைதானத்தின் ஒரு பக்கத் திரையை அது நொறுக்கியது. அவர், "ஸ்ரீலங்காவில் முரளிதரனை எப்படி எதிர்கொள்கிறாய் என்று பார்ப்போம்," என்றார். அதற்கு எப்படிப் பதிலளிப்பது என்று அப்போது எனக்குத் தெரியவில்லை. ஆனால் பின்னர், அவரிடம் மன்னிப்பு கேட்டேன், நாங்கள் சமாதானமானோம். அவர் என் ஆட்டத்தைப் புகழ்ந்தும் பேசினார்.

வடக்கிலிருந்து வரும் கிரிக்கெட் ஆட்டக்காரர்களுக்கும் தெற்கிலிருந்து வருவோருக்கும் இடையில் பெரியதொரு வித்தியாசம் இருந்ததையும் நான் கவனித்தேன். தெற்கிலிருந்து வருவோர் மிகுந்த கட்டுப்பாட்டுடன் இருந்தனர், ஆனால் வடக்கிலிருந்து வருவோர் ஆட்டக்களத்தில் அதீத வெளிப்படையாக இருந்தனர். நானும் வடக்கிலிருந்து வந்தவன், ஆனால் இருதரப்புடனும் என்னால் இணைந்திருக்க முடிந்தது. அணியிலிருந்த எல்லோருக்கும் என்னிடம் பிடித்தது இதுதான் என்று நினைக்கிறேன். அப்போதெல்லாம் கௌடி பா'ய் (கௌதம் கம்பீர்) உடனும் நிறைய நேரம் செலவிட்டேன். அவர் வெற்றிபெற வேண்டும் என்பதில் மிகுந்த பிடிவாதம் உடையவர். அவரை நன்றாகக் கவனித்ததில் அவரைப் போலவே இருக்கவேண்டும் என்று விரும்பினேன். நானறிய

எனக்கு மிகப்பெரிய திருப்புமுனை ஏற்பட்டது, அந்த முகாமில் ஒரு பயிற்சிப் போட்டியின்போது சச்சினுடன் பேட்டிங் செய்தபோது நிகழ்ந்தது. நான் 95 ரன்கள் சேர்த்தேன். அதன் பிறகு விரைவிலேயே கிரண் சாரிடமிருந்து அழைப்பு வந்தது.

★★★

ஸ்ரீலங்கா புறப்படுமுன் சென்னையில் ஒன்றுகூடினோம். அது ஒரு மும்முனைப் போட்டித் தொடர், இலங்கையைத் தவிர மேற்கிந்திய அணிகளும் அந்தத் தொடரில் உண்டு. அன்று ஊடகங்களுக்காக அணியின் குழுப் படம் ஒன்று எடுக்கவேண்டியிருந்தது. அதற்காக பெல் பாட்டம் பேன்ட்களும், ‘பிசிசிஐ’ என்றும் ‘ஸ்ரீலங்கா டூர்’ என்றும் எழுதப்பட்ட ப்ளேஸர்களையும் அணியவேண்டியிருந்தது. அப்போது டை அணியத் தெரியாமல் ஹோட்டலில் இருந்த ஒருவர் உதவியுடன் அணிந்துகொண்டது நினைவிருக்கிறது. கொலம்போவில் இறங்கியவுடன் நேராக தம்புல்லாவுக்குச் சென்றோம்.

முதன்முதலாக அந்த மைதானத்துக்குச் சென்றது நினைவிருக்கிறது. வீரு பா’ எனக்கு இடப்புறத்தில் அமர்ந்திருந்தார், எங்களுக்கு முன்னால் விவிஎஸ் லக்ஷ்மண் இருந்தார், என் வலப்புறத்தில் சச்சின் அமர்ந்து சாய் பாபாவிடம் பிரார்த்தனை செய்தபடி இருந்தார். நான் அவர்கள் மத்தியில் மிகவும் இளையவன் என்பதால் ஆரம்பத்தில் எனக்கு மிகுந்த சங்கடமாக இருந்தது. தோனியையும் இர்ஃபானையும் ஓயாமல் தேடிக்கொண்டே இருந்தேன்.

ஆனால், சீனியர்கள் ஜூனியர்களை மிகுந்த அக்கறையுடன் பார்த்துக்கொண்டார்கள் என்பதை மறுக்க முடியாது. ஜாஹீர் ஓர் அண்ணனைப் போலிருந்தார். நாங்கள் எல்லோருமே ஒரு பெரிய குடும்பத்தைச் சேர்ந்தவர்களைப் போலிருந்தோம். மனிதர்களை எப்படி வழிநடத்த வேண்டும் என்பதை ராஹுல் நன்றாக அறிந்திருந்தார். எங்களுக்கிடையில் இருந்த சகோதரத்துவமே எங்களை ஒன்றிணைத்து வைத்திருந்தது.

போட்டித் தொடரின் முதல் போட்டியான இலங்கைக்கு எதிரான ஆட்டத்தில் நானும் விளையாடவிருக்கிறேன்

என்பதை முன்னதாகவே என்னிடம் சொல்லிவிட்டார்கள். ராஹுல் பா'ய்தான் என்னிடம் சொன்னார். இந்திய அணியில் இணைந்து என் முதல் போட்டியை விளையாடவிருப்பதை என் ஹீரோவே சொன்னது கூடுதல் பெருமிதமாக இருந்தது. வேணு பா'யும் அதே ஆட்டத்தில் என்னுடன் தன் முதல் போட்டியில் களமிறங்குவதும் மகிழ்ச்சியாக இருந்தது. ஷிகரும் நானும் ஆஸ்திரேலியாவில் இருந்தபோது அவர் மிகச் சிறந்த வழிகாட்டியாக இருந்தார்.

நாங்கள் முதலில் பேட்டிங் செய்ததால் என்னை நிதானப் படுத்திக்கொள்ள கொஞ்சம் நேரம் கிடைத்தது. தில்ஹரா ஃபெர்னாண்டோ, ஃபர்வீஸ் மஹரூஃப், மற்றும் மதிப்பிற்குரிய முரளி ஆகியோர் இடம்பெற்றிருந்த இலங்கை அணியின் பந்துவீச்சு மிக வலிமையாகவே இருந்தது. துரதிர்ஷ்டவசமாக, விரைவிலேயே சில விக்கெட்டுகளை இழந்துவிட்டோம். என்ன நடக்கிறதென்று சரியாகத் தெரியும் முன்னரே என் கைகளில் க்ளவுஸ் அணிந்துகொண்டிருந்தேன். ஆட்டமிழந்து திரும்பிக்கொண்டிருந்த கைஃப் பா'யைக் கடந்து சென்றேன், ஆனால் நிமிர்ந்து அவர் முகத்தைப் பார்க்கவே இல்லை. நல்லவேளையாக, மைதானத்தில் ராஹுல் பா'ய் இருந்தார், என்னை வரவேற்றார்.

ஸ்கோர் 63/4 என்று சவாலாகத்தான் இருந்தது. அதிலும் நான் முதன்முதலாக எதிர்கொள்ளவேண்டியிருந்த பந்துவீச்சாளர் யார் தெரியுமா? இதுவரை கிரிக்கெட் உலகம் பார்த்த மிகச்சிறந்த ஆஃப் ஸ்பின்னர் முத்தையா முரளிதரன். நான் பேட்டிங் செய்யப் புறப்பட்டபோது வீரு என்னிடம், ஆரம்பத்திலேயே முரளியின் பந்துவீச்சில் கட் ஷாட் ஆட வேண்டாம் என்று ஆலோசனை சொல்லியிருந்தார், மாறாக ஃப்ரண்ட் ஃபுட் எனப்படும் முன்னேறித் தடுத்தாடுதல் சிறந்த உபாயம் என்றும் சொல்லியிருந்தார். இதை எப்படிச் சமாளிக்கவேண்டும் என்று இன்னும் ஓரிருவரும் எனக்குச் சில யோசனைகளையும் உபாயங்களையும் சொல்லிக்கொடுத்தனர். பிறகு அந்தத் தருணம் வந்தது. எதிர்கொண்ட முதல் பந்தில் என்ன செய்தேன்

தெரியுமா? கட் ஷாட் விளையாட முயற்சி செய்தேன். என்ன நடக்கிறதென்று நான் உணரும் முன்பே பந்து என் கால் பேட்களில் வந்து மோதியது. சட்டென்று எல்லாமே முடிந்துவிட்டது. அம்பயர் எல்பிடபிள்யூ கொடுத்துவிட்டார். பந்தைத் தவறவிட்ட அந்தக் கணமே அவுட் ஆகிவிட்டேன் என்று தெரிந்துவிட்டது.

சுத்தமாகத் தூக்கமே இல்லாமல்தான் நான் விளையாட இறங்கியிருந்தேன். என் குடும்பத்தாரிடமும் நண்பர்களிடமும் இந்தப் போட்டியைப் பற்றிச் சொல்லியிருந்தேன்- அது என் முதல் சர்வதேசப் போட்டி அல்லவா. அதனால், நான் ஆட்டம் இழந்ததும் மிகுந்த சோகத்துடன் அறைக்குத் திரும்பினேன். என்னை வரவேற்ற முதல் நபர் மாஹி பா'ய்தான். என் தோளில் கைபோட்டு, பரவாயில்லை என்று சொன்னார். நடந்தது நடந்துவிட்டது என்றார். ஆட்டம் இன்னமும் முடிந்துவிடவில்லை என்றார். இர்ஃபானும் என் அருகில் உட்கார்ந்து என்னைச் சமாதானப்படுத்த முயன்றார்.

அதன் பிறகு அரை சதம் அடித்துவிட்டு அறைக்குத் திரும்பிய ராஹுல் பா'ய் என்னிடம் பேசினார். அடுத்த சில ஆட்டங்களிலும் ரன் எதுவும் எடுக்காமல் ஆட்டமிழந்தாலும் அத்தோடு கிரிக்கெட் வாழ்க்கை முடிந்துவிடாது என்று சொன்னவர், 'உன்னைப் பதினெட்டு வயதில் அணிக்குத் தேர்ந்தெடுத்தது உனக்குப் பெரிய எதிர்காலம் இருப்பதாக நாங்கள் நினைப்பதால்தான். ஒரே ஒரு இன்னிங்க்ஸ் விளையாடுவதற்காக உன்னைத் தேர்ந்தெடுக்கவில்லை,' என்றார். இந்த மேட்சே இன்னும் முடிந்துவிடவில்லை என்று சொன்னவர், 'இந்த விளையாட்டின் அழகே இதில் எந்தக் கட்டத்திலும் உன் பங்களிப்பு நிகழலாம், அதிலும் உன்னைப் போல பந்துவீசவும் தெரிந்த ஒருவனுக்கு இது சாத்தியம்தான். பேட்டிங்கில் ரன் சேர்க்காவிட்டால் என்ன, ஃபீல்டிங்கில் ரன்களைத் தடுப்பதே உன் அடுத்த வேலை. நான் பார்த்தவரை, மிகச் சிறந்த ஃபீல்டர்களில் நீயும் ஒருவன்' என்று நம்பிக்கை அளித்தார்.

அந்த மேட்சின் இறுதிக்கட்டம் வரை நான் பந்துவீசவில்லை. ஆனால் என் முதல் போட்டி என்றென்றும் நினைவில் நிற்கும்படியான ஒரு தருணம் நான் ஃபீல்டிங் செய்தபோது கிடைத்தது. ஜஹீர் பா'ய் பந்துவீசியபோது, கூர்மையான ஃபீல்டிங்கால் மார்வன் அட்டப்பட்டுவை ரன் அவுட் செய்தேன். ஸ்கொயர் லெக்கில் பாய்ந்த பந்தைப் பிடித்து, என் பார்வைக் கோணத்தில் இருந்த ஒரே ஸ்டம்பைக் குறிவைத்து, பந்தை எறிந்தேன். மார்வன் கூட அதிர்ந்து திரும்பித் திரும்பிப் பார்த்தபடி சென்றார். ஒன்றுமில்லாத இடத்திலிருந்து என் அணிக்காக ஒரு விக்கெட்டை நெருக்கடியான ஒரு தருணத்தில் ஈட்டியிருந்தேன். மகிழ்ச்சியாக இருந்தது. ராஹுல் பா'ய் சரியாகத்தான் சொல்லியிருந்தார், ஆனால் அதில் ஆச்சரியப்பட ஒன்றுமில்லை.

அந்த ஆட்டத்தில் நாங்கள் தோற்றுவிட்டோம், ஆனால் அந்த முதல்போட்டியிலேயே எனக்கொரு பாடம் கிடைத்தது - வெற்றியும் தோல்வியும் விளையாட்டின் ஒரு பகுதிதான், மைதானத்தில், அதுவும் குறிப்பாக, கிரிக்கெட்டில், ஒன்றிரண்டு மணி நேரத்துக்குள்ளாக, யாருடைய அதிர்ஷ்டமும் மாறிவிடக்கூடும்.

மறுநாள் காலை உணவின்போது ராஹுல் பா'ய் மார்வன் அட்டப்பட்டுவையும் அழைத்துவந்து என்னை அவருக்கு அறிமுகப்படுத்தினார். என்னைப் பற்றி நிறையக் கேள்விப்பட்டிருப்பதாகவும், ஆங்காங்கே என்னுடைய ஆட்டத்தையும் பார்த்திருப்பதாகவும் மார்வன் சொன்னார். நான் பேட்டிங் செய்வதைப் பார்க்க ஆர்வமாக இருப்பதாகச் சொல்லி என்னை வாழ்த்தினார். புறப்படுவதற்காக எழுந்தவர், திரும்பி என்னைப் பார்த்துச் சிரித்து, 'ஆனால் தயவு செய்து மறுபடியும் அப்படி என்னை ரன் அவுட் ஆக்கிவிடாதே' என்றார். மூவரும் சிரிக்கத் தொடங்கினோம். மார்வன் போன்ற ஒரு மூத்த வீரர் என்னைப் பற்றி இப்படி நல்லபடியாகப் பேசியபோது, தேசிய அணியில், அதுவும் சர்வதேசத் தளத்தில், எனக்கும் ஒரு பங்கிருக்கிறது என்ற எண்ணம் மேலும் உறுதியானது.

மேற்கு இந்தியத் தீவுகளுக்கு எதிரான இரண்டாவது போட்டியில் ராஹுல் பா'ய் என்னை 6ஆம் இடத்திலிருந்து 3ஆம் இடத்திற்கு முன்னேற்றினார். அது ஆட்டத்துக்கான உத்தியாக நிகழ்ந்ததா அல்லது என்னை ஊக்கப்படுத்தும் நகர்வா என்று தெரியவில்லை, ஆனால் நான் மிகவும் மகிழ்ச்சியாக இருந்தேன். அது எனக்கு விருப்பமான இடம். அதை நான் நல்ல சகுனமாகவும் எடுத்துக்கொண்டேன். 3ஆம் எண் ஒருவிதத்தில் எனக்கு அதிர்ஷ்டமானதாகத்தான் இருந்துவந்தது. நான் வளர்ந்ததும் 3ஆம் எண் வீடு, இப்போது டெல்லியில் இருப்பதும் 3ஆம் எண் வீடுதான். அப்படித்தான் அணியில் 3ஆம் எண் ஜெர்ஸியை எடுத்துக்கொண்டேன். என்னுடைய கார்களிலும் நம்பர் ப்ளேட்டில் ஓர் எண்ணாவது 3 என்று இருக்கும். ஒரு கட்டத்தில் இந்திய அணியில் 30ஆம் எண் ஜெர்ஸியும் அணிந்திருந்தேன், அது ஒருமுறை சவுரவ் கங்கூலிக்கும் அதிர்ஷ்டகரமாக அமைந்தது. 2007 ஜனவரியில், நாக்பூரில் மேற்கிந்திய தீவுகளுக்கு எதிராக, ஏறக்குறைய பதினெட்டு மாதங்களுக்குப் பின், தன் முதல் ஒருநாள் போட்டியில் களமிறங்கினார். என் சட்டையை அணிந்து சென்று 98 ரன்கள் சேர்த்தார். என் சட்டையைத் தன்னிடமே கொடுத்துவிடுமாறு சொன்னவர், வேடிக்கையாக, அணியில் இருக்கும்வரை அவர் பக்கத்திலேயே இருக்கவேண்டும் என்றும் தனக்கு நல்லதாகவே நடப்பதாகச் சொல்லி உத்தரவிட்டார்.

முதன்முதலாக இந்திய அணியில் நான் 3ஆம் இடத்தில் விளையாடிய போட்டிக்கு வருவோம். சுமாரான ஸ்கோரான 179 அடிக்கவேண்டிய அந்தப் போட்டியில், நான் 35 ரன்கள் சேர்த்தேன். ராஹுல் பா'ய் எப்போதுமே என்னைப் பந்துவீசும்படி உற்சாகப்படுத்துவார். சில சமயங்களில், முக்கியமான விக்கெட்டை எடுக்க, என் ஆஃப் ஸ்பின் பந்துவீச்சின் மீது என்னைக் காட்டிலும் அதிக நம்பிக்கை வைத்திருந்தார். பயிற்சி சமயங்களில் என்னிடம் வந்து, என் பேட்டிங் பயிற்சிக்குப் பிறகு, கொஞ்சமாவது பந்துவீசும் பயிற்சியும் மேற்கொள்வதை உறுதிசெய்துகொள்வார். அந்தப் போட்டியிலும், அவர்களது அனுபவம் வாய்ந்த மூத்த வீரரான

ஷிவ்நாராயண் சந்தர்பால், ஸ்கோரை அதிகரித்து, அணியின் நிலையை உறுதிப்படுத்தும் முயற்சியில் இருந்தபோது, அவரது விக்கெட்டைச் சாய்த்தேன். அது அவர்களது ஆட்டத்தின் அடித்தளத்தை உடைத்து, ஆட்டத்தை எங்கள் வசமாக்கியது.

அப்படித்தான் எனக்கு எல்லாமே தொடங்கியது. அதன்பிறகு சில ஒருநாள் போட்டிகளில் இந்திய அணியில் இருந்தேன், ஆனால் பிரதானமாக 'சூப்பர் சப்' எனப்படும் மாற்று ஆட்டக்காரனாக இருந்தேன். பெரும்பாலும் முரளி கார்த்திக் பந்துவீசி முடித்ததும் அவருக்குப் பதிலாக மாற்று ஆட்டக்காரனாக மைதானத்தில் இறங்குவேன்.

பேட்டிங் செய்யும் வாய்ப்புகள் அவ்வளவாக எனக்குக் கிடைக்கவில்லை. ஆனால் நான் முயன்றுகொண்டே இருந்தேன். 2005ல் இலங்கை, இந்தியாவில் சுற்றுப்பயணம் மேற்கொண்டபோது, பல தருணங்களில் ஃபீல்டிங்குக்காகவே நான் களமிறக்கப்பட்டேன். ஆனால், அடுத்த ஆண்டு பாகிஸ்தானுடனான கடுமையான போட்டிகளின்போது, முல்தானில் நடந்த போட்டியில், குறைவான ஸ்கோரை அடிக்கவேண்டியிருந்தபோது ஆட்டமிழக்காமல் 35 ரன்கள் சேர்த்தேன், இந்தப் போட்டி வெற்றியால் நாங்கள் ஒருநாள் தொடரை வென்றோம். அந்தக் காலகட்டத்தில்தான், எப்போதாவது எனக்குக் கிடைத்த சின்னஞ்சிறிய வாய்ப்புச் சாளரங்களிலெல்லாம் என்னால் முடிந்த அளவு பங்களித்து, அணியில் என் இடத்தை உறுதிசெய்யும் முயற்சியில் இருந்தேன்.

அந்த ஆட்டம்தான் யுவி பா'வுடனும் மஹி பா'யுடனும் நானும் மிடில் ஆர்டரில் இடம்பெற முடியும் என்ற நம்பிக்கையை ராஹுல் பா'ய்க்கும் க்ரேக் சேப்பலுக்கும் கொடுத்தது. இரண்டாவதாக பேட்டிங் செய்து ஸ்கோரை விரட்டிப் பிடிப்பதென்ற அவர்களது வியூகத்துக்கு, மிடில் ஆர்டர் மற்றும் அதன் பின் வரும் ஆட்டக்காரர்களாக நாங்கள் மூவரும் அதிரடியாக ஆடுவது மேலும் வலுசேர்த்தது.

ஃபரிதாபாத்தில் நான் என் முதல் மேன் ஆஃப் த மேட்ச் வாங்கியபோது மாஹி பா'ய் என்னுடன் இருந்தார். பிறகு,

புனேவில் நாங்கள் இருவரும் இணைந்து, இலங்கைக்கு எதிராக, சுமார் 80 ரன்கள் சேர்த்தோம். அவர் 50 ரன்கள் அடித்தார், நான் ஆட்டமிழக்காமல் 39 ரன்கள் சேர்த்தேன், (தில்ஹரா) ஃபெர்னாண்டோ, லாசித் மாலிங்கா, வாஸ் (சமிந்தா வாஸ்), முரளிதரன் ஆகியோரை எதிர்கொண்டோம். இடக்கை-வலக்கை ஆட்டக்காரர்களான எங்கள் இணை சரியாகவே அமைந்தது. மைதானத்துக்கு வெளியில் ஒன்றாக அதிக நேரம் செலவிட்டது போக, மைதானத்தில் சேர்ந்து பேட்டிங் செய்வதிலும் ஒன்றாக அதிக நேரம் இருந்தோம்.

அணியுடன் பயணித்த முதல் சில ஆண்டுகள் எனக்கு நிறையவே கற்றுக்கொடுத்தன. ராஹுல் பா'ய் அவ்வப்போது என்னை இரவு உணவுக்கு வெளியே அழைத்துச் சென்று என்ன கற்றுக்கொண்டேன் என்று விசாரிப்பார். சச்சின் பா'ஜிக்கும் எனக்குமிடையிலும் அவ்வப்போது இப்படியான உரையாடல்கள் நிகழும். நான் ஃபீல்டிங் பயிற்சி செய்யும்போது அவர் என்னருகில் வந்து நின்றிருப்பார். நான் ஜூனியர் என்பதால் அவர் பாராட்டும்படி நடந்துகொள்ள வேண்டும் என்று நினைப்பேன். அது ஒரு மிகச் சிறந்த அனுபவமாக இருந்தது.

★★★

இந்தியாவுக்குக் கேப்டன் ஆனவர்களிலேயே இரண்டாவது மிகக் குறைந்த வயதுக்காரராக நான் இருந்தேன். என் முதல் போட்டியில் விளையாடிய ஐந்தாண்டுகளுக்குள்ளாகவே இது நிகழ்ந்தது. 2010ல் ஜிம்பாப்வேயில், இலங்கையும் இடம்பெற்ற மும்முனைப் போட்டிகளுக்காக மிக இளைய அணியுடன் புறப்பட்டபோது எனக்கு 23 வயது முடிந்திருக்கவில்லை.

ஒரு கிரிக்கெட் அணிக்குக் கேப்டனாக இருப்பது எனக்குப் புதிதல்ல. ஸ்போர்ட்ஸ் ஹாஸ்டலில் இருந்த காலத்தில் சில அணிகளுக்குத் தலைமை ஏற்றிருக்கிறேன். அதற்கு முன்பாகவே உ.பி அணி, இந்திய ஏ அணி, மற்றும் சேலஞ்சர் கோப்பையில் ஓர் அணிக்கும் நான் கேப்டனாக இருந்திருக்கிறேன். அந்த ஆண்டு மாஹி பா'ய்க்குக் காயம் ஏற்பட்டிருந்தபோது

சென்னை சூப்பர் கிங்க்ஸ் அணிக்கும் இரண்டு போட்டிகளில் கேப்டனாக இருந்தேன். அவ்விரண்டு போட்டிகளிலும் நாங்கள் வென்றோம், அவை நாங்கள் தகுதிச்சுற்றுக்குள் நுழைய அவசியமான வெற்றிகளாக இருந்தன, அதன் பிறகு அந்த ஆண்டு கோப்பையையும் நாங்களே வென்றோம். உலகக் கோப்பையில் பங்கேற்ற பத்தொன்பது வயதுக்குட்பட்ட இந்திய அணியில் நான் வைஸ்-கேப்டனாக இருந்தேன், ராயுடு கேப்டனாக இருந்தார். நான் தலைமையேற்கப் பிறந்தவன் என்றெல்லாம் நான் எண்ணவில்லை, ஆனால் பொறுப்பை ஏற்றுக்கொள்ளத் தயங்காதவன் என்ற நம்பிக்கை எனக்குண்டு.

நான் எப்போதுமே ராஹுல் பா'யைப் போன்ற ஒரு கிரிக்கெட்டர் ஆகவேண்டும் என்றே விரும்பினேன். அவரே என் ஆதர்சம். ஆனால் கேப்டன் பொறுப்பு என்று வருகையில் ராஹுல் பா'ய் மற்றும் மாஹி பா'ய் ஆகியோரின் கலவையாகச் செயல்பட முயன்றேன், ஊடகங்களை எதிர்கொள்ளும் விதத்தில் மட்டுமல்லாமல் அணியில் வீரர்களுடன் கலந்திருப்பதிலும் கூட. அணியின் சகவீரர்களில் சிறப்புகளை வெளிக்கொணர்வதும், அணிக்குத் தேவையானதைச் செய்வதுமே முக்கியமானவை. ஒரு கேப்டனாக, இன்னும் அதிகபட்ச கூட்டுணர்வுடன் செயல்படுவோம்.

தேர்வுக்குழுவினர் ஜிம்பாப்வே சுற்றுப் பயணத்துக்கு என்னைக் கேப்டனாக அறிவித்த தருணம் மிகுந்த பெருமிதம் கொண்டேன். அந்த அணி முழுக்க என் சக வீரர்களும், இன்னும் சில இளைய வீரர்களும் இருந்தனர். அந்தப் பயணத்திலிருந்து மறக்கமுடியாத பல நினைவுகள் இருக்கின்றன. இந்திய அணியின் சீருடை அணிந்து டாஸ் போடச் செல்வது; தூதரகத்தில் இரவு உணவுக்குச் சென்று உரையாற்றுவது போன்ற பல நினைவுகள். சுற்றுப் பயணத்துக்கு முன் இந்தியாவில் ப்ரெஸ் கான்ஃபரன்ஸில் நான் பதிலளித்தபோது எதிர்கொண்ட முதல் கேள்வி, இவ்வளவு இளையவர் எப்படி கேப்டனாக முடியும் என்பதுதான். நான் புன்னகைத்து, என் கிரிக்கெட் வாழ்வில் இவ்வளவு சீக்கிரம் கேப்டன் பொறுப்பு வரும் என்று நானும் எதிர்பார்க்கவில்லை என்றேன்.

ஹராரேவில் இந்திய அணியின் கேப்டனாகக் களமிறங்கியபோது, நிறைய இந்தியக் கொடிகள் மைதானத்தைச் சுற்றிலும் இருந்தது இன்னொரு மகத்தான அனுபவம். அந்தப் போட்டித் தொடர் எங்களுக்கு அவ்வளவு நன்றாக அமையவில்லை, ஆரம்பத்திலேயே வீழ்த்தப்பட்டோம், ஒரே ஒரு போட்டியில் மட்டுமே வென்றோம். லீக் போட்டிகள் இரண்டிலுமே ஜிம்பாப்வே எங்களைத் தோற்கடித்தது. கேப்டன் பொறுப்புப் பற்றிய சில கடினமான பாடங்களையும் நான் அந்தச் சுற்றுப்பயணத்தில் கற்றுக்கொண்டேன்: அதாவது, ஜெயித்தால் மொத்த அணிக்கும் பாராட்டுக் கிடைக்கும், ஆனால் தோற்றால் கேப்டனுக்குத்தான் பெரும்பாலான வசைகள் கிடைக்கும். கேப்டன் பொறுப்பின் ஓர் அங்கம் அது.

போட்டி முடிவுகளைக் கடந்து, அந்த அணியிலிருந்த, நானும் உட்பட்ட, இளைய வீரர்களுக்கு அந்தச் சுற்றுப்பயணத்தில் கிடைத்த அனுபவ லாபங்களை நினைத்து மகிழ்ச்சியடைந்தேன். அஷ்வின் தன் முதல் போட்டியில் விளையாடினார், ரோஹித் ஷர்மா தன் முதலிரண்டு ஒருநாள் போட்டிச் சதங்களை அடித்தார், விராட் கோலி மிகவும் நன்றாகவே விளையாடினார், ரவீந்திர ஜடேஜா பேட்டிங் மற்றும் பந்துவீச்சு இரண்டிலும் மிக நன்றாக விளையாடினார். இத்தனை ஆண்டுப் பழக்கத்தில் மாஹி பாய்யிடமிருந்து நான் கற்றுக்கொண்டது இது: ஒரு கேப்டனாக, முடிவுகளை மட்டுமே பிரதானமாக நினைக்கக்கூடாது. அணியின் வீரர்கள் முன்னேறி, தங்கள் ஆட்டத்திறனை மேம்படுத்திக்கொண்டால், அது சில சமயங்களில் வெல்வதற்குச் சமமான முக்கியத்துவம் வாய்ந்தது.

அடுத்த முறை நான் கேப்டன் பொறுப்பேற்றபோது, அது இதைக் காட்டிலும் மிகுந்த வெற்றிகரமானதாக இருந்தது. 2011ல் கரீபியன் தீவுகள் (மேற்கிந்தியத் தீவுகள்) சுற்றுப்பயணத்தில் அது அமைந்தது. உலகக் கோப்பையை வென்றவுடன் ஒரு டி20 மற்றும் ஒருநாள் போட்டித் தொடர் ஒன்றில் விளையாடிக்கொண்டிருந்தோம். அப்போதுதான் சிஎஸ்கே அணியும் இரண்டாம் முறையாக ஐபிஎல் கோப்பையை

வென்றிருந்தது. இந்த முறை என் தலைமையில் ஹர்பஜன் சிங் போன்ற சில சீனியர் வீரர்களும் அணியில் இருந்தனர். அவர் எனக்கு மிகவும் ஆதரவாக இருந்தார், எங்கள் வெற்றியில் அவர் பெரும்பங்கு வகித்தார். போட்டித் தொடரை ஏற்கனவே வென்றுவிட்டதால், கடைசி இரண்டு போட்டிகளில் அஷ்வினுக்கு வாய்ப்புக் கொடுத்துப் பார்க்கலாம் என்ற எங்கள் விருப்பத்தைத் தெரிவித்தபோது அவர் அதனைச் சரியாகப் புரிந்துகொண்டார். அவ்வளவு மூத்த வீரர் இளையவரான தன் கேப்டனின் பக்கம் நின்றது பெருமகிழ்ச்சியாக இருந்தது. அந்தச் சுற்றுப்பயணத்தின்போது எனக்கான வழிகாட்டும் ஒளியாக இருந்ததற்காக பாஜ்ஜி பா'வுக்கு நான் என்றும் நன்றியுள்ளவனாக இருப்பேன். ஒருவரை வெற்றிகரமான கேப்டனாக்குவதில் உரையாடலின் முக்கியத்துவத்தையும் நான் புரிந்துகொண்டேன். மாஹி பா'ய் அந்த அம்சத்தில் ஒரு வல்லுநராக இருக்கிறார். ஆட்டத்தில் களமிறங்கும் பதினொரு பேரில் இடம்பெறாத ஒரு வீரருக்கு, அது ஏன் நிகழ்ந்தது என்பது தெளிவாகப் புரியும்படி பார்த்துக்கொண்டார். இதனால் ட்ரெஸ்ஸிங் ரூம் எனப்படும் எங்கள் அணிக்கான தனித்த இடத்தில் நம்பிக்கையை வளர்த்து, ஒருவரோடொருவர் நல்ல பந்தத்துடன் இருப்பதையும் நிகழ்த்தியது.

மைதானத்தில், அஷ்வின் போன்ற சில பந்துவீச்சாளர்களுக்குப் பெரிதாக எந்த வழிகாட்டலும் தேவைப்படுவதில்லை. ஒவ்வொரு பந்திலும் என்ன செய்யவேண்டும் என்பதை அவர் ஏற்கனவே முடிவுசெய்திருப்பார், அவரது திட்டப்படி அவரைச் செயல்பட விட்டுவிட்டு, வேறெந்த வழியிலாவது அவருக்கு உதவ முடியுமா என்று பார்க்கவேண்டும், மாஹி பா'ய் பல வருடகாலம் செய்ததைப் போல. ஆனால் முனாஃப் படேல் போன்ற சில பந்துவீச்சாளர்கள் விஷயத்தில் வேறு மாதிரி செயல்படவேண்டும். அவர் சில சமயங்களில், ஒரு குறிப்பிட்ட பேட்ஸ்மேனுக்கு எங்கே பந்துவீச வேண்டும், அல்லது அவர் விஷயத்தில் தனித்த திட்டல் எதுவும் இருக்கிறதா என்பதை அவர் அருகில் சென்று குறிப்பிட்டுச் சொல்லவேண்டும் என்று எதிர்பார்ப்பார்.

பொறுப்பைப் பற்றிக் கற்றுக்கொண்டதைக் கடந்து, கேப்டன் பொறுப்பை ஏற்கும்போதெல்லாம் நான் இன்னும் நிதானமான மனிதனாக மாறிவிட்டதாக உணர்ந்தேன். ஐபிஎல்லில் குஜராத் லயன்ஸ் அணியின் கேப்டனாகப் பொறுப்பு வகித்த இரண்டு வருடங்கள் எனக்குக் கிடைத்த மிகப்பெரிய கற்றல் அனுபவங்கள். ஐபிஎல்லில் கேப்டன் பொறுப்பு வகிப்பது மிகவும் வித்தியாசமானது. சிஎஸ்கேவில் அணி மேலாளர்கள் கிரிக்கெட் வீரர்களுடன் பழகுவதில் மிகுந்த அனுபவசாலிகள் என்பதால் அவர்கள் பெரும்பாலும் எதிலும் குறுக்கிடவோ தலையிடவோ மாட்டார்கள். ஆனால் குஜராத்தைப் பொறுத்தவரை அணி மேலாளர் மிகவும் இளையவர் என்பதுடன் அவர்களுக்கு நல்ல பெயர் ஈட்ட இரண்டு ஆண்டுகள் இருந்தன. அவர்கள் வெல்லவேண்டும் என்பதில் குறியாக இருந்ததைப் புரிந்துகொள்ள முடிகிறது. அது எனக்கு வேறுவிதமான சவாலாக இருந்தது. அப்போது ரைஸிங் புனே சூப்பர்ஜயண்ட்ஸ் அணியிலிருந்த மாஹி பா'யை அவ்வப்போது தொடர்புகொண்டு, நான் எடுத்த சில முடிவுகளைப் பற்றியோ, அல்லது பொதுவாக என் ஆட்டம், கேப்டன் பொறுப்பு பற்றிய அவரது கருத்துகளைக் கேட்கவோ பேசிக்கொண்டிருப்பேன். சில சமயங்களில் வீரு பா'வைத் தொடர்புகொண்டு அவரிடமும் சில ஆலோசனைகளைக் கேட்பேன்.

ஒரு கேப்டனாக, மைதானத்தில் சில முடிவுகளை, முற்றிலும் உள்ளுணர்வினால் எடுக்க வேண்டியிருக்கும். அப்படித் துணிந்து எடுக்கும் முடிவுகள் இரண்டுவித பலன்களையும் கொடுக்கக்கூடும். ஆனால் அந்த முடிவுகளின் பக்கம் நிற்பது மிகவும் அவசியம். வாழ்விலும் நாம் இதைச் செய்ய நேரிடும். மனம் சொல்வதைக் கேட்டுத் துணிந்து செயல்பட வேண்டியிருக்கும். தர்க்கபூர்வமாக முடிவெடுப்பது சிறந்ததுதான், ஆனால் சில சமயங்களில் உள்ளுக்குள் ஒலிக்கும் குரலைக் கேட்டுச் செயல்படுவதும் அவ்வளவு மோசமானதல்ல.

ஐபிஎல்லில் குஜராத் அணியில் இடது கை ரிஸ்ட் ஸ்பின்னரான ஷிவில் கௌஷிக்குக்குப் பக்கபலமாக இருந்ததை நினைத்துப்

பார்க்கிறேன். அவர் அறியப்படாததோர் அளவீடாக இருந்தார். அவரது பந்துவீசும் முறை சற்று வினோதமாக இருந்தது, அவர் வெற்றிகரமானவராக இருப்பார் என்று எனக்குத் தோன்றியது. அணிக்குள்ளாக, அறிவு சார்ந்து செயல்பட்ட சில குரல்கள் அவர் இன்னும் தயாராகவில்லை என்று ஒலித்தன. ஆனால் வலைப்பயிற்சியில் அவரை எதிர்கொண்டபோது, இதுவரை அவரை எதிர்கொண்டிராத பேட்ஸ்மேன்கள் அவர் பந்துவீச்சில் நிச்சயம் திணறுவார்கள் என்று எனக்குத் தோன்றியது. தனது இரண்டாவது போட்டியிலேயே கிங்க்ஸ் லெவென் பஞ்சாப் அணிக்கு எதிராக, எங்கள் அணிக்காக அவர் 20 ரன்கள் கொடுத்து 3 விக்கெட்டுகளைச் சாய்த்தார். அந்த விக்கெட்டுகள் முரளி விஜய், ஷான் மார்ஷ் மற்றும் க்ளென் மேக்ஸ்வெல் ஆகியோருடையவை!

அதுவும் நாம் மாஹி பா'யிடமிருந்து கற்றுக்கொண்ட கேப்டன் பொறுப்பின் ஓர் அம்சம்தான். அணியில் இருக்கும் மூத்த வீரர்களின், நம்மை விடக் கூடுதல் அனுபவம் கொண்ட வீரர்களின் ஆலோசனைகளை எப்போதும் கேட்கவேண்டும், போலவே, ஓர் இளைய வீரரிடமும் யோசனை எதுவும் இருந்தால் நிச்சயம் அதை மதித்துக் கேட்கவேண்டும். நானும் குஜராத்தில் ட்வெய்ன் ப்ராவோ, ப்ரெண்டம் மெக்குல்லம், மற்றும் டேல் ஸ்டெய்ன் ஆகியோரிடம் அப்படித்தான் நடந்துகொண்டேன். ஆனால், ஆட்டம் என்று வரும்போது, மைதானத்தில் எப்போதுமே முடிவு கேப்டன் வசம்தான் இருக்கும். உங்கள் மீதுதான் பொறுப்பு இருக்கும், அதனால் ஒரு முடிவு தவறாகும்பட்சத்தில், நீங்கள் அதை ஏற்கத்தான் வேண்டும்.

நான் எப்போதும் நேரிட்ட எண்ணங்கள் என்னைச் சூழ்ந்திருக்க வேண்டும் என்று விரும்புவேன். என் வாழ்வில் எதிர்மறை எண்ணங்களுக்கு இடமே இல்லை. என் தலைமையில் விளையாடும் ஒவ்வோர் இளைஞரின் மனத்திலும் இந்தத் தெளிவினை ஏற்படுத்த என்னாலான முயற்சிகளை எப்போதும் மேற்கொள்வேன்.

பல சமயங்களில் இளைஞர்களுக்குத் தோல்வியைக் கையாளத் தெரிவதில்லை. சிலர் பயணித்த பாதையில் அதனை ஒருபோதும் எதிர்கொண்டிருக்கமாட்டார்கள். இந்தியாவில் மாநில அளவில் விளையாடத் தேர்வுபெற வேண்டுமென்றாலும் அதுவரையிலான ஜூனியர் அளவிலான ஆட்டங்களில் ஒருபோதும் சுமாராக விளையாடியிருக்கக் கூடாது, அது பேட்டிங்கானாலும் சரி, பந்துவீச்சானாலும் சரி. அப்படியில்லாவிட்டால் கடுமையான போட்டியை உடைத்து முன்னேறுதல் அசாத்தியம். அதனால், பெரும்பாலும் இளைய வீரர்கள் தங்கள் முதல் தோல்வியைப் பெரிய உயரத்தில், சீனியர்களின் ஆட்டத்தில் எதிர்கொள்ள நேர்கிறது. பல சமயங்களில் அவர்கள் அதனால் பெரிதும் பாதிக்கப்படுகிறார்கள். அது எப்படித் தங்களுக்கு நிகழலாம் என்று உணர்ந்தறிய அவர்களால் முடிவதில்லை. என் முதல் போட்டியில் எனக்கு நிகழ்ந்ததே ஓர் உதாரணம்.

சில சமயங்களில் மிகக் குறைவான ஸ்கோரில் ஆட்டம் இழப்பதும் சதம் அடிப்பதைப் போலவே முக்கியமானதுதான் என்பதை அவர்கள் கற்கவேண்டும். கிரிக்கெட் எனக்கு இதைத்தான் சொல்லிக்கொடுத்திருக்கிறது. இதை வாசிக்கும் ஒவ்வோர் இளைஞருக்கும் நான் சொல்லவிரும்புவதும் அதுவேதான். தோல்வி என்பது வெற்றிக்கான படிக்கல் என்று நீங்கள் கேள்விப்பட்டிருப்பீர்கள், ஆனால் அது மட்டுமல்ல, தோல்வி என்பது வாழ்க்கை பற்றிய நல்ல புரிதலுக்கு இட்டுச்செல்லும் பாதையாகவும் இருக்கிறது.

நான் உத்தரப் பிரதேசத்தை விட்டுச் செல்லாததற்கு அது ஒரு முக்கியமான காரணம். என்னோடு விளையாடத் தொடங்கிய பல சகவீரர்கள் வேறு மாநிலங்களுக்குச் சென்று விளையாடியிருக்கிறார்கள். பெரும்பாலானோர் அங்கிருக்கும் அரசியலையும், அதிகாரிகளிடமிருக்கும் வேறு சில சிக்கல்களையும் குறிப்பிடுவார்கள். எனக்கும் சில அழைப்புகள் வந்தன. அத்தனை சிக்கல்களையும் நானும் அறிவேன். ஆனால் என் இதயம் உபியிடமே உள்ளது, என் கிரிக்கெட் வாழ்க்கை முடியும்வரையில் அங்குதான் இருக்கும். எனக்கு கிரிக்கெட்டிலும் வாழ்க்கையிலும் எவ்வளவோ

நன்மைகளை ஏற்படுத்திக் கொடுத்த மாநிலத்தை நான் எப்படிக் கைவிடுவேன்? சுரேஷ் ரெய்னா ஜம்மு-காஷ்மீருக்கோ அல்லது தமிழ்நாட்டுக்கோ விளையாடுவதாகக் கற்பனை செய்து பாருங்கள், சொல்லும்போதே சரியில்லை என்று தெரிகிறதல்லவா.

இளைஞர்களை வழிநடத்துவது என் கடமை என்றே நினைக்கிறேன். அதைத்தான் நான் செய்யவேண்டும். உபிக்கு நான் கடன்பட்டிருக்கிறேன். அவரவர் காரியத்தைப் பார்த்துக்கொண்டிருப்பது எளிதுதான், ஆனால் அது போதுமா? நமக்கு இவ்வளவு நன்மைகளைத் தந்த விளையாட்டுக்குப் பதிலுக்கு நன்மை செய்யவேண்டியது நம் ஒவ்வொருவரின் கடமை. நாம் நம் வேர்களை மறக்கவே கூடாது. அதனால்தான் ஒரு கேப்டனாக உபி அணியை 2015-16ல் சையத் முஷ்டாக் அலி கோப்பை வெற்றிக்கு வழிநடத்திச் சென்றதையே என் மிக மகிழ்ச்சியான தருணமாகப் பார்க்கிறேன். இர்ஃபானின் கடைசி ஓவரில் ஒரு சிக்ஸர் அடித்தது நினைவிருக்கிறது, ஆனால் எங்கள் அணியில் தங்களுக்கென்று நற்பெயரை ஈட்டிக்கொண்ட பல இளைஞர்களால்தான் அந்த வெற்றி சாத்தியமாயிற்று.

இளம் வீரர்களிடம் அவ்வப்போது வாழ்வின் உண்மைகளைப் பற்றிப் பேசுவேன். எதற்கெல்லாம் முக்கியத்துவம் கொடுக்கவேண்டும் என்பதைத் தெளிவாக முடிவுசெய்துகொள்ள வேண்டும். கவனத்தை ஒருமுகப்படுத்தி, கட்டுப்பாட்டுடன் கிரிக்கெட்டை நோக்கித் திருப்பிக்கொண்டால் நீண்ட தூரம் பயணிக்கலாம், நிறையப் பணமும் ஈட்டலாம் என்று இளைஞர்களிடம் எப்போதும் சொல்வேன். அப்படி ஈட்டிய பணத்தைச் சரியான இடத்தில் முதலீடு செய்யவேண்டும், அப்போது மனைவி, பிள்ளைகள், பெற்றோரை நினைத்துக்கொள்ளவேண்டும். முதலில் அவர்களது எதிர்காலத்துக்குத் தேவையானதைச் செய்துவிட்டு, பின்னர் உங்களுக்கு எப்படிச் செலவு செய்யவேண்டுமோ அப்படிச் செய்துகொள்ளுங்கள். எல்லாவற்றையும்விட குடும்பம்தான் முக்கியமானது.

★★★

மாஹி பா'ய் எப்போதும் நான் செய்யும் குளறுபடிகளைக் கிண்டல்செய்துகொண்டே இருப்பார். அவருடன் ஒரே அறையில் தங்கியிருக்கும்போது நான் எப்படி எதையாவது கீழே தவறவிடுவேன், அல்லது நடந்து செல்லும்போது எதிலாவது இடித்துக்கொள்வேன் என்பதைப் பற்றி அவர் பேசும்போது நானும் இருந்திருக்கிறேன். 'நீ இருந்தாலே எதாவது நடந்துவிடும். என்று சொல்லிச் சிரிப்பார். அதில் உண்மையும் இருக்கலாம். நான் ஓர் உற்சாகமான மனிதன், நீங்கள் மைதானத்தில் பார்த்திருப்பீர்கள், அப்படித்தான் எப்போதும் சுறுசுறுப்பாக எதையாவது செய்துகொண்டிருப்பேன்.

இன்னொரு விஷயத்தையும் அவர் வேடிக்கையாகச் சொல்வார். அதாவது நான் நிதானமாக அறைக்குள் நுழைந்து, ரூம் சர்வீஸை அழைத்து, எனக்கு வேண்டிய உணவையெல்லாம் ஆர்டர் செய்துவிட்டு, அது வரும்வரை காத்திருக்காமல் ஓடிவிடுவேன் என்பார். எப்போதும் எனக்கான உணவை நானே ஆர்டர் செய்ய விரும்புவேன். அதற்குக் காரணம் என்னவென்றால், ஏனைய பெரும்பாலான வீரர்கள் கோழிக்கறியும் ரோட்டியும் ஆர்டர் செய்துவிடுவார்கள். நானோ சைவ உணவைத்தான் சாப்பிடுவேன். மேலும், மைதா சாப்பிடவே மாட்டேன், வீட்டில் எப்போது ராகி மாவினால் செய்த ரோட்டிகளைச் சாப்பிட்டுப் பழகியிருந்தேன். என்னுடைய உணவுப் பழக்கம் பெரும்பாலும் 'தேசி'தான் (உள்ளூர் பாணி), எனக்குக் காய்கறிகளும், எதாவது ஒரு பருப்பு வகையும் அவசியம் உணவில் இருக்கவேண்டும்.

அதனால்தான் மாஹி எனக்கான உணவை என்னையே ஆர்டர் செய்துகொள்ளச் சொல்வார். ஆனால் பல சமயங்களில் ஆர்டர் செய்தபிறகுதான் எனக்கு ஜிம் போகவேண்டும் என்பது நினைவுக்கு வரும், அதனால் அந்த உணவைச் சாப்பிடமுடியாமல் போய்விடும். அப்போதும், உணவை வீணாக்கக் கூடாது என்பதற்காக, நான் அறைக்குத் திரும்பிய பிறகு, அது ஆறிப்போயிருந்தாலும், சாப்பிட்டுவிடுவேன்.

ரூம் சர்வீஸ் பற்றிப் பேசும்போது, ராபின் உத்தப்பாவும் நானும் மாஹி பா'யின் டேப்-லிருந்து உணவு ஆர்டர் செய்த நாட்கள்

நினைவுக்கு வருகின்றன. போலவே, பாகிஸ்தானில் இருந்த நாட்களில், கேப்டனான ராஹுல் பா'ய், 'என்ன வேண்டுமோ ஆர்டர் செய்துகொள்ளுங்கள், இது என் விருந்து' என்று சொன்ன தருணங்களும். அப்படி கவனமில்லாமல் சொல்லிவிட்டதற்காக அவருக்குப் பெரிய செலவை இழுத்துவிட்டிருக்கிறோம்.

அதில் இர்ஃபான், ராபின், மாஹி பா'ய், மற்றும் நானும் பங்கேற்றோம். தோனியின் யோசனைதான். அவர்தான் ரூம் சர்வீஸை அழைத்து, நாங்கள் ஆர்டர் செய்த அனைத்தையும் இரட்டிப்பாக்கச் சொன்னார். அதாவது இரண்டு மில்க்ஷேக், இன்னொரு பிரியாணி, இன்னும் இரண்டு ரோட்டி, இன்னும் இரண்டு பருப்பு வகைகள், இன்னும் இரண்டு காய்கறிக் கூட்டுகள், இப்படி. ராஹுல் பா'ய் எங்களைப் பார்த்து அடக்கமுடியாமல் சிரித்தார். கடைசியில் ரூம் சர்வீஸ் விஷயத்தில் இப்படி எங்களுக்குச் சுதந்திரம் கொடுத்தது தவறுதான் என்று ஒப்புக்கொண்டார். ஆனால் நாங்கள் ஆர்டர் செய்த அனைத்தையும் சாப்பிட்டு முடித்தோம்.

இப்படிச் சிக்குபவர்களை வைத்து மாஹி பா'யும் நானும் நிறைய வேடிக்கைகளை நிகழ்த்தியிருக்கிறோம். மற்றவர்களை கலாட்டா செய்யும் விவகாரத்தில் எங்களைக் கூட்டுக் களவாணிகள் என்றே சொல்லலாம். தன் குறும்பை அவர் என் பக்கம் திருப்பும் சமயங்களில் நானும் இப்படிச் சிக்கியிருக்கிறேன். இத்தனை ஆண்டுகளாக எங்களுக்கிடையில் சுவாரசியமான பந்தம் இருந்துவருகிறது.

எங்கள் நட்பினால் நான் பல்வேறு சிக்கல்களையும் சந்தித்திருக்கிறேன். அதாவது பாரபட்சமெனும் குற்றச்சாட்டு. பலரும், 'ஓ... தோனியின் நண்பர் என்பதால்தான் ரெய்னா அணிக்குத் தேர்ந்தெடுக்கப்படுகிறார்,' என்பார்கள். ஆனால் அவர் தலைமையில் நான் இடம்பெற்ற அணிகளுக்கு - இந்தியா மற்றும் சிஎஸ்கே - நான் செய்திருக்கும் பங்களிப்பை மறந்துவிடுவார்கள். அப்படியான பங்களிப்புகளால்தான் ஒரு கேப்டனுக்கு ஒரு வீரரின் மீது நம்பிக்கை வரும்.

எங்களைப் பொறுத்தவரையில் எப்போதும் ஒருவர் வீட்டிலேயே உடனிருக்கும் அண்டை வீட்டுக்காரரைப் போல நாங்கள் நெருக்கமாக இருந்தோம். இது நம் வீட்டு விஷயம் என்பதைப் போல ஒருவர் மற்றவரிடம் உரிமைகள் எடுத்துக்கொள்ள முடிந்தது. என் கிரிக்கெட் வாழ்க்கையில் பெரும்பகுதி நான் பேட்டிங் வரிசையில் லோயர் ஆர்டர் எனப்படும் ஆறாம் அல்லது ஏழாம் இடத்தில் விளையாடியிருக்கிறேன். அவர் எப்போதுமே முதற்சில இடங்களில் மற்றவர்களை ஆட வைப்பார். சில சமயங்களில் நான், ‘நாமும் முதல் சில இடங்களில் ஆடவேண்டும்’ என்பேன். ஆனால் அவர், ‘நீ அட் வில் (நினைத்தபோதெல்லாம்) சிக்ஸர் அடிச்சிடுவே...’, என்று சொல்லி, மற்றவர்கள் – அதாவது ரோஹித் அல்லது விராட் அல்லது அஜ்ஜு (அஜிங்கியா ரஹானே) – முதல் சில இடங்களில் ஆடுவதுதான் நல்லது என்பார். அப்படியான சூழல்களில் நான் மேலும் நம்பிக்கைக்குரியவனாக இருந்தேன். அவருக்கு என்னுடைய மனநிலை தெரியும். என்னுடைய மிகச்சிறந்த ஆட்டத்தை எதெல்லாம் வெளிக்கொண்டுவரும் என்பது அவருக்குத் தெரியும். நான் அவரை முழுமனத்துடன் நம்பினேன். சிலர் எங்களது நட்பையும் நான் அணியில் தொடர்ந்து இடம்பெறுவதையும் தொடர்புபடுத்திப் பேசியது என்னை மிகவும் காயப்படுத்தியது. எண்கள் பொய் சொல்லாது என்றே நான் நம்புகிறேன். அணியில் என் இடத்தை நான் உழைத்தே ஈட்டினேன், போலவே மாஹி பா’யின் மதிப்பையும் நம்பிக்கையையும். நான் எப்போதும் அவர் பக்கம் இருந்தேன். அவர் எப்போதும் என்னை உயர்வாக உணரச் செய்தார். யாராலும் அதை மாற்ற முடியாது. மேலும், யார் என்ன சொல்கிறார்கள் என்பதும் பொருட்டல்ல...

நாங்கள் மேலும் மேலும் நெருங்கினோம், ஒருவர் மற்றவருடைய தனித்த வாழ்க்கை, மற்றும் குடும்பங்கள் பற்றியும் அரிந்துகொள்ளத் தொடங்கினோம். நான் அவர் வீட்டுக்குச் சென்று அவர் குடும்பத்தைச் சந்தித்தேன். அவர்களைச் சந்தித்த பிறகுதான், எப்படி அவர் இவ்வளவு நேர்த்தியாக இருக்கிறார் என்பதைப் புரிந்துகொண்டேன்.

சாக்ஷியும் அவரும், அவர்கள் திருமணம் முடிந்தவுடன், என் பெற்றோரைச் சந்திக்க வந்திருந்தார்கள். அங்கும் ஒரு உபி - பீஹார் பந்தம் ஏற்பட்டிருந்தது.

மாஹி பா'ய் ஒரு கேப்டன் கூல் என்பது பற்றி நிறையப் பேச்சு உண்டு. ஆனால் ஒரு கேப்டனாக அவரது மிகப்பெரிய பலம் அது இல்லை என்றே நான் சொல்வேன். அவர் ஆட்டத்தை ஒருபோதும் விட்டுக்கொடுக்க மாட்டார். அதுதான் அவரை இப்படியோர் புகழ்மிக்க கேப்டனாகவும், அசத்தலான தலைவராகவும் நீடிக்கச் செய்தது என்பது என் கருத்து.

ஒருவரும் ஒரு ஆட்டத்தையும் சாதாரணமாக எடுத்துக்கொள்ள முடியாது, ஆட்டத்தைப் புறந்தள்ளி எந்த வேடிக்கையையும் நடத்த முடியாது. தேசத்துக்காக ஆடுவதை அவர் உணர்வுபூர்வமாக நிகழ்த்தினார். 'உங்கள் தேசத்துக்காக ஆடுகிறீர்கள். இதில் எந்தச் சாக்கும் சொல்லமுடியாது,' என்று எங்களிடம் எப்போதும் சொல்வார்.

கலாட்டா எல்லாம் ஆட்டம் முடிந்தபிறகுதான். இந்த அம்சமே அவரைத் தனித்துக் காட்டுவது. தேசிய கீதம் இசைக்கப்பட்ட நொடி முதல் நீங்கள் உங்கள் தேசத்தின், மூவர்ணக் கொடியின் பிரதிநிதி ஆகிறீர்கள். இது மிகத் தீவிரமான செயல்பாடு. அவர் பார்ப்பதற்கு உலகிலேயே மிக நிதானமான கிரிக்கெட் வீரராகத் தோன்றலாம், ஆனால் நிதானிக்க ஒரு நொடி நேரமும் இராது. இந்திய அணி வெற்றி பெறும் முடிவுதான் அவருக்கு முக்கியம், யார் வென்று கொடுக்கிறார்கள் என்பது பொருட்டல்ல. அதனால்தான் எப்போதுமே நாங்கள் வென்றபிறகு சூழும் ஒளியிலிருந்து நகர்ந்து சென்றுவிடுவார், உலகக் கோப்பையை வென்ற பிறகும் அதையே செய்தார்.

ஒரு கிரிக்கெட்டராக அவர் ஒருபோதும் நிலைமாறி நான் பார்த்ததே இல்லை. கிரிக்கெட்டுக்கான அவரது அணுகுமுறையும் மாறவில்லை. அவர் முக்கியத்துவம் கொடுத்தவை எப்போதும் வரிசை மாறியதில்லை. அவர் எளிமையான மனிதராகவே நீடிக்கிறார், அதனால்தான் இறைவனும் அவரிடம் அன்போடு இருக்கிறார்.

மாஹி பா'யிடமிருந்து நான் கற்றுக்கொண்ட மிக முக்கியமான பாடம் என்னவென்று கேட்டால், அவரது எளிமையையும் மனிதத்தன்மையையும் சொல்வேன். அவர் தன்னைச் சுற்றியிருப்பவற்றை மதிப்பது, அவரது பெருவிருப்பங்கள், அவரது கனவுகள், வாழ்க்கையில் தாம் அடைய விரும்பும் லட்சியத்தை நோக்கிய அவரது தீவிர உழைப்பு ஆகியவை போற்றத்தக்கவை. பொறுப்புடன் இருப்பது எப்படி, நாளையைப் பற்றியோ, அடுத்த கணத்தைப் பற்றியோ யோசிக்காமல் தற்கணத்தைப் பற்றி மட்டுமே சிந்திப்பது எப்படி என்பன அவரிடமிருந்து கற்கவேண்டியவை. இருக்கும் இந்தக் கணத்தை மட்டும் நோக்கி கவனத்தைக் குவிக்க வேண்டும். வாழ்வில் ஒவ்வொரு கணமும் முதலில் மூச்சை உள்ளிழுக்கிறோம், பின்னர் மூச்சு விடுகிறோம், அவ்வளவே.

அவர் கிரிக்கெட்டையும் அதைச் சுற்றியுள்ள அனைத்தையும் நேசிக்கிறார். என்னுடைய பேட்களின் பிடிகளுக்கான உறையைத் தானே பொருத்துவேன் என்று எப்போதும் பிடிவாதம் பிடிப்பார். எல்லா மகத்தான கிரிக்கெட்டர்களிடமும் இந்த அம்சத்தை நாம் காணலாம்: அதிக எண்ணிக்கையில் ரன்களை அடிப்பதும், ஆட்டங்களை ஜெயிப்பதும் மட்டுமே அவர்களுக்குப் புகழைச் சேர்த்துவிடுவதில்லை, மாறாக கிரிக்கெட் மைதானத்திலும், அணியின் தனித்த ஓய்வறைக்குள்ளுமாக அவர்கள் சேகரிக்கும் சின்னச் சின்ன சந்தோஷங்கள்தான் அவர்களுக்கான சிறப்பான அடையாளம். அதுதான் அவர்களை, எளிமையுடன், அடக்கத்துடன், தேசம் மொத்தமும் அவர்களை இறக்கைகள் முளைத்த சூப்பர் ஹீரோக்களாக நினைத்தாலும், புகழ்ச்சி தலைக்கேறாமல் பணிவுடன் இருக்கச் செய்கிறது.

7

ராஹுல் பா’ய்

அணிவீரர்கள் தயாராகும் அறையில் ராஹுல் திராவிட் எப்போதுமே எல்லா இளம் வீரர்களையும் மனம்விட்டுப் பேசும்படி உற்சாகமூட்டுவார். நாங்கள் இயல்பாக, அவ்விடத்துக்குரியவர்கள் என்ற உணர்வுடன் வளைய வருவதை இதன் மூலம் அவர் உறுதி செய்துகொள்வார். எங்கள் குரலுக்கும் அணியில் செவிசாய்க்கப்படும் என்றும் நாங்களும் எந்தத் தயக்கமும் இல்லாமல் எங்கள் மனத்திலிருப்பதைச் சொல்ல முடியும் என்றும் நாங்கள் உணரவேண்டும் என்று அவர் விரும்பினார். உண்மையில், மனத்திலிருப்பதை அப்படியே பேசும்படி சொல்வார். பயிற்சி முகாமில் எந்தவிதத் தரநிலைகளும் இல்லாததால், இத்தகைய வெளிப்படையான அணுகுமுறை நல்லதொரு சூழலை விளைவித்தது. இதை அவர் தன் கடமையாகக் கருதினார். வீரர்களுடன் தனித்தனியாக நல்லதொரு பந்தத்தை உருவாக்கிக்கொள்வதை அவர் முக்கியமானதென்று கருதினார்.

ஆனால் ஒருமுறை அதில் கொஞ்சம் அதீதமாக இறங்கிவிட்டார். அல்லது நான் அப்படி நினைத்தேன். அது நடந்தது 2006ல், ராஹுல் பா'ய் கேப்டனாக இருந்தபோது. எதோ ஒரு போட்டிக்காக க்வாலியரில் இருந்தோம். ஹெச்.ஐ.வி பற்றிய செமினார் நடந்துகொண்டிருந்தது, அப்போது ஜோதிராதித்ய சிந்தியா, ராஹுல் பா'யிடம் இதைப் பற்றிய தன் கருத்துகளைப் பார்வையாளர்களிடம் பகிரும்படி கேட்டுக்கொண்டார். ராஹுல் பா'ய் நானும் அவருடன் வந்து இதைப் பற்றிய என் கருத்துகளையும் பகிரவேண்டும் என்று வலியுறுத்தினார். அப்போதெல்லாம் நான் மிகவும் கூச்ச சுபாவம் கொண்டவனாக இருந்தேன், என்ன பேசுவதென்றே எனக்குத் தெரியவில்லை. அவரோ நான் என் அனுபவங்களை தேசத்தின் இளைஞர்களுடன் பகிர்ந்து, அவர்களுக்கு வழிகாட்ட வேண்டும் என்றார். எனக்கு அது ஒரு முக்கியமான தருணமாக இருந்தது, நான் யார் யாருக்கெல்லாம் பிரதிநிதி - என் அணி, என் குடும்பம், மற்றும் இளைஞர்களையும் - என்பதையும், சில விஷயங்களில் நமது கருத்தை வெளிப்படுத்துவது மிகவும் முக்கியம் என்பதையும் நான் உணரும்படி செய்தார்.

உண்மையில் எனக்கு, ஹெச்.ஐ.வி பற்றிய பொதுக் கருத்துகளைத் தாண்டிப் பெரிதாக எதுவும் தெரிந்திருக்கவில்லை. நானும் ராஹுல் பா'ய் பேசும்போது சொன்ன அதே கருத்துகளை, அதாவது பாதுகாப்பாக இருப்பது, ஆணுறை உபயோகிப்பது போன்றவற்றை மீண்டும் வலியுறுத்தி ஹிந்தியில் பேசினேன். வேடிக்கை என்னவென்றால் அதுவரையில் இதுபோன்ற விஷயங்களில் எனக்கு எந்த அனுபவமும் இருந்ததில்லை. மேடையிலிருந்து இறங்கும்போது, நான் அங்கே பேசியவற்றைப் பற்றிய பதட்டத்துடனும் கூச்சத்துடனும் இருந்தேன். ஆனால் பார்வையாளர்கள் என் பேச்சை அங்கீகரித்தாற் போலத்தான் இருந்தது. ராஹுல் பா'ய் என் பேச்சைப் புகழ்ந்தார், நானோ முகமெல்லாம் வெளுத்துப்போய், இப்படி ஒரு சங்கடத்தில் என்னைச் சிக்கவைத்தீர்களே என்று புகார் சொல்லிக்கொண்டிருந்தேன்.

அவரிடம், விளையாட்டுத் தொடர்பாக என்னை என்ன சொன்னாலும் செய்கிறேன், மைதானத்தைச் சுற்றி எத்தனை முறை ஓடச் சொன்னாலும் ஓடுகிறேன், ஆனால் இப்படியான பொதுநிகழ்வுகளெல்லாம் என் திறனுக்கு உட்பட்டவையல்ல என்று சொன்னேன். ‘அடுத்த முறையெல்லாம் என்னை மன்னித்துவிடுங்கள் ராஹுல் பா’ய், நீங்கள் எவ்வளவு சொல்கிறீர்களோ அவ்வளவு ரன்னிங்கோ கேட்சிங்கோ செய்கிறேன்,’ என்றேன். அவர் சிரித்துவிட்டார்.

ஆனால், நான் அணியின் ஒரு பாகம் என்பதால் என் கருத்துகளைத் தெரிந்துகொள்வது அவருக்கும் சரி, நம் தேசத்துக்கும் சரி, அவசியமானதுதான் என்று வலியுறுத்திச் சொன்னார். அவர் வீரர்களின் ஒட்டுமொத்த வளர்ச்சி என்ற கருதுகோளில் பெரும் நம்பிக்கை கொண்டிருந்தார். ஒரு கேப்டனாக அவரது முக்கியமான வழிகாட்டு நெறி அது: மைதானத்தில் செய்ய வேண்டியதை மட்டும் கவனித்தால் போதாது. வளர்ச்சி என்பது மைதானத்துக்குள்ளும் அதற்கு வெளியிலுமாக நிகழவேண்டியது. நீங்கள் முழுமையான வளர்ச்சியடைந்த நபராக வேண்டும். அதுதான் சிறந்த கிரிக்கெட் வீரனாக உதவும். இப்போது ஜூனியர் அணிகளின் பயிற்சியாளராகவும் தேசிய கிரிக்கெட் அகாடமியின் (NCA) தலைவராகவும் இருக்கும் அவர் இப்போதும் இதே கொள்கைகளுடன் இயங்குவதில் எனக்கு எந்த வியப்பும் இல்லை. கிரிக்கெட்டின் அனைத்து வகைமைகளிலும் இந்திய அணியின் சார்பில் சிறந்து விளங்கும் அனைத்து வீரர்களையும் நாம் கவனிக்கலாம். அவர்கள் அனைவரும் கிரிக்கெட் விளையாடுவதிலும், அதைப் புரிந்துகொள்வதிலும், ராஹுல் திராவிடின் பட்டறையிலிருந்து வருகிறார்கள். அதனால்தான் அத்தனை நேர்த்தியாக இருக்கிறார்கள்.

ராஹுல் பா’யை நான் முதன்முதலாக பெங்களூரில் 2002ல் சந்தித்தேன். அங்கு நடந்த பத்தொன்பது வயதுக்குட்பட்டோருக்கான பயிற்சி முகாமில் நானும் இருந்தேன். இங்கிலாந்தில் சில ஜூனியர் டெஸ்ட் போட்டிகளில் விளையாட நாங்கள்

புறப்படத் தயாரானோம். அதே சமயத்தில் சீனியர் இந்திய அணியும் இங்கிலாந்துக்குப் புறப்பட்டுக்கொண்டிருந்தனர். NCAவில் சஞ்சய் பாங்கர், வாசீம் ஜாஃபர் போன்ற வீரர்களுடன் அவர் பயிற்சியில் ஈடுபட்டிருந்தார். அவரை நான் அப்போதுதான் முதல் முறையாக நேரில் பார்த்தேன். ஆனால் அப்போது நாங்கள் பெரிதாகப் பேசிக்கொள்ளவில்லை. அவரை நேரில் பார்த்த அதே ஆர்வத்துடன் அவரது வலைப்பயிற்சி நடவடிக்கைகளைப் பார்த்துக்கொண்டிருந்தேன். என் தலைமுறையினர் அனைவரையும் போல நானும் அவருடைய மிகப் பெரிய ரசிகனாக இருந்தேன். நாங்கள் எல்லோருமே அவரைப் போல ஆகவேண்டுமென்றும், ஆட்டத்தையும் அவரைப் போன்ற தீவிரத்துடனும், அர்ப்பணிப்புடனும் அணுகவேண்டும் என்றே ஆசைப்பட்டோம். ஒருமுறை, நான் இளம் வீரனாகப் பங்கேற்ற ஒரு ரஞ்சி கோப்பை ஆட்டத்தின்போது வாய்ப்புக் கிடைத்தபோதெல்லாம் NCAவுக்குச் சென்று ராஹுல் பாய் மைதானத்தில் உடற்பயிற்சியிலும் வலைப்பயிற்சியிலும் பல மணிநேரங்கள் வியர்வை வழிய ஈடுபட்டிருக்கும் காட்சியை இயன்ற அளவுக்குப் பார்த்துவிட்டு வந்த ஞாபகம் இருக்கிறது.

ராஹுல் பாய் பற்றிய எனது ஆரம்பகட்ட ஞாபகங்கள் 1990களின் இறுதிப் பகுதியிலும், 2000களின் முற்பகுதியிலும் நிகழ்ந்தவை. ஒரு போட்டியில் அவர் ஆலன் டொனால்டை அதிரடியாக எதிர்கொண்டது எனக்கு நினைவிருக்கிறது. பிறகு ஒரு போட்டியில் அவர், சச்சின் பா'ஜி, தாதா (சௌரவ் கங்குலி) ஆகிய மூவரும் சதமடித்தார்கள். 2002ஆம் ஆண்டு லீட்ஸில் நடந்த போட்டி அது. அசத்தும் பேட்டிங்! பிறகு, பாகிஸ்தானுடனான ஒரு போட்டியில் வாசிம் அக்ரம் அடுத்தடுத்து இரண்டு விக்கெட்டுகளை வீழ்த்திவிட, ராஹுல் பாய்தான் அணியைக் கரைசேர்த்தார். அச்சுறுத்தும் பந்துவீச்சுக்கெதிராக ராஹுல் பாய் அற்புதமாக பேட்டிங் செய்தார்.

அதன்பிறகு 2003 ஆஸ்திரேலியச் சுற்றுப்பயணம் நிகழ்ந்தது: அடிலெய்டில் இரட்டை சதமடித்தார், ஆட்டத்தில் இந்தியா

வெற்றிபெறத் தேவைப்பட்ட கடைசி ரன்களைச் சேர்க்க அவர் அடித்த ஷாட், இவற்றை மறக்கவே முடியாது. அதை டிவியில் பார்த்துக்கொண்டிருந்த நான் அவரது ரசிகனானேன், அவரே எனக்கான உதாரணம் ஆனார். அப்போதெல்லாம் ஒவ்வொரு முறை மைதானத்தில் இறங்கும்போதும், நான் ஆடிய ஒவ்வோர் ஆட்டத்திலும் அவரது தீவிரத்தையும் கட்டுக்கோப்பையும் கொண்டுவர முயன்றேன் என்பதில் எந்த வியப்பும் இல்லை.

சந்திப்பு என்று சரியாகச் சொல்லத்தக்க எங்கள் முதல் சந்திப்பும் யதேச்சையாக NCAவிலேயே நிகழ்ந்தது. அப்போதைய சீனியர் இந்திய அணியின் தலைமைப் பயிற்சியாளரான க்ரேக் சேப்பலின் கீழ் ஒரு பயிற்சி முகாம் நடைபெற்றது. அப்போது ராஹுல் பாய் இந்திய அணியின் கேப்டனாக இருந்தார். நாங்கள் எல்லோரும் அவர் மீது மிகுந்த மரியாதை வைத்திருந்தோம், அவ்வப்போது அவருடன் உரையாடுவோம், அப்போதெல்லாம் உபியிலிருந்து வந்திருக்கும் இளைஞர்கள் எப்படி விளையாடுகிறார்கள் என்பதைப் பற்றி விசாரிப்பார். எங்களுடைய ஃபீல்டிங் மற்றும் ஆட்டத்தின் இன்னபிற நுணுக்கங்கள் பற்றிய தன் கருத்துகளை நிறைய நேரம் எடுத்து எங்களுக்கு விளக்குவார். இப்படியான உரையாடல்களில் யுவ்ராஜும் நானும் அவருடன் நன்றாகவே நெருங்கினோம். அவர் எப்போதும் இந்த விளையாட்டிலிருந்து கற்றுக்கொள்ளும் மாணவராகவே இருந்தார். ஆனால் அவரது ஆர்வம் அத்துடன் நின்றுவிடவில்லை. அவர் தன்னைச் சுற்றிலும் மற்ற மாநிலங்களில் என்ன நடக்கிறது, கிரிக்கெட் அதிகாரிகள் எங்களுக்காக என்னவெல்லாம் வசதிகள் செய்து தருகிறார்கள், இளைஞர்களின் கிரிக்கெட் எப்படி வளர்ந்து வருகிறது என்பதையெல்லாம் ஆர்வத்தோடு கவனித்தார். நாங்கள் அவரைக் கேள்வி கேட்பதற்கு மாறாக அவரே எங்களிடம் நிறையக் கேள்விகளைக் கேட்டபடியிருந்தார். விவிஎஸ் லக்ஷ்மணும் இதேபோன்ற அணுகுமுறை கொண்டவர்தான், ஆனால் எப்படியோ எனக்கு ராஹுல் பாய்யுடன்தான் நெருங்கிய பந்தம் ஏற்பட்டது.

அடுத்த முறை நாங்கள் சந்தித்தது, நான் முதல் முதலாக அதிகாரபூர்வமாக இந்திய அணியில் இடம்பெற்று இலங்கைக்குச் சென்றபோது, அப்போதுதான் எங்களுக்குள் உண்மையிலேயே ஒரு நெருக்கமான பந்தம் உருவானது. இது 2005ல் என் முதல் ஒருநாள் போட்டியில் விளையாடிய சமயத்தில் நிகழ்ந்தது. அங்கே அவருக்குச் சில நண்பர்கள் இருந்தார்கள், அவர்களிடம் எங்களை அறிமுகப்படுத்தினார். அங்கிருந்த பம்பாயைச் சேர்ந்த ஒரு குடும்பத்தினருடன் நாங்கள் பழகினோம். அவர்கள் வீட்டுக்குச் சாப்பிடப் போவோம். ராஹுல் பா'ய் மைதானத்துக்கு வெளியிலும் அணி வீரர்களுடன் நல்ல தொடர்பில் இருப்பதை எப்போதும் விரும்புவார். அவர் மிகச்சிறந்த மேலாண்மை திறன் கொண்டவர், எங்களை எப்போதும் ஊக்கப்படுத்தி, உற்சாகப்படுத்தி வைத்திருப்பார். அப்போது நாங்களெல்லாம் ஜுனியர்கள், அவர் தகுதிக்கும், அனுபவத்துக்கும், உயர்நிலைக்கும் அவரோடு இணக்கமாகப் பழகுவது மிகுந்த மகிழ்ச்சியைக் கொடுத்தது. அப்போது அவருடன் வெளியில் சுற்றிய சமயங்களில் கற்றுக்கொண்ட பாடங்கள் இன்றளவும் என்னுடன் இருக்கின்றன.

2006ல் மேற்கிந்தியத் தீவுகள் அணிக்கு எதிரான டெஸ்ட் போட்டிக்காக ஜமைக்கா சென்ற இந்திய அணியில் நானும் இடம்பெற்றிருந்தேன். ராஹுல் பா'யின் மனைவி விஜேதா பா'பி மற்றும் அவர்களின் மகன் சமித் ஆகியோர் அவருடன் அந்தப் பயணத்தில் வந்திருந்தனர், அவர்களுடன் பேசியதும் சமித்துடன் அவ்வப்போது விளையாடியதும் எனக்கு நன்றாக நினைவிருக்கின்றன. ராஹுல் பா'ய் அந்த இன்னிங்க்ஸில் முதல் பேட்ஸ்மேனாக இறங்கினார் என்பதால் அவர் சரியான நேரத்தில் உறங்கி நன்றாக ஓய்வெடுப்பதை பா'பி உறுதிசெய்தவண்ணம் இருந்தார். ரமேஷ் பொவார், மற்றும் நான் உள்ளிட்ட ஆட்டத்தில் இறங்காத ஏனைய வீரர்கள் காலை ஐந்து மணி முதல் க்ரேக் சேப்பலுடன் பயிற்சியில் ஈடுபடுவோம். அவர்களிடம் எனக்கு மைதானத்தில் பயிற்சி செய்ய விருப்பமில்லை என்றும் கடற்கரைக்குப் போகலாம் என்றும் சொன்னேன். அதனால் அடுத்த இரண்டு மாதங்கள்

கணிசமான நேரம் கடற்கரையில் ஓடுவதில் கழித்தோம். அந்தச் சமயத்தில் ராஹுல் பா'ய் மிகவும் ஆதரவான கேப்டனாக இருந்தார். அவ்வப்போது கடற்கரைக்கு வந்து எங்கள் பயிற்சியைக் கவனிப்பார். எங்களை ஊக்குவிப்பார், ஆட்டத்தில் இறங்கும் 11 பேரில் இடம்பெறாததற்காக மிகவும் வருந்தவேண்டியதில்லை என்றும் விரைவிலேயே எங்களுக்கும் வாய்ப்புக் கிடைக்கும் என்றும் சொல்வார். அணியின் கேப்டனாக இருந்தாலும் இதையெல்லாம் செய்யவேண்டும் என்று அவருக்கு எந்தக் கட்டாயமும் இல்லை. ஆனால் அதுதான் அவரிடமிருக்கும் அடிப்படை வித்தியாசம். அவர் ஒரு நல்ல கேப்டன், திறமையான வீரர் என்பதையெல்லாம் கடந்தவர். அவர் மிகச் சிறந்த மனிதர்.

ஜமைக்காவில் இருந்தபோது ரமேஷும் நானும் சமித்துக்கு விளையாட்டுக் காட்டியபடி இருப்போம். விஜேதா பா'பி எப்போதும் குழந்தையுடன் இருந்ததால் நாங்கள் அவனைப் பார்த்துக்கொள்ளும் வேலையெல்லாம் இல்லை. அவர்கள் ஹோட்டலுக்கு வெளியில் மரங்களின் அருகில் அமர்ந்திருப்பார்கள். சமித்துக்கு ஓடி விளையாடுவது மிகவும் பிடிக்கும். அப்போதுதான் நாங்கள் அவனுடன் சேர்ந்து விளையாடுவோம். எல்லோரும் சேர்ந்து வேடிக்கையாகப் பொழுதைக் கழிப்போம். அதன் பிறகும் பலமுறை பெங்களூரில் சமித்தைச் சந்தித்திருக்கிறேன், சமீபமாகவும் பார்த்தேன். அவனும் 2011 உலகக்கோப்பையின் சில போட்டிகளுக்கும் ஐபிஎல்லுக்கும் வந்திருந்தான். இப்போது அவனும் கிரிக்கெட் விளையாடத் தொடங்கியிருப்பது எனக்கு மிகவும் மகிழ்வான நிகழ்வு.

ராஹுல் பா'ய் என் மீது மட்டுமல்லாமல் எங்கள் அணி வீரர்கள் அனைவர் மீதும் ஏற்படுத்திய நல்ல பாதிப்பு மகத்தானது. அது எங்களுடைய ஆரம்பகட்டப் பழக்கத்தோடு நின்றுவிடாமல் தொடர்ந்து நீடிக்கிறது. பல்வேறு அரங்குகளிலும், சீரான இடைவெளிகளில், அவரும் எங்கள் பயிற்சியில் கலந்துகொள்வார், எங்களுடன் ஓடுவார், பேட்டிங் மற்றும் ஃபீல்டிங் பயிற்சி மேற்கொள்வார். அது எங்களுக்கு மிகப் பெரிய

ஊக்கமாக அமைந்தது. அவரைப் பார்த்துக் கற்றுக்கொள்ள ஏராளம் இருந்தது. எப்படிப் பார்த்தாலும், அணியின் கேப்டன் உங்களுடன் பயிற்சியில் ஈடுபடுவதும், உற்சாகப்படுத்துவதும், பழகுவதுமான இந்த வழக்கம் மிகவும் உதவிகரமாக இருந்தது. அது மிகச் சிறந்த காலம்.

ராஹுல் பா'ய் எப்போதும் குறையாத ஆர்வத்துடன் இருப்பார். எப்போதுமே எங்கள் வாழ்க்கையிலும் ஊரில் குடும்பத்தார் விஷயத்திலும் என்ன நடக்கிறது என்பதைக் கேட்டுத் தெரிந்துகொள்ள விரும்புவார். அதைப் போலவே சுற்றுப்பயணங்களின்போது தேசங்களையும், நகரங்களையும் சுற்றிவந்து அவற்றைப் பற்றித் தெரிந்துகொள்வதிலும் ஆர்வமாக இருப்பார். விளையாடுவது அல்லது பயிற்சி செய்வது என்ற இரண்டும் இல்லாவிட்டால் சுற்றுப்பயணங்களில் வெளியில் சென்று வருவதை அவர் மிகவும் விரும்புவார். கிரிக்கெட்டைக் கடந்த ஏனைய விவகாரங்கள் பற்றியும் விசாரித்து அறிந்துகொள்வதில் ஆர்வம் மிக்கவர்.

2006ஆம் ஆண்டு பாகிஸ்தான் சுற்றுப் பயணம் அப்படி ஓர் அம்சத்தை வெளிச்சமிட்டுக் காட்டியது. அப்போது முல்தானில் இன்ஸமாம் உல் ஹக்கின் மருத்துவமனை திறப்பு விழாவுக்கு என்னையும் அழைத்துச் சென்றார். அடிப்படையில் ஓய்வு நேரம் இருக்கும்போதெல்லாம் ராஹுல் பா'ய் எங்களில் பலருக்கும் தன்னுடன் வருமாறு செய்தி அனுப்புவார், பெரும்பாலும் நாங்கள் தங்கியிருக்கும் இடத்தைச் சுற்றிலும் சிறிய பயணங்கள் மேற்கொள்வோம். அனைவருடனும் கலந்து பழகுவதை எங்கள் பயிற்சியின் ஒரு முக்கிய அம்சமாக அவர் கருதினார், எங்களை நிறைய மனிதர்களுடன் பழகச்சொல்லி உற்சாகமூட்டுவார் - அவர்களிடம் பேச, அவர்கள் மனத்தைக் கவர, பதிலுக்கு அவர்களிடமிருந்து கற்றுக்கொள்ளவும். அந்தக் காலகட்டத்தில் இந்தியா - பாகிஸ்தான் உறவு நன்றாக இருந்தது. நாங்கள் அங்கே மகிழ்ந்திருந்தோம்.

என் ஞாபகங்களிலிருந்து சொல்கிறேன், இன்ஸி பா'யின் மருத்துவமனையில் சில நோயாளிகளைச் சந்தித்தோம்.

எங்களுக்குக் கடுமையான பாதுகாப்பு அளிக்கப்பட்டிருந்தது. அதைத் தவிர்த்துப் பார்த்தால் அது ஒரு நல்ல அனுபவம்தான். அவர்கள் எங்களுக்கு மருத்துவமனையைச் சுற்றிக் காட்டினார்கள், அங்கிருந்த கருவிகள் மற்றும் மருத்துவ உபகரணங்களைப் பார்வையிட்டோம். பாகிஸ்தான் கிட்டத்தட்ட இந்தியாவைப் போலத்தான் இருந்தது - அவர்களது உணவு, மொழி போன்றவையெல்லாம். அங்கே கிடைத்த அனுபவத்தை ரசித்தோம். எது எப்படியாயினும் அவ்விடத்திற்கென்று பெரிய வரலாறு இருக்கத்தான் செய்கிறது. அங்கே நான் பத்தொன்பது வயதுக்குட்பட்டோருக்கான இரண்டு போட்டிகளிலும் விளையாடினேன். யுவ்ராஜும் நானும் அவ்வப்போது கராச்சியில் எங்கள் அம்மாக்களுக்குப் பரிசுப் பொருட்கள் வாங்கச் செல்வோம்.

அணி வீரர்கள் அனைவரும் சென்று கைபர் கணவாயைப் பார்த்து வந்தோம். இந்தச் சுற்றுப் பயணத்தின்போது, லாஹூரில் நடந்த ஒருநாள் போட்டிக்குப் பிறகு அப்போதைய பாகிஸ்தான் அதிபர் பர்வேஸ் முஷரஃபைச் சந்தித்தோம். அவரிடம் ராஹுல் பா'ய் பிசிசிஐ அதிகாரிகள், அணி வீரர்கள் என்று அனைவரையும் அறிமுகப்படுத்தி வைத்தார். அவர் அணி வீரர்கள் அனைவரையும் சந்தித்துப் பாராட்டினார். அந்தப் போட்டியில் நாங்கள் வென்றிருந்தோம். அப்போதுதான் அவர் மாஹி பா'யிடம் அவர் சிகையை வெட்டவேண்டாம் என்று சொன்னார். அப்போது எடுத்த புகைப்படங்கள் எங்களிடம் இருக்கின்றன. அப்போதைய ஞாபகங்களைச் சொல்லும் அந்தப் படங்களைப் பார்ப்பதும், நாங்கள் என்னவெல்லாம் செய்தோம், சாதித்தோம் என்று நினைத்துப் பார்ப்பதும் நிறைவான உணர்வைத் தரும்.

ராஹுல் பா'ய் எப்போதும் குடும்பத்தில் ஒருவரைப் போலத்தான் இருந்தார். இளம் வீரர்களின் உரிமைகளுக்காகப் போராடிக்கொண்டே இருந்தார். மனிதர்களுக்காக மேற்கொள்ளப்படும் கூடுதல் முயற்சிகள் முக்கியமானவை, அவை எப்போதும் அவர்கள் மீது நன்றியாகப் படிந்திருக்கும். அவருக்கு இளைஞர்களே மிகவும் முக்கியமானவர்களாக

இருந்தார்கள். அவர் தலைமையின் கீழ் வளர்ந்து வந்த வீரர்களின் பட்டியலைப் பாருங்கள் - அவர்கள்தான் இந்தியாவை அடுத்த பத்தாண்டுகளுக்குத் தலைமையேற்று வழிநடத்தியவர்கள். எம்.எஸ்,தோனி, இர்ஃபான் பதான், யுவ்ராஜ், பியுஷ் சாவ்லா, தினேஷ் கார்த்திக், முனாஃப் படேல், எஸ். ஸ்ரீஷாந்த் மற்றும் நான் உள்ளிட்டோர் அந்தப் பட்டியலில் இருக்கிறோம். இந்த இளைஞர்களில் ஏழெட்டுப் பேர் இந்திய அணியின் வருங்கால முகங்களாக இருப்பார்கள் என்பதை ராஹுல் பாய் அறிந்திருந்தார். நாங்கள் நன்றாகப் பார்த்துக்கொள்ளப்படுகிறோம் என்பதை அவர் உறுதிசெய்து கொள்வார்.

அப்படியான உளவியல்ரீதியான உற்சாகம் வீரர்கள் நன்றாக விளையாட அவசியம் என்பது என் கருத்து, பிசிசிஐ இதற்கான நடவடிக்கைகளையும் மேற்கொள்ள வேண்டும். அதிலும் குறிப்பாக, வீட்டை விட்டு, குடும்பங்களை விட்டு வெகுதூரம் வெகுகாலம் விலகியிருக்கும் இளைஞர்களுக்கு இது அத்தியாவசியமானது. அவர்களால் யாரிடமும் எதையும் பகிர்ந்துகொள்ள முடியாது. அவர்களுக்கு அந்த இடத்தை உருவாக்கிக்கொடுப்பது கேப்டனின் வேலை, எங்களுக்கு ராஹுல் பாய் செய்தாற்போல.

பொதுவாக, கடந்த 10-15 ஆண்டுகளில் உருவாகி வந்த இந்திய அணியைப் பற்றிப் பேசுவோர் தோனிக்கும், அதற்கு முன்பாக கங்குலிக்கும்தான் அணியை வலுவாகக் கட்டமைத்து, இந்திய அணியை முன்னேற்றிச் சென்றதற்கான பாராட்டுகளை அளிப்பர். நான் ஒருபோதும் இதனை ஒப்புக்கொண்டதில்லை, இந்த அணியை தாதா உருவாக்கியதாக நான் சொல்லவே மாட்டேன். அவரும் தோனியும் தலைமையேற்று இந்த அணிகளை வழிநடத்தினார்கள் என்பது உண்மைதான். ஆனால் இந்த விளையாட்டின் மூன்று வகைமைகளுக்குமான அணிகளை உருவாக்கிய ஒட்டுமொத்த பொறுப்பும் ராஹுல் த்ராவிடுடையதுதான்.

ராஹுல் பாய் அவ்வப்போது இளைய வீரர்களை அணியில் சேர்ப்பதற்காகத் தேர்வுக்குழுவினருடன் விவாதத்தில்

இறங்கியிருக்கிறார். எங்களுக்கு அவர் கொடுத்த் ஓர் ஆலோசனை என்னவென்றால், முடியும்போதெல்லாம் ரஞ்சி கோப்பையில் விளையாடவேண்டும், பிறகு திரும்பி வந்து மீண்டும் இந்திய அணிக்கு விளையாட வேண்டும் என்பதுதான். அவர் எப்போதும் விளையாட்டை முன்வைக்கும் வீரராகவும் பயிற்சியாளராகவும் இருந்தார். அவரும் தன் மாநிலத்துக்காக அதிக அளவிலான ரஞ்சிக் கோப்பை போட்டிகளில் விளையாடினார். *NCA*வில் பயிற்சி செய்தபோது அவர் சில சமயங்களில் புகார் சொல்வதைப் பார்த்திருக்கிறேன், இதற்குப் பதிலாக ரஞ்சி கோப்பை போட்டிகளில் விளையாடலாம் என்று எங்களிடம் சொல்வார்.

இப்போதெல்லாம் இந்திய கிரிக்கெட் சூழலில் இந்த அம்சம் காணப்படுவதில்லை. தங்களால் முடிந்தாலும் பெரிய வீரர்கள் இப்படியான உள்ளூர் போட்டிகளில் பங்கேற்பதில்லை. இறுக்கமான போட்டிகளின் அட்டவணை இருந்தால் ஒரு முக்கியமான வீரருக்கு நேரமிருக்காது என்பதை என்னால் புரிந்துகொள்ள முடிகிறது. ஆனால் முடியும்போதெல்லாம் அதற்குத்தான் முக்கியத்துவம் கொடுக்கவேண்டும். அதைத்தான் அத்தனை மேதைகளும் செய்தார்கள்.

என்னுடைய சறுக்கல்களால் தாழ்வான தருணங்கள் என் வாழ்வில் வந்தபோதும், என் கிரிக்கெட் வாழ்க்கையில் மிகச் சவாலான காலகட்டங்களின்போதும் ராஹுல் பா'யும் என்னுடன் இருந்தார். *2007*ல் அப்படி ஒரு கட்டம் இருந்தது, கடுமையான முழங்கால் காயத்தால் நான் வீழ்த்தப்பட்டிருந்தேன். ஆறு மாதங்கள் நான் படுக்கையிலேயே கழிக்க வேண்டியிருந்தது. இந்தூரில் நடந்த ஓர் உள்ளூர் ஒருநாள் போட்டியில் எனக்குக் காயம் ஏற்பட்டது. அறுவை சிகிச்சை *(ACL - Anterior Cruciate Ligament)* தேவைப்படும் அளவுக்கு மோசமான காயமாக அது இருந்தது. அப்போது எனக்கு இருபது வயதுதான். என் வாழ்க்கையில் அவ்வளவு சீக்கிரம் அப்படியோர் அறுவை சிகிச்சை செய்யவேண்டியிருக்கும் என்று நான் கற்பனையும் செய்ததில்லை. அது எனக்கு மிகவும் சவாலான காலகட்டமாக இருந்தது - உணர்வு ரீதியாகவும்,

உடல் ரீதியாகவும். என் வீட்டின் அருகிலிருந்த வலைப்பயிற்சி மையத்துக்குத் தத்தித் தத்திச் சென்று சிறுவர்கள் பயிற்சி செய்வதைப் பார்த்துக்கொண்டிருப்பேன். கிரிக்கெட்டோடு எனக்கிருந்த ஒரே தொடர்பு அதுதான். மீண்டும் பழையபடி ஒரு ஆட்டக்காரனாக மாற முடியுமா என்றே எனக்குத் தெரியவில்லை. தீவிரமான காயம் ஏற்பட்டிருக்கும்போது ஒரு கிரிக்கெட் வீரனின் மனத்தில் இப்படியான எண்ணங்கள்தான் ஓடும். தன் மீது தனக்கே சந்தேகம் ஏற்படும் தருணங்கள் இவை.

பேட்டிங்கில் பெரிதாக சோபிக்காமல் ரன்கள் சேர்க்க முடியாமல் இருப்பது இதிலிருந்து முற்றிலும் மாறுபட்டது. அப்போதாவது நம் வருங்காலம் நம் கட்டுப்பாட்டில் இருப்பது நமக்குத் தெரிந்திருக்கும். பல மணிநேரங்கள் வலைப்பயிற்சியில் ஈடுபட்டு நம் திறமைகளை வலுப்படுத்திக்கொள்ளலாம். ஆனால் ஆறேழு மாதங்கள் கடுமையான காயத்தால் விலகியிருக்க நேர்ந்தால் ஒருவிதமான கையறு நிலை தோன்றிவிடும்.

பலரும் அப்போது என்னை ஒதுக்கிவிட்டார்கள் என்பது எந்தவிதத்திலும் உதவவில்லை. அதனால் திரும்பி வருவதே பெரிய சவாலாக இருந்தது - மீண்டும் உடலைச் சரியான விதத்தில் பலப்படுத்துவது, ரஞ்சிக் கோப்பை போட்டிகளில் விளையாடுவது, தேர்வுக்குழுவினரின் நம்பிக்கையை ஈட்டுவது, மற்றும் அதே சீனியர்களுடன் மீண்டும் அணியில் சேர்ந்து விளையாடுவது.

அப்போது ராஹுல் பா'ய்தான் என் மிகப்பெரிய ஆதரவாக இருந்தார். போலவே மூத்த பிசிசிஐ அதிகாரியான ரத்னாகர் ஷெட்டியும் உதவினார், என் சிகிச்சைக்கான செலவை நான் சமாளிக்க உதவியதற்காக அவருக்கு நான் எப்போதும் நன்றிக்கடன் பட்டிருக்கிறேன். அப்போது என்னிடம் பணமே இல்லை. அறுவை சிகிச்சைக்கு 4 லட்ச ரூபாய் செலவானது, அது அப்போது எனக்குப் பெரிய தொகை. மேலும், வீட்டுக் கடனை வேறு நான் திருப்பிச் செலுத்த வேண்டியிருந்தது. அது எனக்கு மிகக் கடினமான காலகட்டமாக இருந்தது.

ராஹுல் பா'ய்தான் எனக்குத் தொடர்ச்சியாக செய்தி அனுப்பி என் நலனை விசாரித்துக்கொண்டே இருந்தார்.

அப்போது அவர் இந்திய அணியின் கேப்டனாக இருந்ததால், மேலும் ஆயிரக்கணக்கான பொறுப்புகளும் அழுத்தங்களும் அவருக்கு இருந்தன. ஆனால் அவர் எப்போதும் என் மீது ஒரு கண்ணை வைத்திருந்தார். அப்படி உச்சத்தில் இருப்பவர் நம் மீது இவ்வளவு நம்பிக்கை வைத்திருக்கிறார் என்பது மிகப் பெரிய மகிழ்ச்சி. ஒரு கட்டத்தில் நான் மட்டும் சரியான உடற் தகுதியுடன் இருந்திருந்தால் 2007 உலகக் கோப்பை அணியில் என்னையும் சேர்த்துக்கொள்ளத் தான் மிகவும் விரும்பியதாக ராஹுல் பா'ய் சொன்னார். அவர் என்னிடம் என் ஆற்றலும் உற்சாகமும் அணிக்குப் பெரிய பலமாக இருந்திருக்கும் என்றார், அந்தப் போட்டித் தொடர் அணிக்கு மிகவும் கடினமான ஒன்றாக அமைந்தது.

அந்த ஆண்டின் பிற்பகுதியில் நான் இங்கிலாந்தில் ஒரு மறு சீரமைப்பு சிகிச்சையில் இருந்தேன். டெஸ்ட் போட்டித் தொடருக்காக இந்திய அணியும் அங்கே வந்திருந்தார்கள். நான் ராஹுல் பா'யைச் சந்திக்க விரும்பி அணி தங்கியிருந்த ஹோட்டலுக்குச் செல்ல முடிவெடுத்தேன். அவரது உள்ளூர் எண் என்னிடம் இல்லை (இது வாட்ஸாப் வருவதற்குப் பல ஆண்டுகள் முன்பு நடந்தது). எனவே நான் அங்கே சென்றபோது ஹோட்டல் நிர்வாகத்தார், அந்தச் சுற்றுப்பயணத்துக்கு இந்திய அணியின் மேலாளராக இருந்த, புகழ்பெற்ற முன்னாள் வீரரான சந்து போர்டேவைத் தொடர்புகொள்ளச் சொன்னார்கள்.

துரதிர்ஷ்டவசமாக போர்டே சாருக்கு என்னை அடையாளம் தெரியவுமில்லை, எப்படி நான் திடீரென்று எங்கிருந்தோ புறப்பட்டு வந்து இந்திய அணியின் கேப்டனைப் பார்க்கவேண்டும் என்று கேட்க முடியும் என்பது அவருக்குப் புரியவுமில்லை. நான் என் பெயர் சுரேஷ் ரெய்னா என்று அவரிடம் சொன்னேன், ஆனால் அது அவரிடம் எந்தப் பாதிப்பையும் ஏற்படுத்தவில்லை. அதனால் நான் ஹோட்டல் லாபியில், எப்படியும் ராஹுல் பா'ய் இறங்கி வருவார் என்ற நம்பிக்கையில் காத்திருந்தேன். கடைசியில், இரண்டு மணிநேரங்களுக்குப் பிறகு, அவர் ஒரு லிஃப்டிலிருந்து வெளியேறுவதைப் பார்த்து, எப்படியோ அவர் கவனத்தைக் கவர்ந்துவிட்டேன். பிறகு இருவரும் வெளியில்

சென்று காஃபி குடித்தோம். நன்றாக ஃபீல்டிங் செய்யத் தொடங்கியிருப்பதாக அவரிடம் சொன்னேன். அவர் அதைக் கேட்டு எவ்வளவு மகிழ்ச்சி அடைந்தார் என்பதை அவர் முகத்திலிருந்த அகலமான புன்னகை சொன்னது. போர்டே சாரிடம் சரியாக எதையும் சொல்லமுடியாமல் போனதை அவரிடம் சொன்னபோது அவருக்கு அது ஒரே நேரத்தில் வேடிக்கையாகவும் குழப்பமாகவும் இருந்தது. இன்றுவரை இதைச் சொல்லிச் சிரித்துக்கொண்டிருக்கிறோம்.

ஒரு கேப்டனாக, ராஹுல் பா'ய் மிகத் தீவிரமானவராக இருப்பார். உண்மையிலேயே, மைதானத்தின் உள்ளேயும் வெளியிலும் அவரைவிட அதிகமாக நான் யாரைப் பார்த்தும் பயந்ததில்லை. ஆட்டம் நடக்கவிருக்கும் நாள் காலை உணவின்போது அவரைப் பார்ப்போம்: தீவிரமான முகபா'வத்துடன் அமர்ந்திருப்பார். சில சமயங்களில் அவரைக் கொஞ்சம் தளர்ந்து, புன்னகைக்கும்படி சொல்லலாமா என்று நான் யோசிப்பேன். ஆனால் ஆட்டத்துக்குத் தயாராகும் அவரது தனித்த பாணி இது என்று எனக்குத் தெரியும். அவர் அப்போதிருக்கும் மனநிலையில் யாராலும் அவரைத் தொந்தரவு செய்ய முடியாது.

கிரிக்கெட் வீரர்களாக நாங்கள் எப்படி நடந்துகொள்ள வேண்டும் என்பதிலும் அவர் கவனமாக இருந்தார். இந்தியாவுக்காக விளையாடுவதை ராஹுல் பா'ய் ஒரு கௌரவமாகக் கருதினார். தேசத்தின் பிரதிநிதிகளாக நாங்கள் என்ன உடை அணிகிறோம், எப்படி எங்களை முன்வைக்கிறோம் என்பதில் கவனமாக இருக்கவேண்டும் என்று அவர் கருதினார். அப்படியான கட்டுப்பாட்டை நான் ஒருமுறை மீறிய குற்ற உணர்வு எனக்கு உண்டு, ஆனால் அதை நான் வேண்டுமென்று செய்யவில்லை.

மலேசியாவில், மேற்கிந்தியத் தீவுகள் மற்றும் ஆஸ்திரேலியாவுடனான மும்முனைப் போட்டிகளுக்காகச் சென்றிருந்தோம். ஒரு மாலில் ஒரு கடைக்குச் சென்று ஒரு புதிய டி-ஷர்ட் வாங்கினேன். அதை வாங்கியதால் மிகுந்த மகிழ்ச்சியில் இருந்தேன், உற்சாகமாக அதை அணிந்தபடி

நடந்தபோது ராஹுல் பா'ய் எதிரில் வந்தார். அந்த ப்ராண்ட் டி-ஷர்ட்டில் *'FCUK'* என்று குறுக்குவாக்கில் தடிமனான எழுத்துக்களால் எழுதியிருந்தது. அதற்கு என்ன அர்த்தம் என்றோ அது என்னவாகப் புரிந்துகொள்ளப்படும் என்றோ அப்போது எனக்கு சுத்தமாகத் தெரிந்திருக்கவில்லை. அது எனக்கு நன்றாக இருந்தது என்பதை மட்டுமே நான் பெரிதாக நினைத்தேன்.

அந்த மாலிலேயே வைத்து ராஹுல் பா'ய் என்னை நன்றாகத் திட்டிவிட்டார்: 'என்னத்தை அணிந்து சுற்றித் திரிகிறாய் என்று உனக்குத் தெரியுமா? நீ ஒரு இந்திய கிரிக்கெட் வீரன். இப்படி எழுதப்பட்டதைப் பொதுவெளியில் அணிந்து திரியக் கூடாது,' என்றார். என்னிடம் பதிலே இல்லை. அதற்கு மோசமான அர்த்தம் இருக்கிறது என்பதே எனக்குத் தெரியாது என்று அவரிடம் விளக்க முயன்றேன். ரொம்பவே பயந்துபோனேன், உடனடியாக ஓய்வறை ஒன்றுக்குள் நுழைந்து வேறு சட்டையை மாற்றிக்கொண்டு அந்த டி-ஷர்டைக் குப்பைத்தொட்டியில் போட்டுவிட்டேன்.

கேப்டன் பொறுப்பிலிருந்து விலகிய பிறகு ராஹுல் பா'ய் தன் தீவிரத்தை வெகுவாகத் தளர்த்திக்கொண்டார். கடைசிச் சில வருடங்களில், அவர் கிட்டத்தட்ட வேறொரு மனிதராகவே தென்பட்டார். எப்போதும் ஜோக் அடித்தபடி இருக்க விரும்பினார். நான் டெஸ்ட் போட்டிகளில் விளையாடத் தொடங்கியபிறகு, ஸ்லிப்பில் ஃபீல்டிங் செய்கையில் அவருடன் சேர்ந்து அடிக்கடி சிரித்தது நினைவில் இருக்கிறது. மாஹி பா'ய், ராஹுல் பா'ய், லச்சு பா'ய் (விவிஎஸ் லக்ஷ்மண்) மற்றும் நான், எப்போதுமே ஸ்லிப் பகுதியில் நன்றாகச் சிரித்துக்கொண்டிருப்போம்.

முன்பைக் காட்டிலும் நிறையவே புன்னகைக்கத் தொடங்கினார், அணியின் இளம் வீரர்களுடன் நேரத்தைச் செலவிட விரும்பினார்; அவர்கள் ஈடுபடுவது எதுவானாலும் அதில் பங்களிக்க முயன்றவண்ணம் இருந்தார். 2011ல் கரீபியன் தீவுகளில் இருந்தபோது ஓர் இரவு, முன்னர் எப்போதும்

இருந்ததை விட ஓய்வாக இயல்பாக இருந்தார். சொல்லப் போனால், கலாட்டா செய்தவண்ணம் இருந்தார்.

டொமினிகாவில் மாஹி பா'ய்க்கு ரகசியமாக ஒரு பிறந்தநாள் பார்ட்டி ஏற்பாடு செய்தோம். அந்தச் சுற்றுப்பயணத்தில் நாங்கள் மூன்று தொடர்களிலும் வென்றிருந்தோம், நீண்ட சுற்றுப்பயணத்தின் இறுதிக்கட்டம் அது. ராஹுல் பா'ய் இறுக்கமான ஜீன்ஸ் அணிந்து ஓரிரண்டு கோப்பை மது அருந்தியபடி, நடனமெல்லாம் ஆடியதைப் பார்த்து நான் அதிர்ச்சி அடைந்தேன். அதற்கு முன் நான் ஒருபோதும் பார்த்திராத அவரது மறுபக்கமாக அது இருந்தது.

நான் அவரிடம் சென்று, 'ராஹுல் பா'ய், நீங்கள் நன்றாகத்தானே இருக்கிறீர்கள்? உங்களுக்கு என்ன நேர்ந்துவிட்டது?' என்று கேட்டேன். அவரோ, 'அரே சுரேஷ், வாய்யா. கொஞ்சம் ஜாலியா இரு. இந்த ராத்திரியைக் கொண்டாடுவோம்' என்று பதிலடி கொடுத்தார்.

என் வாழ்க்கையிலும், கிரிக்கெட் வாழ்க்கையிலும் பலரோடும் பகிர்ந்துவிடாத நம்பிக்கையும் நெருக்கமும் எங்களிடையில் இருந்தது. அதனால்தான், சர்வதேசக் கிரிக்கெட்டில் இருந்து ஓய்வு பெறுவதாக 2020ல் முடிவெடுத்தபோது, அதை நான் முதலில் தெரிவித்த வெகு சில நபர்களில் ராஹுல் பா'யும் இருந்தார்.

8

ப்ரியங்காவுடனான எனது கூட்டணி

என் தலைக்குள் இன்னும் சிலமுறை ஒத்திகை பார்த்த பின்னர்தான் அதைச் செய்வதற்கான துணிச்சலை என்னால் திரட்ட முடிந்தது. உலகின் அதிவேக பந்துவீச்சாளர்கள் சிலரை நான் எதிர்கொண்டிருக்கிறேன். கிரிக்கெட் வரலாற்றில் மிகப் பெரிய சில போட்டிகளில் விளையாடியிருக்கிறேன். மும்பையின் வான்கடே மைதானத்தில் ஓர் உலகக் கோப்பை இறுதிப் போட்டியில் விளையாடியிருக்கிறேன். ஆனால் அன்றிருந்ததைப் போலப் பதட்டமாக என்றும் இருந்ததில்லை. அதில் எனக்கு வியப்பும் இல்லை. என் வாழ்வில் சந்தித்த மிகச் சிறப்பான பெண்ணிடம் என்னைத் திருமணம் செய்துகொள்ளும்படி கேட்கக் காத்திருந்தேன்.

லண்டனில் ஒரே அறையில் நேருக்கு நேர் சந்தித்துக்கொள்வதற்கு முன்னர் பல காலமாகவே எல்லாவற்றையும் நன்றாக யோசித்து வைத்திருந்தேன். ஆஸ்திரேலியாவிலிருந்து இங்கிலாந்துக்கு நீண்ட விமானப் பயணம். அது 2015ஆம் ஆண்டின் ஆரம்பப் பகுதி, நான் ஆஸ்திரேலியாவில் அதற்கு முந்தைய ஆண்டின்

நவம்பர் பிற்பகுதி முதல் சுற்றுப்பயணத்தில் இருந்தேன். நான் விளையாடிய காலகட்டத்தில் இந்திய அணி மேற்கொண்ட மிக நீண்ட சுற்றுப்பயணம் அதுதான். ஆஸ்திரேலிய அணியுடன் நான்கு டெஸ்ட்கள் கொண்ட போட்டித் தொடரில் ஆடி முடித்திருந்தோம். அடுத்ததாக இங்கிலாந்தும் இடம்பெற்ற மும்முனை ஒருநாள் போட்டிகள், ஆஸ்திரேலியாவிலும் நியூசிலாந்திலும் எதிர்வரவிருந்த ஐசிசி 50 ஓவர் உலகக் கோப்பைக்கான தயாரிப்பாகவும் நிகழவிருந்தன.

அந்தச் சிறிய தொடரின் இறுதிப்போட்டிக்கு நாங்கள் தகுதி பெறவில்லை, எங்கள் கடைசிப் போட்டியாக இங்கிலாந்துடன் பெர்த்தின் *WACA* மைதானத்தில் ஜனவரி 30ஆம் தேதியன்று ஒரு லீக் போட்டியில் விளையாடினோம். அந்தக் கடைசி போட்டிக்கும், ஃபிப்ரவரி 8ஆம் தேதியன்று அடிலெய்டில் நடக்கவிருந்த ஆஸ்திரேலியாவுடனான முதல் பயிற்சிப் போட்டிக்கும் (வார்ம் அப் போட்டி) இடையில் எட்டு நாட்கள் இருந்தன. ப்ரியங்காவைச் சந்தித்துவிட்டு வருவதற்கு அந்த இடைவெளி போதும் என்று நான் நினைத்தேன். இந்த விஷயத்தில் இறங்க மனத்தைத் தயார்படுத்திக்கொண்டேன். இதுதான் சரியான சமயம் என்று முடிவு செய்தேன்.

அப்போதுதான் நான் மாஹி பா'யிடமும், அப்போது அணியின் இயக்குனராக இருந்த ரவி ஷாஸ்த்ரியிடமும் துபாய் வழியாக லண்டனுக்கு விமானம் மூலம் செல்லவேண்டியிருக்கும் என்பதைத் தெரிவித்தேன். அப்போது ப்ரியங்கா ஆம்ஸ்டர்டாமில் வேலை பார்த்துக்கொண்டிருந்தாள். *ING* குழுமத்தில் உயர் மட்ட தகவல் தொழில்நுட்ப அலுவலராகப் பணியாற்றினாள். ஆஸ்திரேலியாவில் இருந்த இந்தியத் தூதரகத்தில் பேசி ஷெஞ்சென் விசா கிடைக்குமா என்று முயன்று பார்த்தேன், ஆனால் அதற்கு ஒருவாரம் ஆகும் போலிருந்தது, அதற்குள் நான் திரும்ப வேண்டுமே.

ப்ரியங்காவிடம் கேட்டபோது தன்னிடம் யுகே விசா இருப்பதாகச் சொன்னாள். என்னிடமும் இருந்தது. அதிர்ஷ்டவசமாக என் நண்பர்களில் ஒருவருக்கு லண்டனில் வீடும் இருந்தது. எனவே,

நான் நாற்பத்து மூன்று மணிநேரம் பயணித்து அவளைச் சந்திக்கச் சென்றேன்.

ப்ரியங்காவைச் சந்திக்கச் செல்வதற்காக எனக்கு விடுப்பளித்த இந்திய அணி மேலாண்மை அதிகாரிகளுக்கும் கேப்டனுக்கும் நான் நன்றிக்கடன்பட்டிருக்கிறேன். மாஹி பா'ய் அவள்தான் எனக்கானவள் என்பதில் நான் தெளிவாக இருக்கிறேனா என்பது பற்றி வேடிக்கையாகப் பேசிச் சிரித்தார். 'பிற்காலத்தில் நீ காதலில் விழுவதற்கு வேறு பெண்களும் கிடைப்பார்கள்' என்று கலாட்டா செய்தார். ஆனால் ப்ரியங்கா விஷயத்தில் நான் எவ்வளவு தீவிரமாக இருக்கிறேன் என்பதையும், அவளைத் திருமணம் செய்துகொள்வதைப் பற்றிய உரையாடலை உடனே தொடங்க விரும்புகிறேன் என்பதையும் அவரிடம் தெரிவித்தேன். அதன்பிறகு அவர் எனக்கு மிகுந்த ஆதரவாகச் செயல்பட்டார். 'நீ செய்வது என்ன என்பதில் உனக்குத் தெளிவு இருந்தால், உடனடியாக அதை நோக்கிச் செல்,' என்றார்.

அதே சமயம், அவரும் ரவி பா'யும், என்னுடைய இந்த அவசரமான, அதிகாரபூர்வமற்ற பயணம் பற்றிய செய்தி வெளியில் கசிந்துவிட்டால் ஊடகங்களால் அது எப்படி அணுகப்படும் என்பதைக் கவனித்து, அதையொட்டி ஆக முக்கியமான உலகக் கோப்பைக்கான இந்திய அணியின் தயாரிப்புகள் பாதிப்படையாமல் பார்த்துக்கொள்ள வேண்டியும் இருந்தது. நான் தனியாக பெர்த்திலிருந்து லண்டனுக்கு, அதுவும் துபாய் வழியாகப் பயணிப்பதால் எங்காவது யாராவது ஒரு புகைப்படத்தை எடுத்துவிட வாய்ப்பிருப்பதாகவும் அது எப்படியாவது ஊடகங்களில் கசிந்துவிட வாய்ப்பிருப்பதாகவும் மாஹி பா'ய் என்னிடம் சொன்னார். அப்படி நடந்தால் அதில் அணியின் பொறுப்பு எதுவுமில்லை என்பதைத் தெளிவாகக் கூறினார், என்னால் அதனைப் புரிந்துகொள்ள முடிந்தது. நான் அவரிடம் இது முழுக்க முழுக்க நான் எடுத்த முடிவு என்பதால் இதன் பின்விளைவுகள் என்று எதாவது ஏற்பட்டால் அதற்கு நானே பொறுப்பு என்று உறுதியளித்தேன். அதன் பிறகு ரவி பா'ய்க்கு என் பயணத் திட்டத்தைப் பற்றியும், அதற்குக் குடும்ப நிகழ்வுகளைக் காரணமாகச் சொல்லியும்

ஒரு மின்னஞ்சல் அனுப்பினேன். பிறகு, என் வாழ்வின் மிக முக்கியமான பயணத்தைத் தொடங்கினேன்.

அங்கே 5-7 நாட்களைக் கழித்தேன், நான் ஆஸ்திரேலியாவிற்குத் திரும்பும் நாளுக்கு முன்பே நாங்கள் உலகக் கோப்பை முடிந்தவுடன் திருமணம் செய்துகொள்வதாக முடிவெடுத்திருந்தோம். மாஹி பா'ய் தொடங்கி, அணியிலிருந்த அனைவரும் எனக்காக மிகவும் சந்தோஷப்பட்டார்கள். அடுத்து வரும் முக்கியமான போட்டித் தொடரை நோக்கி எங்கள் கவனம் குவிந்தபோதிலும், எங்கள் அணியின் தயாராகும் அறையில் ஒரு கொண்டாட்ட மனநிலை வந்துவிட்டது.

நான் லண்டனுக்குச் செல்வதற்குச் சில வாரங்கள் முன்புதான் ப்ரியங்காவும் நானும் லண்டனில் சந்திக்கலாம் என்று தீர்மானித்திருந்தோம். அது ஆஸ்திரேலியாவுக்கு எதிரான டெஸ்ட் போட்டித் தொடரின் ஒரு பகுதியாக நாங்கள் சிட்னியில் இருந்த நேரம். அப்போது ஒரு புத்தாண்டுக் கொண்டாட்ட பார்ட்டிக்கு, விராட் கோலி, அனுஷ்கா ஷர்மா (இவர்தான் இப்போது கோலியின் மனைவி) மற்றும் இஷாந்த் ஷர்மாவுடன் நானும் சென்றிருந்தேன். அங்கிருந்து திரும்பிய பின் ஃபேஸ் டைமில் ப்ரியங்காவுடன் சுமார் மூன்று மணிநேரம் பேசிக்கொண்டிருந்தேன் - பள்ளி நாட்கள், எங்கள் குடும்பங்கள், மற்றும் அவர்களின் சடங்குகள் கொண்டாட்டங்களைப் பற்றி. அந்தச் சுற்றுப்பயணத்தின் போது நாங்கள் அடிக்கடி ஃபேஸ் டைம் மூலமாகப் பேசிக்கொண்டுதான் இருந்தோம், ஆனால் அன்றுதான் அவ்வளவு நேரம் பேசினோம். அந்த உரையாடலின்போதுதான் அவளைத் திருமணம் செய்துகொள்ள வேண்டும், அவளுடன்தான் நான் என் மிச்ச வாழ்க்கை மொத்தத்தையும் கழிக்க விரும்புகிறேன் என்றும் உணர்ந்தேன் என்று நினைக்கிறேன்.

லண்டனுக்குச் சென்ற அந்த நீண்ட பயணத்தின்போது எதன் மீது கவனத்தைத் திருப்புவது என்றே எனக்குப் புரியவில்லை. இந்த விவகாரத்தைச் சமாளிக்கும் பற்பல உத்திகளை யோசித்துக்கொண்டே இருந்தேன். அப்போதெல்லாம் நாங்கள்

தொடர்ச்சியாகப் பேசிக்கொண்டுதான் இருந்தோம். ஆனால் இது அடுத்த அடி ஆயிற்றே. லண்டனில் இறங்கியவுடன் நேராக என் நண்பர் வீட்டுக்குச் சென்றேன். அதன்பிறகு ப்ரியங்கா வந்தாள். அவளைப் பார்க்கவே அவ்வளவு மகிழ்ச்சியாக இருந்தது. ஆரம்பத்தில் நாங்கள் ஒரு நண்பர்கள் குழுவில் அங்கம் வகித்தோம், வேடிக்கையாகப் பேசிக்கொண்டிருப்போம். என் நண்பர்கள் எங்களுக்காக ஒரு இரவு உணவு பார்ட்டி ஏற்பாடு செய்திருந்தார்கள். அப்போதுதான் ப்ரியங்காவிடம் நேராகப் பேச எனக்குச் சந்தர்ப்பம் கிடைத்தது. போதுமான தைரியம் திரண்டவுடன் அவளிடம் அந்தக் கேள்வியைக் கேட்டேன். ஆமாம், முழங்காலிட்டுதான் கேட்டேன். அவள் யெஸ் (சரி) என்று சொன்னாள். அது என் வாழ்வின் ஆக மகிழ்ச்சியான தருணங்களில் முக்கியமானது.

சற்று முன்பாகவே இன்னொரு தருணம் இருந்ததும் நினைவுக்கு வருகிறது. 2014ல் இந்திய அணியுடன் இங்கிலாந்து சென்றிருந்தபோது ப்ரியங்காவும் நானும் சந்திக்கத் திட்டமிட்டிருந்தோம். ஆனால் துரதிர்ஷ்டவசமாக அது நடக்கவில்லை. அந்தச் சுற்றுப்பயண அட்டவணை மிகவும் இறுக்கமாக இருந்தது, நான் கிட்டத்தட்ட ஒரு மைதானத்திலிருந்து இன்னொன்றுக்குத் தொடர்ந்து பயணித்தபடியே இருந்தேன். அவளே என்னை அழைத்து நான் இங்கிலாந்துக்கு வந்திருப்பதால் சந்திக்க முடியுமா என்று கேட்டாள். ஆனால் அவள் லண்டனில் இருந்தபோது எனக்கு பர்மிங்ஹாமில் போட்டி இருந்ததால் எங்களால் சந்திக்க முடியவில்லை.

அவளுக்கு முன்னரும் எனக்கு நெருக்கமான இரண்டு தோழியர் இருந்தனர், அவர்களோடு இன்னனும் நெருக்கமாகத்தான் இருக்கிறேன். ஆனால் அவர்கள் யாரையும் நான் இப்படி அணுகியதில்லை, நான் வளர்ந்து வந்த பின்னணியில் இப்படியான பந்தங்கள் எல்லாம் தீவிரமாகப் பார்க்கப்படும் என்று நான் அறிந்திருந்தேன். அதனால் நான் உண்மையிலேயே உடனிருக்க விரும்பும் ஒருவரோடு மட்டுமே இப்படியான

பந்தத்தில் நுழைய விரும்பினேன். எங்களுக்கிடையில் ஒரே மாதிரியான குடும்ப அமைப்பும், வாழ்க்கை நெறிகளும் இருந்ததாலும், நாங்கள் எந்தவிதமான வெளியுலகப் புகழ் வெளிச்சமும் இல்லாமல் வளர்ந்ததாலும், ப்ரியங்காவுடனான பந்தம் இயல்பாக அமைந்தது.

ப்ரியங்காவுக்கும் எனக்கும் பல ஆண்டுகாலப் பழக்கம் இருந்தது. நாங்கள் இருவரும் பிறக்கும் முன்பிருந்தே எங்கள் குடும்பங்களுக்கிடையில் நெருங்கிய பந்தம் இருந்தது. காஸியாபாத்தின் முரத்நகரில் அனைவரும் ஒரே பகுதியில் வசித்து வந்தனர். நாங்கள் அனைவரும் பல ஆண்டுகள் படித்த பள்ளியில்தான் அவள் அப்பா திரு. தேஜ்பால் சௌத்ரி விளையாட்டு மற்றும் உடற்பயிற்சி ஆசிரியராகப் பணியாற்றினார். என் சகோதரர்கள் உள்ளிட்ட பலருக்கும், ஒரு தலைமுறைக்கே, தேஜ்பால் சார் ஆசிரியராக இருந்தார். அதனால், இது ஒருவகையில் எழுதிவைக்கப்பட்ட பந்தம் என்றே சொல்லலாம்.

அப்போதெல்லாம் என் சகோதரன் அந்தப் பகுதி சிறுவர்களுக்கு வீட்டில் ட்யூஷன் எடுத்தார், ப்ரியங்கா எங்கள் வீட்டுக்குச் சிலமுறை வந்திருக்கிறாள். அவளுக்கும் என் சகோதரனுக்கும் பொதுவான தோழியான நேஹாவைத்தான் பின்னர் என் சகோதரன் மணந்துகொண்டான். எங்கள் குடும்பங்களுக்கிடையில் நல்ல அறிமுகம் இருந்தது. ப்ரியங்காவின் அண்ணன், பள்ளியில் என் வகுப்பில்தான் இருந்தான். அடிக்கடி அவள் வீட்டுக்கு நாங்களும், என் வீட்டுக்கு அவர்களும் பண்டிகைக்காலங்களில் சென்று வருவதும் வழக்கமாக இருந்தது, ஏனெனில் எங்கள் அம்மாக்களுக்கிடையிலும் நல்ல நட்பு இருந்தது.

ஆனால் ஆரம்பகட்ட பள்ளி நாட்களுக்குப் பிறகு இருவரும் வெவ்வேறு திசைகளில் சென்றுவிட்டோம். நான் ஸ்போர்ட்ஸ் ஹாஸ்டலில் சேர்ந்துவிட்டேன். அவள் பள்ளிப் படிப்பையெல்லாம் முடித்துவிட்டு ஹாலந்துக்கு வேலை பார்க்கச் சென்றுவிட்டாள். காஸியாபாத்தில் தகவல் தொழில்நுட்பத் துறையில் கொஞ்ச காலம் வேலை பார்த்துவிட்டு, பிறகு மூன்று

ஆண்டுகள் பெங்களூருக்குச் சென்று வேலை செய்தாள். பெங்களூரிலிருந்தபோதுதான் அவளுக்கு வெளிநாட்டுக்குச் செல்லும் வாய்ப்பு வந்தது. முதலில் தன் அம்மாவோடு அங்கே சென்றாள், அவர் அவள் அங்கே நிலைகொள்ளும்வரை உடனிருந்தார். விரைவிலேயே ஆம்ஸ்டர்டாமில் INGயின் ஒரு கிளையின் தலைமைப் பொறுப்புக்கு முன்னேறினாள்.

பள்ளி நாட்களுக்குப் பிறகு எங்கள் தொடர்பு முற்றிலும் விட்டுப்போயிருந்தது, யதேச்சையாகத்தான் எங்கள் தோழமை மீண்டும் உயிர்பெற்றது. அதில் எந்தத் திட்டமிடலும் இல்லை. அது நிகழவேண்டும் என்று இருந்திருக்கிறது, இப்போது யோசித்துப் பார்க்கையில் அப்படித்தான் தோன்றுகிறது. 2008 மும்பை விமான நிலையத்தில் அது நிகழ்ந்தது. அவள் விமான நிலையத்திற்கு ஏதோ வேலையாக வந்திருந்தாள், நான் அதே ரஞ்சிக் கோப்பை போட்டியில் விளையாடச் சென்றிருந்தேன்.

உண்மையைச் சொல்லிவிடுகிறேன், ஆரம்பத்தில் அவளை எனக்கு யாரென்றே தெரியவில்லை. எங்கள் பைகளுக்காக, பைகள் வரும் பகுதியில் காத்திருந்தோம், இவளை எங்கோ பார்த்தாற்போலிருந்தது, ஆனால் என்னால் யாரென்று யூகிக்க முடியவில்லை. அப்போதுதான் முதன்முதலாகப் பேசிக்கொண்டோம். உடனேயே நெருங்கிவிட்டோம், காஸியாபாத்தில் நாங்கள் ஒன்றாக வளர்ந்த காலங்களைப் பற்றிப் பேசிக்கொண்டோம். அப்போதுதான் முதல் முதலாக எங்கள் ஃபோன் நம்பர்களைக் கொடுத்துப் பெற்றுக்கொண்டோம்.

அப்போதிருந்தே அடிக்கடி இல்லாவிட்டாலும், அவ்வப்போது தொடர்ச்சியாகப் பேசிக்கொள்ளத் தொடங்கினோம். அடிப்படையில் தொடர்பில் இருந்தோம். அந்த வருடம் தீபாவளிக்கு அவள் எங்கள் வீட்டுக்கு வந்தாள். என் அப்பா பணியிலிருந்து ஓய்வு பெற்றபோது ஆயுதத் தொழிற்சாலையின் பொது மேலாளர் அவருக்கு ஒரு விருது வழங்கினார். அவள் குடும்பத்தார் அந்த விழாவுக்கு வந்திருந்தார்கள், என் அப்பா ஓய்வு பெறும் விழா என்பதால் நானும் சென்றிருந்தேன். அது நாங்கள் மீண்டும் சந்தித்துப் பேசி ஒருவரை ஒருவர் புரிந்துகொள்ள இன்னொரு வாய்ப்பாக அமைந்தது.

இந்திய அணியில் என் இடத்தை நான் முழுவதுமாக உறுதிசெய்துகொள்ளும் முன்னர் இந்தச் சந்திப்புகள் நிகழ்ந்தன. என் கிரிக்கெட் வாழ்க்கையின் ஆரம்ப கட்டத்தில்தான் அப்போது இருந்தேன். அதற்குப் பிறகு தொலைபேசியில்தான் ப்ரியங்காவுக்கும் எனக்குமான தொடர்பு நீடித்தது. நான் தொடர்ச்சியாகப் போட்டிகளில் பங்கேற்கத் தொடங்கியபோது அதுவும் நின்றுபோனது. அவளும் வேலையில் பரபரப்பாக இருந்தாள். எங்கள் குடும்பங்கள் சந்தித்தபடி இருக்க, அவளும் என் வீட்டுக்கு வந்தவண்ணமே இருந்தாள்.

ப்ரியங்கா எப்போதுமே பெரிய கிரிக்கெட் ரசிகையாக இருந்ததில்லை. சொல்லப்போனால் எங்கள் திருமணத்துக்கு முன் அவள் அவ்வளவாக கிரிக்கெட் பார்த்ததும் இல்லை. நான் இந்திய அணியில் விளையாடும் கிரிக்கெட் ஆட்டக்காரன் என்பது அவளுக்குத் தெரியவே இல்லை (நான் இந்திய அணியில் தொடர்ச்சியாக இடம்பெற்ற காலத்தில் அவள் ஹாலந்துக்குச் சென்றுவிட்டாள்). அந்தக் காலகட்டத்தில் கடைசியாக அவளை 2008ல் சந்தித்தேன், நான் தீபாவளி சமயத்தில் வீட்டுக்குச் சென்றிருந்தபோது, ஆனால் அப்போதும் கிரிக்கெட்டைப் பற்றி எந்தப் பேச்சும் இல்லை. அப்போது நடந்ததெல்லாம் குடும்பங்களின் விழாக்காலக் கொண்டாட்டம் மட்டுமே.

வேடிக்கையாக, அவள் அடுத்தமுறை என்னைப் பார்த்தது தொலைக்காட்சியில். ஆம்ஸ்டர்டாமில் இருந்த அவள் நண்பர்கள் அவளைக் கட்டாயப்படுத்தி 2011 உலகக் கோப்பை கிரிக்கெட் இறுதிப்போட்டியைத் தொலைக்காட்சியில் பார்க்க அழைத்துச் செல்ல, அவள் திரையில் என்னைப் பார்த்திருக்கிறாள். இந்திய அணியை உலக அளவில் பிரதிநிதித்துவப்படுத்தும் புகழ்பெற்ற ஒரு விளையாட்டு வீரன் என்று என்னைப் பற்றி அவள் அறிந்த முதல் தருணம் அதுதான். அப்போதுதான், நீண்ட இடைவெளிக்குப் பின்னர் அவள் எனக்குக் குறுஞ்செய்தி அனுப்பினாள், என்னைப் பாராட்டி, அணியின் முயற்சிகளுக்கு வாழ்த்துத் தெரிவித்து

எழுதியிருந்தாள். அது, அதன் பிறகு எங்களுக்கிடையிலான நீண்ட தொடர்பின் முதற்புள்ளியாக அமைந்தது. அதன் பின், 2015 ஃபிப்ரவரியில் வயிற்றில் பட்டாம்பூச்சிகள் படபடக்க விமானத்தில் நான் புறப்பட்டவரையில் அந்த உரையாடலின் சங்கிலித் தொடர் நீண்டது.

ப்ரியங்கா அவளது பள்ளி நாட்களிலிருந்தே மிகப்பெரிய கால்பந்தாட்ட ரசிகை. ஆம்ஸ்டர்டாமின் உள்ளூர் லீக் போட்டிகளுக்குச் சென்று பார்த்து வருவாள். கடந்த சில ஆண்டுகளில் நானும் அவளுடன் சென்று அஜாக்ஸ் அணி விளையாடுவதைப் பார்த்திருக்கிறேன். இப்போது கற்றல் இடம் மாறியிருக்கிறது: கால்பந்தாட்டத்தைப் பொறுத்தவரையில் இப்போது அவள்தான் எனக்கு வீரர்களைப் பற்றியும் ஆட்ட நுணுக்கங்கள் வியூகங்கள் பற்றியும் சொல்லிக்கொடுக்கிறாள்.

அவளுக்கு மிகவும் நெருக்கமான நண்பர்கள் சிலர் இன்னும் ஆம்ஸ்டர்டாமில்தான் இருக்கிறார்கள். அவர்கள்தான் எப்போதும் அவளுடன் இருந்திருக்கிறார்கள், தன்னுடைய மகிழ்ச்சியான நாட்களிலும் சரி, சிக்கலான காலகட்டங்களிலும் சரி, அவர்கள் தன்னுடன் இருப்பதைத்தான் அவளும் விரும்புவாள். அவள் அங்கே மிக அழகான வாழ்க்கையை வாழ்ந்திருக்கிறாள், பிரமாதமாக உழைத்து தனக்கான தனித்த அடையாளத்தைத் தொழில் ரீதியாகவும் தனிப்பட்ட வாழ்க்கையிலும், அதுவும் ஒரு வெளிநாட்டில், கட்டமைத்திருக்கிறாள். அவற்றையெல்லாம் அப்படியே விட்டுவிட்டு, என்னுடன் இருப்பதற்காகவே இந்தியாவுக்குத் திரும்பியதிலிருந்தே அவள் எப்படிப்பட்ட குணம் கொண்ட பெண் என்பதைத் தெரிந்துகொள்ளலாம். என் வாழ்வின் ஒரு பகுதியாக மாறிய அந்தக் கணத்திலிருந்தே என்னைத் தாங்கிப் பிடிக்கும் வலிமையான தூணாக இருந்திருக்கிறாள், என் குடும்பத்துக்கும் அப்படித்தான். மனத்தில் அன்பு ததும்பும் அற்புதமான நபராக இருப்பதோடு, ப்ரியங்கா தன்னைச் சுற்றி இருப்பவர்களின் மகிழ்ச்சிக்காகச் சில தியாகங்களைச் செய்யத் தயங்காதவளாகவும் இருக்கிறாள்.

இந்தியாவுக்குத் திரும்பி வருவது அவளுக்கு நிச்சயமாக எளிதான ஒன்றாக இருந்திராது. ஐரோப்பிய வாழ்க்கை முறையே முற்றிலும் வேறானது. ஆம்ஸ்டர்டாம் போன்ற இடத்தில் இருக்கும் சுதந்திரமே வேறு. எங்களுக்குத் திருமணமான பிறகும் சில நாட்கள் ஆம்ஸ்டர்டாமில் இருந்தாள், ஆனால் அது அவள் தன் வேலையைச் சரியாக முடித்துக்கொள்ள வேண்டியிருந்ததால் நிகழ்ந்தது. அவளை நான் அவ்வப்போது சென்று பார்ப்பேன், ஹாலந்தைச் சுற்றி வந்து அந்த நாட்களை மிகவும் ரசித்துக் கொண்டாடினோம். இந்திய கிரிக்கெட் ஆட்டக்காரர்கள் அப்படியான ஓரிடத்தில்தான் மக்களோ ரசிகர்களோ சூழ்ந்துகொள்ளாமல் சுற்றித் திரிய முடியும். எங்கள் உறவுக்கும், அப்படி புகழ்வெளிச்சத்திற்கும், ரசிகர்களின் அன்புப்பிடிக்கும் அப்பாற்பட்ட எங்களுக்கேயான நேரம் தேவைப்பட்டதும் உண்மைதான். ஒருமுறை எங்கோ ஒரு கிராமத்தில் ஒரு காஃபி கடைக்குச் சென்றபோது ஒரு சீக்கியரைச் சந்தித்தோம், அவர் என்னை அடையாளம் கண்டுகொண்டார். ஆனால் அவர் மிகுந்த மரியாதையுடன் நடந்துகொண்டார், ப்ரியங்காவுக்கோ எனக்குக் கிடைத்த அந்தச் சிறுபொழுதின் அங்கீகாரம் ஆர்வமூட்டுவதாக இருந்தது. அவள் ஹாலந்துடனான தன் தொடர்புகளைப் பராமரித்து வருகிறாள், எங்களுக்கென்று இன்னமும் அங்கே சில சொத்துகள் இருக்கின்றன. அங்கேதான் 2019ல் என்னுடைய இரண்டாவது மூட்டு அறுவை சிகிச்சை நடந்தது.

இந்திய கிரிக்கெட் ஆட்டக்காரர் யாரையும் மணக்கும் எந்தப் பெண்ணையும் போலவே, ப்ரியங்காவுக்கும் இடைஞ்சலற்ற தனிமை கிடைப்பதுதான் சவாலாக இருக்கிறது. அடையாளம் காணப்படாமல் எங்கேயும் போக முடியாது. மக்கள் எப்போதும் உங்கள் மேல் ஒரு கண்ணை வைத்தபடி, உங்களை எடைபோட்டபடி இருக்கிறார்கள். எங்களைப் போலவே எங்கள் துணைவர்களும் நினைத்த இடங்களுக்குச் சென்றுவர முடியாத சூழலில்தான் இருக்கிறார்கள். ஒரு குமிழிக்குள் வாழவேண்டி இருக்கிறது, அது அவ்வளவு எளிதாக இல்லை. ஆனால் ப்ரியங்கா அதனை அற்புதமாகச் செயல்படுத்துகிறாள்,

அவளுக்கென்று தனித்த வாழ்க்கையும் லட்சியங்களும் உண்டு, மேலும் அவள் ஓர் இந்திய கிரிக்கெட் பிரபலத்தை மணந்தால் வாழ்க்கை எப்படி இருக்கும் என்பதை நன்றாக அறிந்தவள். அதற்கு நிறைய புரிதல் தேவைப்படுகிறது.

ஒரு குடும்பமாக நாங்கள் இந்தியாவுக்கு மீண்டும் திரும்பியபோது எந்தச் சிக்கலும் இல்லாமல் அதனை எதிர்கொண்டு ஏற்றுக்கொண்டாள் என்பது அவளது குணநலத்துக்கு மேலும் ஒரு சான்றாகும். அந்தத் தருணத்துக்கு முன்பாக அவள் சுமார் பத்து ஆண்டுகள் இந்தியாவுக்கு வெளியில் வாழ்ந்திருந்தாள். என் பெற்றோரிடம் எப்போதுமே மரியாதையுடன் நடந்துகொள்வாள், அவர்களை நன்றாகக் கவனித்துக்கொள்கிறாள். திருமணமான ஒரு பெண்ணிடமிருந்து இந்தியச் சமுதாயம் எதிர்பார்ப்பவை மிக வித்தியாசமானவை, நவீன யுகத்துப் பெண்களுக்கு அப்படியான எதிர்பார்ப்புகளைக் கையாள்வதில் நிச்சயம் சிரமங்கள் ஏற்படும். ப்ரியங்கா மீதும் சரி, அவளைப் போன்ற ஏனைய இந்தியப் பெண்கள் மீதும் சரி, பாரம்பரிய வாழ்வியல் நெறிகளையும் கைக்கொண்டு, அதே சமயம் தங்கள் தனித்த லட்சியங்களை அடைவதிலிருந்து ஓரடியும் பின்வாங்காமல் அவற்றை எட்டவும் அயராமல் உழைக்கும், இவ்விரண்டு அம்சங்களையும் சீராகச் சமாளிக்கும் அவர்களின் திறன் மீது எனக்குத் தனித்த மரியாதை உண்டு.

ஒரு கிரிக்கெட் ஆட்டக்காரனைத் திருமணம் செய்துகொள்வதன் மறுபக்கமும் இருக்கிறது, அதிலும் குறிப்பாக இன்றைய இணையவழி வசைபாடுவதை எதிர்கொள்ள வேண்டிய காலகட்டத்தில் இது தீவிரமாக இருக்கிறது. மைதானத்தில் தன் துணைவரின் ஆட்டம் சரிவர அமையப்பெறாத தருணங்களில் மிக மோசமான இணையதளத் தாக்குதல்களுக்கு இலக்காவது ப்ரியங்காவுக்கு மட்டும் நடப்பதில்லை. அது விராட் அனுஷ்கா விஷயத்திலும், இன்னும் பலருக்கும் நடப்பதை நாம் பார்த்திருக்கிறோம். சில சமயங்களில் எங்கள் மனைவிமார்கள் எதிர்கொள்ளும் அத்தனை கசப்பும் வெறுப்பும் எவ்வளவு அநியாயமானவை என்பதைப் பற்றிச் சொல்லத் தொடங்கவும் என்னால் முடியவில்லை.

2015ல் எங்களுக்குத் திருமணமான பிறகு, ஒரு கட்டத்தில் நான் அணியின் உள்ளேயும் வெளியிலுமாக இருக்க நேர்ந்தது. ஒவ்வொருமுறையும் ட்வீட்களிலும் இன்னபிற சமூக ஊடகக் கருத்துகளிலும் ப்ரியங்காவையே இலக்காக்கி அவள் என் ஆட்டத்தைக் குலைப்பதாகவும், என் கிரிக்கெட் வாழ்க்கையைச் சரிப்பதாகவும், வெறுப்பும் கசப்புமாக எதிர்மறைத் தாக்குதல்கள் ஏவப்பட்டன. அவற்றில் எந்த அர்த்தமுமே இல்லை, ஆனால் சில மனிதர்கள் மற்றவர்களைத் துன்புறுத்தி அதிலொரு கோணல் இன்பம் அனுபவிப்பதை வழக்கமாகக் கொண்டிருக்கிறார்கள்.

அதிர்ஷ்டவசமாக, என்னைப் போலவே ப்ரியங்காவும் தன் வாழ்வில் எதிர்மறை எண்ணங்களுக்கு ஒருபோதும் இடமளிப்பதில்லை, அவற்றைச் சமாளிக்கவும் தெரிந்து வைத்திருக்கிறாள். பெரும்பாலும் இத்தகைய தாக்குதல்களை அவள் அப்படியே உதாசீனப்படுத்திவிடுவாள், அவற்றை அங்கீகரிப்பதே இல்லை. அவள் சந்தித்தாற்போன்ற சில மோசமான தாக்குதல்களைச் சந்திக்கையில் அது ஒருவரைத் திணறடித்துவிடும் என்பதே உண்மை. ப்ரியங்கா தன் வேலையில் பரபரப்பாக இருப்பதும் இப்படியான அனர்த்தங்களுக்கு அவள் நேரம் ஒதுக்காமல் இருப்பதற்கான காரணம். ஆனால் இப்படிச் செய்பவர்கள் இதனால் கிரிக்கெட் ஆட்டக்காரர்கள் மற்றும் அவர்கள் குடும்பங்களின்மீது ஏற்படும் பாதிப்புகளை உணர்ந்து இவற்றைக் கைவிடவேண்டும் என்றே நான் விரும்புகிறேன்.

நான் முன்பே சொன்னாற்போல, ப்ரியங்கா தன்னைத்தானே கட்டமைத்துக்கொண்ட ஒரு பெண், அவள் தன் வாழ்வில் அடைந்த வெற்றி எல்லாமே அவளது கடின உழைப்பாலும், அர்ப்பணிப்பாலும் விளைந்தவை. அவளால் அந்த வாழ்க்கையிலிருந்து அப்படியே வெளியேறிவிட முடியாது என்பதை நான் அறிந்திருந்தேன். அவள் வியாபாரம் செய்யவே பிறந்தவள் என்றே நான் கருதுகிறேன், எப்போதும் வியாபாரம் சார்ந்த சிந்தனைகள், உத்திகளுடனே உலவுபவள் அவள். ஆனால் அவளது பல்வேறு நடவடிக்கைகளின் பின்னியங்கும் நெறி என்பது, எங்கள் அளவுக்கு அதிர்ஷ்டம் இல்லாத

மக்களுக்கு எதாவது ஒரு வகையில் சேவை செய்து அவர்கள் வாழ்க்கையை மாற்றியமைக்கும் அவளது லட்சியம்தான்.

அந்த அடிப்படையில்தான் நாங்கள் க்ராஸியா ரெய்னா ஃபவுண்டேஷன் *(Gracia Raina Foundation - GRF)* என்ற அமைப்பை எங்கள் முதல் குழந்தையின் பெயரில் உருவாக்கினோம். அது க்ராஸியாவின் முதல் பிறந்தநாள் அன்று தொடங்கப்பட்டு, தாய்-சேய் நலம், அதாவது உடல் ரீதியாக மற்றும் மன ரீதியாகத் தாயும் சேயும் சந்திக்கும் சவால்கள் பற்றிய விழிப்புணர்வை உருவாக்குவதை நோக்கமாகக் கொண்டு செயல்பட்டு வருகிறது.

நாங்கள் டெல்லியிலும் GRF அமைப்பை உருவாக்கி, இப்படியான அடிப்படை உதவிகள் கிடைக்காத பெண்களுக்கும் குழந்தைகளுக்கும் வலுசேர்க்கும் பொருட்டுச் செயல்பட்டு வருகிறோம். அதுதான் எங்கள் முதல் முயற்சி. அதன்பிறகு எங்கள் எல்லைகளை மேலும் விரித்திருக்கிறோம், இப்போது எங்கள் லட்சியங்களின் பட்டியலில் வாய்ப்பற்ற குழந்தைகளின் கல்விப் பொறுப்பை ஏற்பதும் இருக்கிறது.

இந்தக் காரணங்களா, அவளால் என்னுடன் பெரிதாகப் பயணிக்க முடிவதில்லை. ஆனால் உடன் வந்துவிட்டால், அவள் இருப்பதே ஒரு வரம்தான். வாழ்வில் அவள் பயணிக்கும் ஒவ்வொன்றிலும் மிகவும் நேர்த்தியாக இருப்பாள், அவள் உடனிருந்தால் எவ்வளவு இறுக்கமான போட்டித் தொடரோ, அல்லது ஐபிஎல்லோ, அதனை எதிர்கொள்வது அவ்வளவு எளிதாக மாறிவிடும்.

ப்ரியங்கா மூன்று ஆண்டுகள் கடுமையாக உழைத்து, தன் சொந்த பிராண்டில், முற்றிலும் இயற்கையான குழந்தை நலப் பொருட்களை உருவாக்கியிருக்கிறாள். அதன் பெயர் 'மாதே', 2020ல் அறிமுகப்படுத்தப்பட்டது. இன்னும் நிறைய அன்னையர் தங்கள் குழந்தைகளுக்காகச் சிறந்தவற்றைத் தேர்ந்தெடுக்கும் வாய்ப்பைப் பெறவேண்டும் என்பது அவள் நோக்கத்தின் ஒரு பகுதி. அவளிடம் மேலும் நிறைய யோசனைகள் உள்ளன, அவையெல்லாம் வருகிற சில ஆண்டுகளில் உருப்பெறக் காணலாம்.

ப்ரியங்கா க்ராஸியாவுக்கும் ரியோவுக்கும் அற்புதமான தாயாக இருக்கிறாள், நான் வேண்டியபடியே கிடைத்த என்னை முழுமையாக ஆதரிக்கும் மனைவியாக இருக்கிறாள், பாசமான மருமகளாகவும் இருக்கிறாள். இந்தியப் பெண்களுக்கு மட்டுமல்லாமல் எனக்குமே ஓர் உதாரணமாக விளங்குகிறாள்.

என்னை ஒரு முழுமையான மனிதனாக வடிவமைத்துக் கொள்ளவும் பேருதவியாக இருந்திருக்கிறாள். அவள் என் வாழ்க்கைக்குள் வரும் முன்பு மைதானத்தில் என் ஆட்டத்தின் போக்கு என்னை எப்போதுமே பாதித்தது நினைவிருக்கிறது. என் மீதோ அல்லது அந்தச் சூழலின் மீதோ உச்சபட்ச வருத்தத்துடன் பல சமயங்களில் இருந்திருக்கிறேன். அரம்பகாலத்தில் ப்ரியங்கா என்னுடன் சுற்றுப்பயணங்களுக்கு வந்தபோதும் கூட அவ்வளவாக வெளிப்படையாக இருக்கமாட்டேன். அறைக்குத் திரும்பி ஒன்றுமே பேசாமல் மௌனமாக இருப்பேன். நான் வருத்தத்தில் இருக்கிறேன் என்பதையும், என் உணர்வுகளை நான் அவ்வளவு சரியாகக் கையாளவில்லை என்பதையும் அவள் நன்றாகத் தெரிந்துகொள்வாள். என்னைப் பேசத் தூண்டி, வெளிப்படையாக இருக்கும்படி உற்சாகமூட்டியவள் அவள்தான். அது என் கிரிக்கெட் ஆட்டத்திலும், என் வாழ்க்கையிலுமே மிகச் சிறந்த பாதிப்பை ஏற்படுத்தியது. அது என்னை ஒரு நல்ல மனிதனாகக் கட்டமைத்தது, என் வாழ்வின் பற்பல அம்சங்களைப் போலவே, இதற்கான பாராட்டுகளும் ப்ரியங்காவையே சேரும்.

9

க்ராஸியாவும் ரியோவும்

ப்ரியங்கா என்னிடம் நேராகச் சொல்லிவிடவில்லை. அப்போது நான் எங்கிருந்தேன் என்று எனக்கு நன்றாக ஞாபகம் இருக்கிறது. வங்கதேசத்தில் ஒரு போட்டிக்கு முன்பாகப் பயிற்சி முடிந்து பேருந்தில், அணி வீரர்களுடன் அறைக்குத் திரும்பிக்கொண்டிருந்தேன். ஒரு போட்டித் தொடருக்காக அங்கே சென்றிருந்தோம். ப்ரியங்காவும் நானும் ஃபோனில் குறுஞ்செய்தி அனுப்பிக்கொண்டிருந்தோம், அந்த உரையாடல் முழுக்க அவள் சில துப்புகளைக் கொடுத்தபடியிருந்தாள், ஆனால் பெரிதாக எதையும் சொல்லவில்லை. அதற்கு மேல் என்னால் தாங்கமுடியவில்லை. ஃபோனில் அவளை அழைத்துவிட்டேன்.

அப்போதுதான் அவள் கருவுற்றிருப்பதைச் சொன்னாள். நான் வானத்தில் மிதந்தேன் என்று சொன்னாலும் அது அப்போது நான் உணர்ந்ததை விடக் குறைவுதான். எனக்கு

மிகுந்த உற்சாகமும் அதே நேரம் கவலையும் ஏற்பட்டது. நான் அவளிடமிருந்து இவ்வளவு தொலைவில் இருக்கிறேன், அவளோ அங்கே தனியாக இருக்கிறாள். அந்தக் கணமே அவளிருக்கும் இடத்துக்குப் பறந்து சென்றுவிட விரும்பினேன். ஆனால் அப்போதைக்கு என்னால் இயன்றது எல்லாம் சரியாகிவிடும் என்றும் சொல்லப்போனால் எல்லாமே நன்றாக நடக்கும் என்றும் அவளுக்கு ஆறுதல் சொல்வதுதான்.

இந்தப் பயணம் முழுக்க அவள் ரொம்பவே தைரியமாக இருக்கவேண்டும் என்றும், இந்தச் சமயத்தில் எங்கள் இருவரின் அம்மாக்களும் அவளுடன் துணையாக இருப்பது அவசியம் என்றும் சொன்னேன். ரஞ்சிக் கோப்பையிலும் மற்ற போட்டித் தொடர்களிலும் விளையாடும் நிறைய வீரர்கள், இதுபோன்ற சமயங்களில் வீட்டுக்குப் போக முடியாமல் தொடர்ச்சியாகப் போட்டிகளில் பங்கேற்பதால் தத்தம் மனைவியருடன் இருக்கமுடியாமல் தவிப்பதை நான் நிறையப் பார்த்திருந்ததால் அப்படிச் சொன்னேன். இதுபோன்ற தருணங்களுக்கே மற்ற அனைத்தைக் காட்டிலும் முக்கியத்துவம் கொடுக்கும் குடும்பப் பின்னணியிலிருந்து வருபவன் நான், எந்தச் சாக்கும் சொல்லாமல் உடலாலும் மனத்தாலும் ஒருவன் தன் மனைவியுடன் இருந்தேயாக வேண்டிய காலகட்டம் அது. எனவே, விளையாட்டைக் கொஞ்ச காலம் ஒதுக்கி வைத்துவிடலாம், பிறகு மீண்டும் திரும்பிக்கொள்ளலாம் என்று நினைத்தேன்.

ஒரு கிரிக்கெட் ஆட்டக்காரனின் வாழ்க்கையில் உச்சபட்ச மகிழ்ச்சியும், பெருந்துயருமான தருணங்கள் மாறி மாறி ஏற்படும். அதீத உயரங்கள், போலவே அதீத வீழ்ச்சிகள். என் வாழ்வின் அந்தக் கணம் வரையில் என் வாழ்வில் எத்தனையோ மகிழ்ச்சிகளைப் பார்த்திருந்தேன். உபி மாநில அணிக்கு முதன்முதலாகத் தேர்வானது முதல் பத்தொன்பது வயதுக்குட்பட்ட இந்திய அணியில் இடம்பெற்றது வரை, இந்திய அணிக்குத் தேர்வானது முதல் உலகக்கோப்பையை வென்றது வரையில் பல உச்சங்கள். ஆனால் தந்தையாகப்

போகிறோம் என்ற செய்தி என்னை முற்றிலும் வேறொரு தளத்துக்கு அழைத்துச் சென்றது.

ப்ரியங்கா கருவுற்றபோது அவளது பேறுகாலம் முழுக்க உடனிருக்க வேண்டும் என்று நினைத்தேன். பிரசவ அறையிலும் அவளுடன் இருக்க விரும்பினேன். வாழ்க்கையில் அதைவிட வேறெதுவும் எனக்கு முக்கியமாகத் தோன்றவில்லை. என் மனைவி என்னவெல்லாம் எதிர்கொள்கிறாள் என்பதைக் கவனித்து அந்தச் சமயம் முழுக்க அவளோட இருக்கவேண்டும் என்று நினைத்தேன். எங்கள் திருமணத்துக்குப் பிறகு, ஒன்று மாற்றி மற்றொன்று எனப் போட்டித் தொடர்கள் நடந்து நான் பரபரப்பாக விளையாட்டில் ஈடுபட்டிருந்ததால், அவள் அருகில் துணையாக இருக்கவே முடியாமல் போனது. அதனால் இதையும் தானொருத்தியே தனியாகச் சமாளிக்க வேண்டும் என்ற உணர்வு அவளுக்கு வந்துவிடக்கூடாது என்பதில் உறுதியாக இருந்தேன். அவள் ஒரு கடினமான சூழலில் இருந்தாள், தனியாக, வேலைக்குச் சென்று வந்து, குடும்பத்தைப் பார்த்துக்கொண்டு - அடிப்படையில் தனக்கும் குடும்பத்துக்கும் தேவையானவற்றை அவளே தனியாகச் செய்துவந்தாள். இதை அவளுக்காக நான் செய்யவேண்டும் என்று ஆசைப்பட்டேன், நான் எவ்வளவு நல்ல கணவன் என்பதை நிரூபிப்பதற்காக இல்லை, அவளுக்குச் சரியான துணையாக அவளுக்கு நன்றி சொல்லும் விதமாக.

நான் சிறுவனாக இருந்தபோது, வாரக்கடைசிகளில் ஹாஸ்டலில் தனியாகவே இருப்பேன். என் வகுப்பு மாணவர்களும் மற்ற நண்பர்களும் வெள்ளி மாலை புறப்பட்டு லக்னோ அல்லது அவர்களது ஊர்களுக்குச் சென்றுவிட்டு, ஞாயிறு மாலைதான் திரும்புவார்கள். என் இளம்பருவம் துயரமானது என்று நான் சொல்லமாட்டேன், ஆனால் அது நிச்சயம் சவால் நிறைந்ததாக இருந்தது, எனக்கு வாழ்க்கையைப் பற்றி நிறையவே கற்றுத் தந்தது. குடும்பத்துடன் சில முக்கியமான சந்தர்ப்பங்களில் இருப்பதைத் தவறவிட்டிருப்பதாக நான் அவ்வப்போது நினைத்திருக்கிறேன். இனி ஒருபோதும் அப்படி நடக்க

விடுவதாக இல்லை. ப்ரியங்காவின் பிரசவ காலம் வரை ஒவ்வொரு கணத்திலும் நானும் இருக்க விரும்பினேன்.

அது ஓர் அற்புதமான அனுபவம். அதை நான் மறக்கவே மாட்டேன். அந்த நினைவுகள் இப்போதும் மனத்தில் தெளிவாக இருக்கின்றன, இனியும் எப்போதும் இருக்கும். ப்ரியங்கா பிரசவ அறையில் இரண்டு முழு நாட்கள் இருந்தாள், ஆனால் அவளுக்குப் பிரசவ வலி வரவே இல்லை. மருத்துவர்கள் முதல் குழந்தையின் பிரசவ நேரத்தில் இப்படியான சிரமங்கள் ஏற்படுவது இயல்புதான் என்றும் தாய்க்கும் இது முதல் அனுபவம் என்பதால் எல்லாம் புதிதாகத் தெரியும் என்றும் ஆறுதல் சொல்லியவண்ணம் இருந்தனர்.

தாயும் சேயும் நலமாக இருக்கிறார்களா என்ற என் கவலையை அடிக்கடி வெளிப்படுத்தியவண்ணம் நான் இருந்தேன், சிக்கல்கள் இல்லாமல் சுகப்பிரசவம் நடக்க வேண்டும் என்று விரும்பினேன். இரண்டு நாட்களுக்குப் பிறகு குழந்தை பிறக்க வேண்டிய நேரத்தில் பிறக்கும் என்றும் இப்போதைக்கு அசாதாரணமாக எதுவும் இல்லை என்றும் சொல்லி எங்களை வீட்டுக்கு அனுப்பிவிட்டார்கள். அதனால் அன்றிரவு ப்ரியங்காவை வெளியில் அழைத்துச் சென்றேன்.

அப்போது ஐபிஎல் நடந்துகொண்டிருந்தது, நான் குஜராத் லயன்ஸ் அணியின் கேப்டனாக இருந்தேன். பெங்களூரில் *RCB* அணிக்கெதிராக எங்களுக்கு ஒரு போட்டி இருந்தது. இரவு உணவுக்குப் பிறகு, அவள் அசௌகரியமாக உணரத் தொடங்கினாள், அவளுக்குப் பிரசவ வலி ஆரம்பித்துவிட்டது, எனவே அவளை அழைத்துக்கொண்டு மருத்துவமனைக்கு விரைந்தேன். எங்கள் குடும்பத்தினரும் அங்கே வந்துவிட்டார்கள். அவளுக்குக் கடுமையான வலி இருந்தது, நாங்கள் எல்லோரும் இரவு முழுக்க விழித்திருந்தோம், மறுநாள் அவளது சில நண்பர்களிடமும் பேசினேன். அவளோடு அவ்வளவாக இருந்ததில்லை என்பதால் சில சிரமங்கள் இருந்தன. இப்படியான சந்தர்ப்பங்களில் யாரிடம் போவது என்று தெரியவில்லை. அதனால் அவளுக்கு நெருக்கமானவர்கள் என்று எனக்குத் தெரிந்தவர்களை அழைத்துப் பேசினேன்.

அதன் பிறகு, க்ராஸியா பிறந்தாள். அவள் வெளிவந்ததும், நான் தொப்புள்கொடியை வெட்டி, அவளை என் கைகளில் ஏந்திக்கொண்டேன். அப்போது, அவள் கண்களைத் திறந்து என் கையைப் பிடித்துக்கொண்டாள் - ஒரு தகப்பனாக அது எனக்குக் கிடைத்த அற்புதமான அனுபவம். இப்போது க்ராஸியா வளர்ந்து வருகிறாள், நிறையப் பேச விரும்புகிறாள். அவளைப் பார்க்கும்போது அன்று அவள் என் கையைப் பிடித்துக்கொண்ட நினைவுதான் மீண்டும் மீண்டும் வருகிறது. அது ஓர் அற்புதமான ஞாபகம், என் மனத்துக்கு மிகவும் நெருக்கமானது. அவளைப் பெற்றது என் அதிர்ஷ்டம் என்றே நினைக்கிறேன். பெண் குழந்தைகள் உண்மையிலேயே வரம் போன்றவர்கள்தான்.

என் பெற்றோரும் மற்ற பெற்றோர்களைப் போல மிகவும் அன்பானவர்கள்தான். ஆனால் நான் மிகவும் இளவயதிலேயே ஹாஸ்டலுக்கு அனுப்பப்பட்டதால் எனக்கு சாதாரணமான இளம்பருவ வாழ்க்கை அமையவில்லை. அங்கே கிடைத்த அனுபவங்கள் குழந்தை வளர்ப்புப் பற்றிய எண்ணங்களையும், குழந்தையுடனான பந்தத்தையும் பாதிக்கத்தான் செய்யும். தந்தையாக ஆனது மிகச் சிறந்த அனுபவம்.

நான் சிறுவனாக ஹாஸ்டலில் இருந்தபோது டிஜிட்டல் உலகம் பற்றியெல்லாம் எனக்குத் தெரிந்திருக்கவில்லை. பண்டிகைகள் போன்ற சிறப்பு விழாக்காலங்களில் மட்டுமே எங்கள் குடும்பங்களுடன் இருந்தோம். அதனால் இப்போதிருப்பதைக் காட்டிலும் அப்போதெல்லாம் குடும்பத்தினருடன் நல்ல தொடர்பிலிருக்க வாய்ப்புகள் குறைவுதான். வீட்டிலிருந்து எங்கள் உடல் நலம் பற்றி விசாரித்துக் கடிதங்கள் வரும். அப்படியான சந்தர்ப்பங்களில் அவர்களுக்குத் தெரிவிக்க வேண்டியதை மட்டும் எழுதி அனுப்புவதை உறுதி செய்துகொள்வேன்.

ஏற்கனவே பிள்ளையை வெகு தொலைவில் விட்டிருக்கிறோம் என்ற கவலை அவர்களுக்கு இருக்கும், இதில் என் அன்றாட ஹாஸ்டல் அனுபவங்களின் தேவையற்ற விவரங்களைத் தெரியப்படுத்தி அவர்களை மேலும் துன்புறுத்த விரும்பவில்லை.

என்னைப் பற்றி அவர்கள் மேலும் கவலை கொள்ளக் கூடாது என்பதற்காக அங்கு நிகழும் சவாலான சம்பவங்களைக் கூடச் சொல்லாமல் தவிர்ப்பேன். எது எப்படியிருப்பினும் என்னளவில் எப்போதும் நேரிட்ட அணுகுமுறையைக் கைக்கொண்டிருந்தேன். என்னை நானே சரியாக வழிநடத்திக்கொள்வதும், நன்றாக விளையாடுவதும் என் சொந்தப் பொறுப்பு என்பதை உணர்ந்திருந்தேன், ஏனெனில் அதை எதிர்நோக்கித்தான் என் பெற்றோர் என்னை ஸ்போர்ட்ஸ் காலேஜுக்கு அனுப்பியிருந்தார்கள்.

இப்போது நானே தந்தையான பிறகு, எனது பார்வைக் கோணம் மாறிவிட்டது. எப்போதுமே பிள்ளைகளுக்குத் துணையாக இருக்கவேண்டும் என்ற எண்ணம் இருக்கிறது - அவர்கள் வாழ்வில் ஈடுபாட்டோடு ஒட்டுதலோடு இருக்கவேண்டும். ஒரு சிறுவனாக எனக்குக் கிட்டாத அனைத்தையும் என் பிள்ளைகளுக்குக் கொடுக்க விரும்புகிறேன். உலகியல் இன்பங்களான பணம் புகழ் போன்றவையல்ல, மாறாக நேரம், பாசம் போன்ற விலையற்ற ஆனால் மதிப்புமிகுந்தவற்றை அவர்களுக்குக் கொடுக்கவேண்டும்.

கடந்த இருபதாண்டுகளுக்கு மேலாக, என் வாழ்வில் இந்த விளையாட்டுக்குத்தான் அதிக முக்கியத்துவம் கொடுத்திருக்கிறேன். ஆனால் காலப்போக்கில் நாம் நேசிப்பவர்களுடன் நேரம் செலவிட்டுப் பெறும் அனுபவங்களின் மதிப்பு புரியவருகிறது. என் குடும்பத்துடனும், குழந்தைகளுடனும் இருப்பதன் அவசியத்தை இப்போது உணர்கிறேன். எதோ ஒரு காரணத்துக்காக என் பிள்ளைகளுடன் இருக்க நேரிட்டால், அங்குமிங்குமாக ஒன்றிரண்டு போட்டிகளைத் தவறவிட இப்போதெல்லாம் நான் தயங்குவதில்லை. கல்லூரியில் இருக்கும்போது நான் விளையாடுவதை வந்து பார்க்கும்படி என் பெற்றோரை அழைக்கத் தயங்கியது எனக்கு நன்றாக நினைவிருக்கிறது. அவர்கள் அவ்வளவு நீண்ட பயணம் மேற்கொள்ள வேண்டுமே என்ற எண்ணமே என்னைத் துன்புறுத்திவிடும்.

பிரபலமானவர்களுக்கும், விளையாட்டுவீரர்களுக்கும் கூட சாதாரணமான மனித வாழ்வு என்பது உண்டு என்று மக்கள் பெரும்பாலும் புரிந்துகொள்ளத் தவறுகிறார்கள். அவர்கள் எப்போதும் நமது ஆட்டத்தை மட்டுமே நம்முடன் தொடர்புபடுத்துகிறார்கள். அப்படி இருக்கையில் நமது பொறுப்பு இரட்டிக்கிறது, விளையாட்டிலும் சோபிக்க வேண்டும், குடும்பத்தையும் சரியாகப் பராமரிக்க வேண்டும்.

நான் என் பெற்றோருடன் வசிக்கவில்லை. அவர்கள் காஸியாபாத்தில் இருக்கிறார்கள், நான் என் திருமணத்துக்குப் பிறகு டெல்லிக்கு இடம்பெயர்ந்துவிட்டேன். ஆனால் வாழ்வின் பெரிய தருணங்களிலெல்லாம் குடும்பத்தாரின் ஆதரவு நிர்சயம் தேவைப்படுகிறது.

குழந்தை பெற்றபின் வரும் முதல் கட்ட வளர்ப்பு சவால் நிறைந்தது. குறைந்தது ஒன்பது மாதம் வரை இரவெல்லாம் விழித்திருந்து குழந்தையின் பசியாற்ற வேண்டும். இந்தக் காலகட்டத்தில் ப்ரியங்காவுக்கு நிறைய உடல் மற்றும் மனரீதியான மாற்றங்கள் நிகழ்ந்தன. அவள் நண்பர்கள் அருகில் இல்லாததால் அது அவளுக்கு இன்னும் கடுமையான காலமாக இருந்தது. எங்கள் இருவரின் குடும்பத்தாரும் அந்தச் சமயத்தில் அவளுக்கு உதவியாக இருந்து இதனைச் சமாளிக்கத் துணையிருந்தார்கள். ஒருவழியாக, நாங்கள் மூவரும் இயல்பு வாழ்க்கைக்குப் பழகிக்கொண்டோம். க்ராஸியா சீக்கிரமே பயணிக்கத் தொடங்கிவிட்டாள். அவள் முதல்முறை விமானப் பயணம் மேற்கொண்டபோது அவளுக்கு நான்கு மாதங்கள்தான் இருக்கும் என்று நினைக்கிறேன், பாவம் அந்தப் பயணம் முழுக்க அவள் அழுதுகொண்டே இருந்தாள். அதைப் பற்றியும் சிலர் புகார் செய்தார்கள், ஆனால் நாங்கள் எவ்வளவோ முயன்றும் எங்களால் ஒன்றுமே செய்யமுடியவில்லை. அந்தப் பயணத்தின் பெரும்பாலான நேரம் அவள் என்னிடம்தான் இருந்தாள், ஆனால் என் முயற்சிகள் எதுவுமே அவள் அழுகையை நிறுத்தவில்லை. பயணங்கள் அவளுக்கு வாழ்வின் தொடக்கத்திலேயே கடினத்தைப் பழக்கின. நானும் என்

வாழ்வில் நிறைய பயணித்திருக்கிறேன், அது எனக்குப் பல விஷயங்களைக் கற்றுத் தந்திருக்கிறது. இப்படியான அனுபவங்கள் புத்தகக் கல்வியைக் காட்டிலும் மிக அதிகமான பாடங்களைக் கற்றுத் தருவதால் அவை மிகவும் முக்கியமானவையாகின்றன. அனுபவப் பாடங்கள் அவசியமானவை.

தகப்பனாக இருப்பது விளையாட்டை நோக்கிய நமது பார்வைக் கோணத்தையும் மாற்றியமைக்கிறது. நம் வெற்றி தோல்விகளின் மீது அது வேறொரு புதிய ஒளியைப் பாய்ச்சுகிறது. திடீரென்று பார்த்தால், ஒரு போட்டியின் முடிவில் நமது ஆட்டத்தைப் பற்றி யோசித்து, அதன் சாதக பாதகங்களை உடனடியாக அலசுவதை நிறுத்தியிருப்போம். உடனடியாகத் தோன்றும் முதல் எண்ணம் குழந்தையைப் பற்றியதாக மாறிவிடுகிறது. அவள் இந்நேரம் என்ன செய்துகொண்டிருப்பாளோ என்றுதான் நினைக்கத் தோன்றும்.

நான் தகப்பனானபோதும் என் கவனத்தில் ஒரு திசைதிருப்பல் ஏற்பட்டது, ஆனால் அது அப்போது நான் மேற்கொண்டிருந்த என் கிரிக்கெட் பயணத்தையும், வாழ்க்கைப் பயணத்தையும் சமமாகப் பாவித்து, சரியாக நிர்வகிப்பதாக அமைந்தது. அதற்குள் பல விஷயங்கள் நடந்திருந்தன - ஓர் அறுவை சிகிச்சை; பிறகு அணியின் கேப்டனாக நியமிக்கப்பட்டேன்; 4000 ரன்கள் அடித்தேன்; ஐபிஎல்லில் தொடர்ந்து விளையாடினேன்; இன்னும் நிறைய நடந்தேறின. இந்த ஒவ்வொரு தருணத்திலும் ப்ரியங்காவும் க்ராஸியாவும் என்னுடன் இருந்ததுதான் மிகச் சிறந்த அம்சம். அவர்கள் என்னோடே பயணித்தார்கள். அது வித்தியாசமான அனுபவம், ஆனால் நல்லதோர் அனுபவம். மேலும், க்ராஸியா, ஸீவாவுடனும் (எம்.எஸ்.தோனியின் மகள்), ஹினாயாவுடனும் (ஹர்பஜன் சிங்கின் மகள்), மற்றும் போட்டிகளில் பங்கேற்க அப்பாவுடன் வரும் மற்ற வீரர்களின் பிள்ளைகளுடனும் விளையாடி மகிழ்ச்சியாகவே இருப்பாள்.

அணியின் இளம் வீரர்களாக ஒருகாலத்தில் இருந்த நாங்கள், மைதானத்துக்கு வெளியே, தனிப்பட்ட வாழ்க்கையில் குடும்பஸ்தர்களாக நிலைகொள்ளத் தொடங்கிய பிறகு,

எங்கள் தங்கும் அறைகளிலும் சூழல் மாறத் தொடங்கியது. எங்களில் பலருக்கும் திருமணம் ஆகி, என்ன நடக்கிறதென்று உணரும் முன்பே ஹோட்டலில் சிறுபிள்ளைகள் வளையவரத் தொடங்கியிருந்தனர். எங்கள் உரையாடல்களிலும் மாற்றம் ஏற்பட்டது. கிரிக்கெட்டைப் பற்றிப் பேசிக்கொண்டிருக்கும் அதே சமயத்தில் குழந்தைகள் பற்றியும், அவர்களுக்கு நேப்பி மாற்றும் கடமைகள் பற்றியும் பேசத் தொடங்கிவிட்டோம். ஆனால் சர்வதேசப் போட்டிகளின் சூழல் வேறுவிதமானது. அங்கெல்லாம் பெரும்பாலும் குடும்பத்தினரை உடன் அழைத்துச் செல்ல அனுமதி இருக்காது, இருந்தாலும் நீண்டகாலம் உடனிருக்க முடியாது. ஆனால் ஐபிஎல்லின் சூழல் வேறு. அவர்களுக்கு, வீரர்கள் தங்கள் குடும்பங்களோடு எவ்வளவு நெருக்கமாக இருக்கிறார்கள் என்பதும் பிள்ளைகளுடன் நேரம் செலவிடுவதை எவ்வளவு விரும்புவார்கள் என்பதும் தெரிந்திருந்தது. சொல்லப்போனால் 2018 ஐபிஎல் கோப்பையை சென்னை சூப்பர் கிங்க்ஸ் அணி வெல்வதற்கு நாங்கள் அனைவரும் நல்ல மனநிலையில் இருந்ததும் முக்கியமான காரணம். அப்போது பெரும்பாலான போட்டிகள் புனேவில் நிகழ்ந்தன, அது மிக அழகான இடம். எங்கள் மனைவியரும் பிள்ளைகளும் ஒன்றுசேர்ந்து மகிழ்ச்சியாக இருப்பார்கள். சில சமயம் நாங்களும் அவர்களுடன் சேர்ந்துகொள்வோம். ஒரு கட்டத்துக்குப் பிறகு சென்னையில் எங்களுக்குக் கொஞ்சம் சலிப்புத் தட்டத் தொடங்கியிருந்தது, அதனால் அந்த ஆண்டு வேறிடம் சென்றது சிறப்பாக இருந்தது.

எங்கள் மனைவியர் மத்தியில் நல்ல அறிமுகம் இருந்தது - ப்ரியங்கா, சாக்ஷி (தோனியின் மனைவி), கீதா (ஹர்பஜன் சிங்கின் மனைவி), இன்னும் ஷேன் வாட்ஸனின் மனைவியும் இவர்களோடு இணைந்து நாங்கள் பயிற்சியோ, பயிற்சி ஆட்டங்களோ முடிந்து வரும்போது எங்களுக்காகக் காத்திருப்பார்கள். அவர்கள் அனைவரும் ஒருவரோடொருவர் நட்புடன் நேரம் செலவிட்டதால் நல்ல மனநிலையில் இருந்தார்கள். எங்கள் அணியில் எப்போதும் ஒரு குடும்ப இழை இருந்தது, ஏனென்றால் மறக்கமுடியாத அந்த ஐபிஎல்

தொடரின்போது வீரர்களின் மனைவியரும் பிள்ளைகளும் அவர்களுடனே தொடர்ந்து பயணித்தார்கள்.

இந்த ஏற்பாட்டின் முக்கியமான நல்விளைவு, வீரர்களின் மனநிலையையோ, மீதமிருக்கும் நாளை எப்படிக் கழிப்பார்கள் என்பதையோ, அவர்கள் ஆட்டத்தின் நிறைகுறை மட்டுமே தீர்மானிக்காது என்பதுதான். சில நேரம் ஜெயிப்போம், சில நேரம் தோற்போம். ஒரு தோல்வி என்பதொன்றும் நல்ல விஷயம் அல்ல, ஆனால் அந்தப் போட்டி முடிந்ததும் ஓர் ஆசுவாசம் ஏற்படும், அன்றையா நாளின் முடிவில் நம் குடும்பத்தினரிடம்தான் திரும்புவோம் என்ற எண்ணம் பெரிய நிம்மதியைத் தரும். நம் குடும்பத்தினர் பார்வையாளர் பகுதியில் இருந்து நம்மையும் நம் அணியையும் உற்சாகப்படுத்துவது, நன்றாக ஆட நம்மை ஊக்குவிக்கும். அவர்கள் முன்னிலையில் நன்றாக விளையாடவேண்டும் என்ற உந்துதலே மிக வித்தியாசமானது.

ப்ரியங்கா பெரிய கிரிக்கெட் ரசிகை இல்லை, அவளுக்கு எப்போதுமே கால்பந்துதான் பிடிக்கும். இந்த விளையாட்டின் போக்கைப் பற்றி அவளிடம் நான் பேசுவேன், அவளும் அதைக் கொண்டு ஆட்டத்தைப் பின்தொடர்வாள். தொடர்ச்சியாகப் போட்டித் தொடர்களில் பங்கேற்பதால் வீரர்களுக்குச் சரியான ஓய்வு கிடைப்பதில்லை, பிசிசிஐ இதற்காக எதாவது நடவடிக்கை எடுக்க வேண்டும் என்று ப்ரியங்கா எப்போதும் சொல்வாள்.

அதிலும், ஐபில் சமயத்தில் அதிகமாகப் பயணிக்க வேண்டியிருக்கும். குடும்பமும் சேர்ந்து பயணிப்பதால், குழந்தைகளுக்காகத் தனியாக உடைகள் முதல் அனைத்தையும் எடுத்து வைப்பது, குழந்தைகளைப் பார்த்துக்கொள்ளும் நபரை உடன் அழைத்துச் செல்வது என்று கூடுதல் பாரம் உண்டு, அதிலும் எங்கள் மகன் ரியோவும் பிறந்த பிறகு. இத்துடன், நெருக்கியடித்து விமானப் பயணங்கள், அதிலும் நிறைய அதிகாலைப் பயணங்களையும் சேர்த்துக்கொள்ள வேண்டும். ஆனாலும், ஒரு நாளின் முடிவில், வெற்றியோடு திரும்பினால், அது நமக்கு மட்டுமல்லாமல், ஒட்டுமொத்த

குடும்பத்துக்கும் மிகுந்த மகிழ்வைத் தருகிறது. அவர்களோடு ஒரு வெற்றியைக் கொண்டாடும் சாத்தியமே மனநிறைவைத் தருகிறது. இப்படியான சின்னச் சின்ன தருணங்கள் அத்தியாவசியமானவை,

எதோ ஒரு கட்டத்தில், பெற்றோராக இருப்பது, நம் விளையாட்டு வாழ்வின் நீளத்தைப் பற்றியும் யோசிக்க வைக்கிறது. எவ்வளவு காலம் விளையாட வேண்டும்? அவர்களிடமிருந்து எவ்வளவு காலத்துக்கு நம்மால் விலகியிருக்க முடியும்? மேலும், அவர்கள் வாழ்க்கை நன்றாக இருக்கவேண்டும் என்ற குறிக்கோளுக்காக எவ்வளவு ஆண்டுகள் விளையாடுவதை நீட்டித்துக்கொள்ள முடியும்?

ஒருநாள் போட்டிகள், ஐபிஎல், டெஸ்ட், டி20, உலகக் கோப்பை, ரஞ்சிக் கோப்பை என்று கணிசமான போட்டிகளில் விளையாடிவிட்டேன். ஆனால் குடும்பம் என்ற ஒன்று ஏற்பட்டவுடன், நாம் அவர்களுடன் இருக்கவேண்டிய முக்கியமான சமயங்கள் பற்றி அவர்களிடம் ஓர் எதிர்பார்ப்பு உண்டாகிறது. அந்த விதத்தில் ப்ரியங்கா எனக்கு அதீத உதவியாக இருந்திருக்கிறாள். அவளும் வேலையில் இருந்தாள், அதன் சவால்களை வெற்றிகரமாக எதிர்கொண்டபடியே குடும்பத்தைக் கவனித்துக்கொண்டாள், இவற்றுடன் எனக்கும் மிகச் சிறந்த துணையாக இருந்தாள்.

வெளிநாடுகளில் நான் பயிற்சிக்காகப் போகும்போதெல்லாம் என்னுடன் வருவாள். எப்போதுமே என் நன்மையை உத்தேசித்து நடந்துகொள்வாள், எதிலும் என் பக்கமே நிற்பாள். நீண்ட காலம் வீட்டை விட்டு நெடுந்தூரம் விலகியிருக்கையில் நாம் நேசிப்பவர்கள் உடனிருப்பது பெரிய பக்கபலம். அந்தப் பயிற்சிகள், ஆலோசனைகள் ஆகியவற்றோடு, விளையாடும்போது நம் நேசத்துக்குரியவர்கள் அருகில் இருந்தால், மற்ற எந்தச் சூழலையும் விட, நிறைந்த ஊக்கமும், உத்வேகமும் கிடைக்கும். நாம் நிறைவாக உணர்வோம்.

10

சேப்பலின் பாதை

இந்தியாவுக்காக என் பதினைந்தாவது போட்டியில் ஆடிக்கொண்டிருந்தேன், ஒருவிதத்தில் அப்போதைய காலகட்டத்தில் நான் மறக்கமுடியாத ஆட்டமாக அது அமைந்தது. முதல் முறையாக ஆட்ட நாயகன் (மேன் ஆஃப் த மேட்ச்) விருது பெற்றிருந்தேன், மகிழ்ச்சியில் மிதந்துகொண்டிருந்தேன். 227 எனும் சுமாரான ஸ்கோரை நோக்கி ஆடிக்கொண்டிருந்தோம். ஃபரீதாபாத்தின் நாஹர் மைதானத்தின் பிட்ச் சுழற்பந்து வீச்சாளார்களுக்கு ஓரளவு சாதகமாகவே இருந்தது. இங்கிலாந்திடம் திறமையான பந்துவீச்சாளர்கள் இருந்தனர், இளம் வீரரான ஜேம்ஸ் ஆண்டர்சன், அவர்களின் கேப்டன் ஆண்ட்ரூ ஃப்ளிண்டாஃப், மற்றும் லியம் ப்ளங்கெட் அந்த அணியில் இருந்தனர்.

ஆரம்பத்திலேயே நாங்கள் சில விக்கெட்டுகளைப் பறிகொடுத்தும், அதன் பின்னரும் சில விக்கெட்டுகள் விழுந்தபின், இருபத்தைந்தாவது ஓவரில் 5 விக்கெட் இழப்புக்கு 92 ரன்கள் என்ற சவாலான நிலையில் இருந்தோம். அப்போதுதான் மாஹி பாய்'யும்

நானும் எங்களது பல வெற்றிகரமான பார்ட்னர்ஷிப்புகளில் முதலாவதைத் தொடங்கினோம், ஆட்டத்தில் வென்றோம். நான் 89 பந்துகளில் ஆட்டமிழக்காமல் 81 ரன்கள் சேர்த்தேன், நாங்கள் இணைந்து 118 ரன்கள் சேர்த்தோம், அவர் 38 ரன்கள் அடித்தார். இறுதியில் இர்ஃபானும் (இர்ஃபான் பதான்) நானுமாக ஓரளவுக்குச் சுலபமாகவே இலக்கை எட்டினோம். சர்வதேச கிரிக்கெட்டில் நான் அடித்த முதல் அரை சதம் அதுதான். அந்தக் காலகட்டத்தில் நான் அணியின் உள்ளும் வெளியிலுமாக நிலையற்று இடம்பெற்றிருந்தேன். அல்லது, எப்போதும் 'சூப்பர் சப்' ஆகத் தேர்ந்தெடுக்கப்பட்டேன். (அப்போது சில காலம் சூப்பர் சப் என்ற ஒரு விதிமுறை இருந்தது; ஒருவரை சூப்பர் சப் ஆக அறிவித்துவிட்டால், இடையில் எப்போது வேண்டுமானாலும் அவரை ஃபீல்டிங் செய்ய அழைத்துக்கொள்ளலாம்). அதனால், பெரும்பாலும் முரளி கார்த்திக் அல்லது ஸ்ரீசாந்த் பந்துவீசியபிறகு, நான் சூப்பர் சப் என்ற முறையில் ஃபீல்டிங் மற்றும் பேட்டிங் செய்ய வருவேன். சில காலம் இப்படியே இருந்தபிறகு, அந்த ஃபரீதாபாத் போட்டிக்கு முன்னதாக அணியின் ஆரம்பகட்டத் தேர்விலேயே உறுதியாக இடம்பெறத் தொடங்கியிருந்தேன்.

அன்றுதான் முதல் முறையாக, நான் பதட்டத்தையும் அழுத்தத்தையும் நன்றாகக் கையாள்வதாக, க்ரேக் சேப்பல் என்னைப் பாராட்டினார். ராஹுல் திராவிடும் அன்று அணியினர் மத்தியில் பேசும்போது இந்தப் போட்டியை நான் கையாண்ட விதத்திலிருந்து அணி ஒற்றுமையுடன் சரியான திசையில் பயணிப்பதைத் தெரிந்துகொள்ள முடிகிறது என்றார். அவர்கள் இருவரும் தங்கள் திறனைத் தெளிவாக நிரூபித்த மூத்த வீரர்கள், அவர்களை நான் என் உதாரண நாயகர்களாக வைத்திருந்தேன். மேலும், அப்போது அவர்களே கோச் மற்றும் கேப்டனாக இருந்தார்கள். எனவே, அவர்கள் பாராட்டிக் கேட்பது மிகுந்த மகிழ்ச்சியைக் கொடுத்தது.

அப்போதுதான் தேசிய அணியில் இடம்பெறத் தொடங்கியிருந்த என் கிரிக்கெட் வாழ்க்கையின் ஆரம்பகட்டம் அது. நாங்கள் எப்போதுமே கற்றுக்கொள்ளும் மனநிலையில் இருப்பதை

க்ரேக் உறுதிசெய்தபடி இருப்பார் - தோல்வியடைந்தாலும் சரி, ஜெயித்தாலும் சரி. நான் நன்றாக விளையாடுகிறேன் என்று தெரிந்தாலும் பேட்டிங்கிலும் ஃபீல்டிங்கிலும் இன்னும் கவனம் செலுத்த வேண்டும் என்றே என்னிடம் சொல்வார், எப்போதும் கவனக்குறைவோ அல்லது நமக்கான இடம் உறுதியாகிவிட்டதே என்ற அலட்சியமோ எனக்கு ஏற்பட்டுவிடக்கூடாது என்பதற்காக. ஒரு போட்டியின் முடிவை மையமாக வைத்து இயங்கும் பயிற்சியாளராக அவர் இருந்தார்.

2006ல் நாங்கள் மேற்கிந்தியத் தீவுகளில் சுற்றுப்பயணம் மேற்கொண்டபோது ஒருமுறை அவர் என்னை ப்ரயன் லாராவோடு ஒப்பிட்டுப் பேசினார். எனக்கு அது மிகப்பெரிய தருணம், ஆனால் இந்தியாவில் அந்தப் பேச்சு சலசலப்பை ஏற்படுத்தியது. அது என் முழுத் திறனையும் வெளிப்படுத்தி விளையாடுவதை நோக்கித் தள்ளும் க்ரேக்கின் உத்தி என்றே நான் நினைத்தேன். ஒரு பயிற்சியாளரிடமிருந்து நாம் கேட்க விரும்பும் சொற்கள் அவை. ஆனால் அப்படியான எதிர்பார்ப்பை ஏற்படுத்தியபின் அதனை நிறைவேற்றும் பொறுப்பு அந்த விளையாட்டு வீரனைச் சேர்ந்துவிடும்.

எங்களைப் பாராட்டும்போதும் க்ரேக் மென்மையாகப் பேசவே மாட்டார். அவரது அணுகுமுறை அதிரடியானது, எப்பாடு பட்டும் ஜெயிக்க வேண்டும் என்றே எப்போதும் சொல்வார். அந்த அணுகுமுறை எங்களுக்கு உதவிகரமாக இருந்தது. இன்றைக்கு நூறு ரன்கள் அடிக்கவேண்டும் என்று மனத்துக்குள் உறுதிசெய்துகொண்டால், அதை எட்டுவதற்கான சாத்தியம் வழக்கத்தைக் காட்டிலும் கூடுதல்தான். அவரிடமிருந்து நான் கற்றுக்கொண்டது: புறக் காரணிகள் ஏதும் இல்லாமல் தன்னைத் தானே ஊக்குவித்துக்கொள்வது அவசியம்.

வெற்றிக்கான தாகம் ஒருபோதும் க்ரேக்கைத் தோல்வியைக் கையாள முடியாதவராக்கியதில்லை. ஒவ்வொரு தோல்விக்குப் பிறகும் சீனியர் வீரர்களுடன் எங்கே தவறு ஏற்பட்டது என்பதைப் பற்றி உரையாடுவார். ஆனால் இளைஞர்களான எங்கள் மத்தியில் இருக்கையில் என்ன செய்யவேண்டும் என்ற

அறிவுரைகளை மட்டுமே வழங்குவார். நாங்கள் தெரிந்துகொள்ள வேண்டியது யோசிக்க வேண்டியது எல்லாமே ஆட்டத்தில் ஜெயிப்பதைப் பற்றித்தான் என்பதில் உறுதியாக இருந்தார். அந்த வகையில் அவர் விராட்டைப் போலவே இருந்தார், அந்த அணுகுமுறை எனக்குப் பிடித்திருந்தது. அப்போது இளைஞர்களாக இருந்ததால் எங்களுக்கும் வெற்றி மீது மட்டுமே கவனம் செலுத்தப் பிடித்திருந்தது.

கடந்த சில ஆண்டுகளில், இந்தியாவின் பயிற்சியாளராக க்ரேக் இருந்த காலகட்டம் பற்றி நிறையவே எழுதப்பட்டிருக்கிறது, குறிப்பாக எங்கள் அணியின் அறையில் இருந்த அனைவருமே அவரது தலைமையின் தன்மை எவ்வளவு பிடிக்கிருந்தது என்பதைப் பற்றி. நான் முன்பே சொன்னாற்போல, க்ரேக் ஆட்டத்தின் முடிவை நோக்கிப் பயிற்சியளிப்பவர், மேலும் என்ன குறுக்கீடு வந்தாலும், நாங்கள் இலக்காகக் கொண்டிருந்த முடிவுகளை எட்டுவதையும் உறுதிசெய்பவர். நான் அப்போதுதான் என் கிரிக்கெட் வாழ்க்கையைத் தொடங்கியிருந்தேன், அவரது அணுகுமுறை எனக்கு மிகவும் பிடித்திருந்தது, அவரது அறிவுரைகளுக்காக எப்போதும் காத்திருப்பேன். ஆனால் அணியின் மூத்த வீரர்கள் வேறு விதமாக இருந்தார்கள், போலவே அவருடனான அவர்களது சமன்பாடும் வேறுபட்டிருந்தது.

இப்போது யோசித்துப் பார்த்தால் எங்களை நடத்தியதிலிருந்து கொஞ்சமாவது வேறு விதமாகத்தான் சீனியர் வீரர்களை அவர் நடத்தியிருப்பார் என்று தோன்றுகிறது. ஆனால் அப்போதெல்லாம் அது என்னை எந்தவிதத்திலும் பாதித்ததில்லை. எனக்குத் தெரிந்த விதிகள் எளிமையானவை: ஜெயித்தால் பாராட்டு கிடைக்கும், தோற்றால் திட்டு விழும், அவ்வளவுதான். ஆனால் அவரது உத்தேசம், கிரிக்கெட் ஆட்டக்காரர்களாக நாங்கள் மேலும் மேலும் முன்னேற வேண்டும் என்பதாக மட்டுமே இருந்தது, எந்தவிதத்திலும் எங்களைத் தாழ்த்துவதாக இல்லை. க்ரேக் பல சிக்கல்களை எதிர்கொண்டார், ஆனால் அவற்றினூடாக மிக வெற்றிகரமாகப் பயணித்தார்.

தாதா (சௌரவ் கங்குலி) உருவாக்கிய அணி, வரலாற்றின் தன் பெயரை நிலைநிறுத்திக்கொண்டதற்காக எப்போதும் அங்கீகரிக்கப்படுகிறது. ஆனால் இளைஞர்களான நாங்கள் பலரும் அணிக்குள் வந்து நிலைபெற்றதற்கான பாராட்டுகள் எல்லாம் க்ரேக்குக்குச் சேரவேண்டியவை, ஏனெனில் அந்தச் சவால்களைச் சந்திக்க எங்களுக்கு அவர்தான் கற்றுக்கொடுத்தார். அவரும், அப்போது தேர்வுக்குழு தலைவராக இருந்த கிரண் மோரே சாரும்தான் இந்த நடவடிக்கைகளை ஆதரித்தார்கள். திறமைகளைக் கண்டடைவதில் நிச்சயம் க்ரேக் முதலிடத்தில் இருந்தார். இளைஞர்களுக்குரிய இடம் இந்திய அணியில் அவர்களுக்கு எப்போதும் கிடைக்கும்படி பார்த்துக்கொள்வார். ஆர்.பி.சிங், எம்.எஸ்.தோனி, ஸ்ரீசாந்த், முரளி கார்த்திக், இர்ஃபான் பதான் போன்ற பல வீரர்கள் இந்திய அணிக்காக வெற்றிகரமாக விளையாடியதில் அவருக்குப் பெரிய பங்கு உண்டு.

நான் விளையாடியபோது எங்கள் அணி ஒரு குடும்பத்தைப் போல இருந்தது. எல்லாக் குடும்பங்களிலும் இருப்பது போலவே சில சமயங்களில் ஒருவரோடு ஒருவர் போதுமான அளவு ஒத்துப்போக முடியாத சிக்கல்களும் ஏற்பட்டதுண்டு. க்ரேக் பயிற்சியாளராக இருந்தபோது எங்கள் அணியின் அறையில் சில பதட்டமான தருணங்கள் இருக்கவே செய்தன. எனக்கு முன்பாகவே புகழ்பெற்ற பல கிரிக்கெட் வீரர்கள் அவற்றைப் பற்றிப் பேட்டிகளிலும் புத்தகங்களிலும் வெளிப்படையாகச் சொல்லிவிட்டதால் அந்த விவரங்களை நானும் சொல்லவேண்டியதில்லை என்று நினைக்கிறேன். மாறாக, அப்படியான சம்பவங்களால் நான் என்ன கற்றுக்கொண்டேன், அவற்றிலிருந்து கற்ற எந்தப் பாடத்தை இன்றளவும் பின்பற்றுகிறேன் என்பதைப் பற்றி நான் பேசலாம்.

முதலில், இப்படியான சூழல்களை அப்போது சீனியர் வீரர்கள் மட்டுமே கையாண்டார்கள். அந்த விதத்தில் ராஹுல் பாய் ஒரு மிகச் சிறந்த கேப்டனாக இருந்தார். இந்தச் சிக்கல்களால் எங்கள் ஆட்டம் துளியும் பாதிக்கப்படாமல் பார்த்துக்கொண்டார். அதனால் இளைஞர்களான நாங்கள்

அப்படி எந்தச் சூழலிலும் தலையிடவேண்டிய அவசியம் வந்ததில்லை. அவர்கள் இவற்றைப் பற்றிப் பேசியபோதெல்லாம் நாங்கள் ஓட்டப்பயிற்சிக்கோ அல்லது வலைப்பயிற்சிக்கோ சென்றுவிடுவோம், அதனால் பூட்டிய கதவுகளுக்குப் பின்னால் என்ன நிகழ்ந்ததென்றே எங்களுக்குத் தெரியாது. என்னதான் நாங்கள் அணியில் இருந்தாலும், அங்கே எடுக்கப்பட்ட முடிவுகளைப் பற்றி ஊடகங்கள் வழியாகத் தெரிந்துகொள்வது வேடிக்கையாகத்தான் இருந்தது. இதிலெல்லாம் எனக்கு எந்தப் புகாரும் இருந்ததே இல்லை.

எது எப்படியிருப்பினும் மூத்த வீரர்களின் ஞானம் மற்றும் அனுபவத்தின் மீது எப்போதுமே எனக்கு மிகுந்த நம்பிக்கை இருக்கிறது, மேலும் அவர்கள் எடுக்கும் எந்த முடிவும் ஒட்டுமொத்தமாக அணியின் நன்மைக்காகத்தான் இருக்கும் என்ற நம்பிக்கையும் அப்போதும் உண்டு- அதாவது எங்கள் ஒற்றுமையும் ஆடுவதற்கான ஊக்கமும் குறையாமல் பார்த்துக்கொள்வார்கள். என் பார்வையில் க்ரேக் ஒருபோதும் தவறாக எதையும் செய்ததில்லை, ஏனெனில் அவரது ஒவ்வொரு நடவடிக்கையும் அணி வீரர்களைத் தயார்நிலையில் வைத்திருப்பதையே இலக்காகக் கொண்டிருந்தது, அவர் யாருக்கும் பாரபட்சம் பார்த்ததில்லை.

ராஹுல் பா’யிடம் கேட்டால் அந்தக் காலகட்டத்தில் இருந்த சிக்கல்களைப் பற்றி அவர் விளக்கமாகச் சொல்லக்கூடும். முரண்பாடுகள் தோன்றியபடியே இருந்ததும் உண்மைதான். அவற்றைச் சாமர்த்தியமாகக் கையாள வேண்டும். ஒரு தோல்விக்குப் பிறகு க்ரேக் கருணையே இல்லாமல் கோபப்படுவார், ஆனால் அந்தக் கோபம் பெரும்பாலும் சீனியர் வீரர்களை நோக்கித்தான் செல்லும். அவர் அவர்களைத்தான் அதிகமாக மதித்திருப்பார் என்றும் எனக்குத் தோன்றுகிறது - அதாவது சச்சின் மற்றும் தாதா போன்ற வீரர்களை.

இப்படியான சூழல்கள் அவ்வப்போது நிகழ்ந்ததால் யுவி பா’வும், மாஹி பா’யும் என்னை இதைப் பற்றியெல்லாம் கவலைப்படக்கூடாது என்று அடிக்கடி சொல்வார்கள். மாறாக

என் ஆட்டத்தில் கவனம் செலுத்த வேண்டும் என்பார்கள், அதுவே நம் முதல் கடமை - தேசத்தின் பிரதிநிதியாகக் கிரிக்கெட் மைதானத்தில் இறங்கி ஆடுவது.

அதே நேரம் உடைமாற்றும் அறையினுள் அணியினர் மத்தியில் ஒற்றுமை இருக்க வேண்டும், நாங்கள் ஒரே அணியாக இணைந்தே களமிறங்க வேண்டும் என்பதும் முக்கியம்தான். அந்தப் பொறுப்பு சீனியர்களுக்கும் ஜூனியர்களுக்கும் ஒன்றாகவே இருந்தது. அணியில் பிளவு எதுவுமில்லாமல் பார்த்துக்கொள்ள வேண்டியிருந்தது. ஆனால் அதற்காக நாங்கள் எந்தக் கூடுதல் முயற்சியும் எடுத்ததில்லை. அது அணியின் முன்னேற்றத்துக்கும், வெற்றிக்கும் அடிப்படைத் தேவையாக இருந்ததை எல்லோரும் உணர்ந்திருந்தோம்.

என் சொந்த வளர்ச்சியில் சீனியர் வீரர்களுக்கு இன்றியமையாத பங்கு இருக்கிறது. அவர்களுக்குரிய மரியாதை அவர்களுக்குக் கொடுக்கப்படுவதை நான் உறுதிசெய்துகொள்ள வேண்டியிருந்தது. இந்திய அணியின் ஓய்வறையில் மதிப்பு என்பதற்கான படிநிலையெல்லாம் இருந்ததில்லை. ஆனால் இதற்கு ஒரு ஜூனியர் வீரர் அணியிலிருக்கும் சீனியர் வீரர்களுக்குரிய இடத்தை அங்கீகாரத்தைக் கொடுக்காமல் இருக்கலாம் என்று அர்த்தமில்லை.

ஒருமுறை ஒரு போட்டிக்கு முந்தைய நாள், திட்டமிட்ட நேரத்துக்கு முன்பாகவே க்ரேக் என்னைப் பயிற்சிக்குச் செல்லும்படி கூறினார். அப்போது ஒரு சீனியர் வீரர், என்னவோ நான் மட்டுமே களமிறங்கப்போவதைப்போல எப்போதும் எனக்கு மட்டுமே கூடுதல் பயிற்சி நேரம் கிடைக்கிறது என்று சொல்லி என்னைக் கிண்டல் செய்தார். யாரையும் புண்படுத்துவது என் நோக்கம் இல்லை என்பதால் சட்டென்று அவரையும் என்னோடு பயிற்சிக்கு வரும்படி நான் அழைத்தேன். அங்கிருக்கும்வரை என் கடமை, கற்றுக்கொள்வது. அது பயிற்சியாளரிடமிருந்து என்றாலும் சரி, சீனியர் வீரர்களிடமிருந்து என்றாலும் சரி. அவர்களோடு என்னை ஒப்பிட்டுப் பார்ப்பது என் வேலையில்லை. அதை

நான் சாமர்த்தியமாகவும் சொல்லவில்லை, அப்போதெல்லாம் உண்மையிலேயே ஒன்றும் தெரியாதவனாகத்தான் இருந்தேன். எவ்வளவு நேரம் முடியுமோ அவ்வளவு நேரம் பயிற்சியில் ஈடுபட்டேன். ராகிங் என்பது எனக்கொரு பிரச்சினையே இல்லை, ஏனெனில் ஸ்போர்ட்ஸ் ஹாஸ்டலில் அவ்வளவு அனுபவித்திருந்தேன். ஆனால் இந்திய அணியின் ஓய்வறையில் அப்படி யாரும் 'ராகிங்' செய்யப்பட்டதாக நான் சொல்லமாட்டேன். நீங்கள் என்னை நம்பலாம், ஏனென்றால் எனக்கு ராகிங் என்றால் என்னவென்று நன்றாகத் தெரியும், அங்கே நடந்தது அதுவல்ல. சில வீரர்கள் தொடர்பாகச் சில பதட்டமான தருணங்களை மட்டுமே நாங்கள் சந்தித்தோம். சில சீனியர் வீரர்களுக்குக் காலையில் வணக்கம் சொன்னால் அவர்கள் பதில் சொல்லாமல் நகரும் சம்பவங்கள் சில இருந்தன. அவற்றையெல்லாம் நான் பொருட்படுத்தியதில்லை.

மைதானத்தில் நன்றாக விளையாடுவதன் மூலம் மட்டுமே அவர்களை வெற்றிகொள்ள முடியும் என்று எனக்குத் தெரியும். அதில் என் கவனத்தைக் குவித்தேன். ஸ்ரீசாந்த், தோனி, இர்ஃபான், கார்த்திக் மற்றும் நான் என்று எல்லோரும் சர்வதேசச் சுற்றுப்பயணங்களில் தனியாகத்தான் இருப்போம். சீனியர்களிலிருந்து யுவி பா'வும், வீரு பா'வும்தான் அடிக்கடி எங்களோடு பேசி, எங்களுக்குத் தொடர்பற்ற எதிலும் தலையிடாமல் ஆட்டத்தில் கவனம் செலுத்தும்படி அறிவுறுத்து வார்கள். அதுவும் எங்களுக்குப் பெரிய உதவியாக இருந்தது.

அவர்கள் எப்போதும் என்னை வழிநடத்தியதால், அவர்கள் மீது எனக்கு மிகப்பெரிய மரியாதை உண்டு. சீனியர் வீரர்களுக்கு ஒருவிதப் பாதுகாப்பின்மை இருந்தது என்பதெல்லாம் உண்மயில்லை. ராஹுல் பா'ய், சச்சின் பா'ஜி போன்ற வீரர்கள் கொண்டாடப்பட்டார்கள். அவர்கள் அனைத்தையும் நிதானப்படுத்தி சமநிலையில் வைத்திருக்க முயன்றுகொண்டிருந்தார்கள். என்னளவில், பதினாறு வயதுக்குட்பட்டோர் அணியில் ஆடிய காலம் முதலாக நான் தலைமைப் பொறுப்பில் இருந்தவன். அங்கிருந்து

நான் ஒன்றைக் கற்றுக்கொண்டேன் எனில் அது இதுதான்: அணியின் அறைக்குள் நிகழும் எதுவும் நம் ஆட்டத்தை ஒருபோதும் பாதிக்கக்கூடாது. மேலும், உண்மையிலேயே அவர்கள் பேசிக்கொண்டிருந்தபோது நாங்கள் பயிற்சி செய்ததால் என்னுடைய ஆட்டம் இன்னும் மேம்படவே செய்தது. வேணுகோபால் ராவை என்னுடன் வரும்படி அப்போதெல்லாம் அழைப்பேன். பயிற்சியாளர் குழுவுடன் எந்த வீரருக்காவது எதாவது பிரச்சினை என்றால் அவர் மிகவும் பதறுவார். ஆனால் நாங்களும் அங்கே இருப்பதால் சூழலில் எந்த முன்னேற்றமும் ஏற்படாது, மாறாக அவர்கள் மேலும் சங்கடப்படுவார்கள் என்பதை நான் உணர்ந்திருந்தேன். அதனால் அந்தச் சந்தர்ப்பத்தின் எங்கள் திறமையை மேலும் வளர்த்துக்கொள்வதில் கவனம் செலுத்துவதுதான் சரியான செயல் என்று தோன்றியது.

அப்போதெல்லாம், ஆட்டங்களில் களமிறங்கும் முக்கியமான பதினொரு பேர் கொண்ட பட்டியலிலேயே நாங்கள் இடம்பெற மாட்டோம். சர்வதேசப் போட்டிகளிலும் பெரும்பாலும் பயணமும் பயிற்சியுமாகத்தான் இருப்போம். எப்போதெல்லாம் கொஞ்சமேனும் விளையாடச் சந்தர்ப்பம் கிடைத்ததோ அப்போதெல்லாம் என் முழுத் திறமையையும் வெளிப்படுத்தி, முடிந்தமட்டும் ஆட்டம் இழக்காமலாவது இருக்க முயல்வேன். 2005-06ல் இடையிடையில் சில போட்டிகளில் தோனியும் நானும் இணைந்து நன்றாக ஆடியிருந்தோம், அப்போதுதான் நாங்கள் ஒருவருடன் ஒருவர் இணைந்து விளையாடுவதில் ஓர் ஒத்திசைவு இருப்பதை க்ரேக் புரிந்துகொண்டார், அதிலும் குறிப்பாக அந்த ஃபரிதாபாத் போட்டிக்குப் பிறகு.

பெரும்பாலும் எங்கள் ஆட்டத் திறமையால்தான் நாங்கள் அணியில் இடம்பெற்றோம். எல்லோருக்கும் அணித் தலைமை மற்றும் மேலாண்மையில் மாற்றங்கள் நிகழும்போது அவற்றுக்குத் தக்க மாறிக்கொள்வதற்கு நேரம் தேவைப்படும். சீனியர்கள் எப்போதும் நன்றாக ஆடினார்கள், இந்த மாற்றங்கள் அவர்களைப் பாதிக்கவில்லை. அப்போது நிகழ்ந்த

இன்னொரு முக்கியமான மாற்றம், தாதாவிடமிருந்து கேப்டன் பொறுப்பை திராவிட் ஏற்றுக்கொண்டது. இம்மாதிரியான காரணிகள் எல்லாம் திரண்டுதான் எப்போதாவது சீனியர்கள் மத்தியில் ஓர் அமைதியின்மையை உருவாக்கின. அணியைப் பொறுத்தவரையில் அது மாற்றங்களினூடாகப் பயணித்த காலம். நாங்கள் எப்போதுமே எங்கள் கண் முன்னால் தென்படுவதன் அடிப்படையில் செயல்பட்டோம், எங்கள் காதுகளை அடைந்தவற்றின் அடிப்படையில் அல்ல.

அந்தச் சூழ்நிலையில் எல்லா ஜூனியர் வீரர்களாலும் ஒத்திசைவுடன் பொருந்திக்கொள்ள முடியவில்லை. ஆனால் ராஹுல் பா'யுடன் என் பந்தம் மிக உறுதியாக இருந்தது. 2011ல் லார்ட்ஸ் மைதானத்தில் அவர் தன்னுடைய சதத்தை நெருங்கிக்கொண்டிருந்தபோது நிகழ்ந்தது எனக்கு நன்றாக நினைவிருக்கிறது - சதம் என்பது இந்திய பேட்ஸ்மென்களுக்கு மிகவும் முக்கியமானது, ஏனெனில் மிகக் குறைவான நபர்களுக்கே அது சாத்தியமாகியிருக்கிறது - நான் வந்து அவருடைய ரன்னராக இருக்கவேண்டும் என்று அவர் விரும்பினார். என்னதான் என்னால் தான் ரன் அவுட் ஆகிவிடக்கூடாது என்று அவர் விளையாட்டாகச் சொன்னாலும், அப்படி ஒரு நம்பிக்கையை ஈட்டுவது மிகச் சிறந்ததோர் உணர்வு. அவர் அந்தச் சதத்தைக் கொண்டாடிய விதத்திலிருந்து அது அவருக்கு எவ்வளவு முக்கியமானது என்பதைப் புரிந்துகொள்ள முடியும்.

இவ்வளவுக்கும் மத்தியில் எனக்குள் மாறாமலிருப்பது அது: அனைவரின் வெற்றிக்காகவும் மகிழ்வது. என் கிரிக்கெட் வாழ்வின் இந்த ஓர் அம்சத்தைப் பற்றி எனக்கு மிகுந்த பெருமிதம் உண்டு. நான் பார்த்ததிலிருந்து, கடினமான காலகட்டங்களிலும், எங்கள் அனைவரிடமும் இதுவே பிரதானமாக இருந்தது என்பதைப் புரிந்துகொண்டேன். நன்றாக ஆடியிருந்தால், அதைக் கண்டு மகிழாதவர் என்று யாருமே என்னைச் சுற்றி இருக்கவில்லை. இதற்கான பாராட்டும் ராஹுல் பா'ய்க்குச் சேரவேண்டும் என்று நினைக்கிறேன். அணிக்குள் எப்போதுமே ஒரு சமநிலையை உருவாக்கி வைத்திருப்பார்.

தொடர்ச்சியாக கருத்துவேறுபாடுகள் தோன்றிக்கொண்டிருந்த அந்தக் காலகட்டத்தில், அவர் மட்டும் இல்லையென்றால் நாங்கள் இவ்வளவு தூரம் விளையாடியிருக்கவே மாட்டோம். அவ்வப்போது யாராவது ஒரு வீரர் ஊடகங்களிடம் எதையாவது உளறி வைப்பதும் நடந்தது, ஆனால் அதற்கான தாக்குதலைச் சந்திக்க நேர்வதாக நாங்கள் யாருமே உணராதவாறு திராவிட் பார்த்துக்கொண்டார், எங்களுக்குள் ஒற்றுமையை நிலைகொள்ளச்செய்து, அதன் வழியாக நாங்கள் நன்றாக விளையாடுவதை உறுதிசெய்துகொண்டார். நானும் என்னால் இயன்ற அளவுக்கு என் முழுத் திறமையையும் வெளிப்படுத்தி விளையாடினேன்.

2006ல் இங்கிலாந்துக்கு எதிரான ஒரு தொடரில் நாங்கள் அனைவருமே நன்றாக விளையாடியிருந்தோம். யுவியும் நானும் ரன்கள் சேர்த்திருந்தோம், ஹர்பஜன் விக்கெட்டுகளை வீழ்த்தியிருந்தார், ரமேஷ் பொவாரும் நன்றாகவே விளையாடியிருந்தார். இர்ஃபான் பேட்டிங், பந்துவீச்சு இரண்டிலுமே சிறந்து விளங்கியிருந்தார். எனவே ஆட்ட முடிவில் ஒட்டுமொத்த அணியும் ஒற்றுமையாக விளையாடியதை எல்லோராலும் பார்க்க முடிந்தது. இது இப்படியிருக்க, ஜூனியர்களான நாங்கள் சீனியர்களுடன் அரட்டை அடித்ததெல்லாம் கிடையாது. காலையில் வணக்கம் சொல்லிக்கொள்வோம், அவ்வளவுதான். ஒருவேளை வேறெதையும் விட அப்போதெல்லாம் எனக்கிருந்த கூச்ச சுபாவமே இதற்குக் காரணமாக இருந்திருக்கலாம். பேருந்தில் பயணிக்கும்போதுதான் கொஞ்சம் பேசிக்கொள்வோம், அதுவும் சீனியர்கள் எங்களிடம் கேள்விகள் கேட்டால்தான். பெரும்பாலும் திராவிட், லக்ஷ்மண், யுவி, அல்லது வீரு இப்படி உரையாடலில் ஈடுபடுவார்கள்.

எங்கள் ஆட்டத்தைப் பற்றித் தொடர்ச்சியாக உரையாடிவந்த தேர்வுக்குழுவினரை இந்த இடத்தில் பாராட்ட வேண்டும். கட்டுப்பாட்டை நிலைநிறுத்துவதிலும் அவர்களுக்குப் பெரும்பங்கு இருந்தது, குறைந்தபட்சம் எந்த ஒரு வீரரும்

அச்சத்தையோ, பாதுகாப்பின்மையையோ உணராமல் பார்த்துக்கொண்டார்கள்.

நாங்கள் முதன்முதலாகச் சந்தித்தபோது க்ரேக் புதிதாகப் பொறுப்பேற்று, தன் வேலையில் அப்போதுதான் நிலைகொள்ளத்தொடங்கியிருந்தார். 2005ல் வான்கடே மைதானத்தில், இந்தியா சீனியர்கள் மற்றும் இந்தியா ஏ அணிகளுக்கிடையில் நடந்த சேலஞ்சர் போட்டியின்போது சந்தித்தோம். அந்தத் தொடரில் தோனி, ஹர்பஜன் உள்ளிட்ட நிறையப் பேர் விளையாடிக்கொண்டிருந்தோம். நான் முன்பே சொன்னாற்போல, க்ரேக்கின் சகோதரர் ட்ரெவர் நான் இங்கிலாந்தில் க்ளப் கிரிக்கெட் விளையாடியபோதே என்னைப் பார்த்திருந்தார். அதனால் க்ரேக் என்னைப் பற்றிக் கொஞ்சம் கேள்விப்பட்டிருந்தார்.

ஆரம்பத்தில் உடல் தகுதித் தேர்வுகள் மற்றும் பரிசோதனைகள் மேற்கொள்ள வேண்டியிருந்தது. அவற்றில் நான் தேறிய விதத்தை க்ரேக் மிகவும் பாராட்டினார். அப்போதெல்லாம் எனக்கு இங்கிலீஷ் அவ்வளவு நன்றாகப் புரியாது. ஆனால் அவர், இளம் வீரர்களான இர்ஃபான், ராபின், பியுஷ், ஸ்ரீசாந்த், நான் உள்ளிட்ட அனைவரிடமும் நல்ல முறையில் நடந்துகொண்டார்.

2006ல் ஆஸ்திரேலியா மற்றும் மேற்கிந்தியத் தீவுகளுக்கு எதிராக டி.எல்.எஃப். போட்டித் தொடரில் விளையாட நாங்கள் மலேஷியாவுக்குப் பயணம் மேற்கொண்டோம். அப்போதுதான் மிட்செல் ஜான்சன் மிக நன்றாக விளையாடிப் புகழ்பெற்றார். அங்கே இரண்டு போட்டிகளில் ஓரளவு நன்றாக விளையாடினேன், க்ரேக்கும் நானும் அப்போதுதான் நெருங்கினோம்.

அவரோடு பழகத் தொடங்கும் முன்னர், ஆஸ்திரேலியாவில் 100 டெஸ்ட் போட்டிகளுக்கு மேல் விளையாடிய ஒருசில வீரர்களில் அவரும் ஒருவர், மிகச்சிறந்த பேட்ஸ்மேன் என்று மட்டும் அறிந்திருந்தேன், அதைத் தவிர அவரைப் பற்றிப் பெரிதாக எதுவும் தெரிந்திருக்கவில்லை. அவரைப் பற்றியும் அவருடன் பிறந்தோர் பற்றியும் - அவர்கள் எல்லோருமே

கிரிக்கெட் வீரர்கள் - கேள்விப்பட்டிருந்தேன், ஆனால் அவர்கள் விளையாடிப் பார்த்ததில்லை. ஆனால் க்ரேக்கைச் சந்தித்து, அவருடன் பழகி அவரைப் பற்றித் தெரிந்துகொண்டு, அவர் எங்களுக்கு அன்றாடப் பயிற்சிகளை அளிக்கத் தொடங்கியபோதுதான், அவர் எவ்வளவு அற்புதமான வீரர் என்பதை இன்னும் சரியாகப் புரிந்துகொண்டேன். அவ்வளவு அர்ப்பணிப்புடன் செயல்படும் ஒரு விளையாட்டு வீரரை இயல்பாகவே மதிக்கத் தொடங்கிவிடுவோம்.

ஆரம்பத்தில் அவர் எதாவது சொல்லும்போதெல்லாம், உண்மையிலேயே, நான் சற்றுப் பின் நகர்ந்து, ஏனைய வீரர்கள் கூட்டத்துடன் சேர்ந்துகொண்டு, சீனியர் வீரர்களுக்கு என்ன சொல்லப்படுகிறதோ, அதனை அவர்கள் எப்படிச் செய்கிறார்களோ, அதைப் பார்த்து அப்படியே செய்துவிடலாம் என்றே நினைப்பேன். என்னுடைய இயல்பான கூச்சத்துடன், இவ்வளவு அனுபவம் வாய்ந்த வீரர்கள் மத்தியில் முட்டாள்தனமாக எதையும் செய்துவிடக்கூடாது என்ற பதட்டமும் சேர்ந்துகொண்டு ஆதிக்கம் செலுத்தும்.

க்ரேக் ஆட்ட நுட்பத்துக்கு எப்போதும் முக்கியத்துவம் கொடுப்பார், எங்கள் திறனை முழுமையாகப் பயன்படுத்தத் தொடர்ச்சியாக உத்திகளைக் கற்றுக்கொடுப்பார். எப்போதுமே மென்மையாக விளையாடுவதைக் காட்டிலும் அதிரடியாகவே ஆடச் சொல்வார். இறுதியில் இதெல்லாம் எங்கள் நம்பிக்கையை மேலும் வளர்த்துக்கொடுத்தது. அவர் நிறைய இளம் வீரர்களுக்கு - குறிப்பாகப் பதின்மத்தின் இறுதியில் இருக்கும் இளைஞர்களுக்கு - அணியில் வாய்ப்புக் கொடுத்தார். சர்வதேசப் பயணங்களுக்கு நாங்கள் உடலளவிலும், மனத்தளவிலும் எப்போதும் தயாராயிருப்பதை உறுதிசெய்துகொள்வார். ஆட்டத்துக்கான பயிற்சி முடிந்தபிறகு, இளைஞர்களான எங்களுடன் இருந்து, மைதானத்துக்கு வெளியில் நடப்பவற்றை எப்படிக் கையாள வேண்டும் என்பதில் உளவியல் ரீதியாக எங்களுக்குப் பயிற்சி அளிப்பார், அப்படியான பயிற்சிகளில் ஊடகத்தைக் கையாள்வதற்குத் தனித்த கவனம் அளிக்கப்பட்டது.

இப்படியான முழுமையான பயிற்சி பிற்காலத்தில் எங்களுக்கு மிகுந்த உதவிகரமாக அமைந்தது.

அவரைப் போன்ற அனுபவமும் திறமையும் வாய்ந்த ஒருவரை எங்களுக்குப் பயிற்சியாளராக நியமித்தது பிசிசிஐயின் மிகச் சிறந்த நடவடிக்கை என்று நினைக்கிறேன். ஒவ்வொரு சர்வதேசப் போட்டித் தொடருக்குப் பிறகும் க்ரேக் எங்களை மீண்டும் உள்ளூர்ப் போட்டிகளில் பங்கேற்கும்படி அறிவுறுத்திக்கொண்டே இருப்பார். கிரிக்கெட்டைப் பொறுத்தவரையில் நிறையப் போட்டிகளில் விளையாட விளையாடத்தான் அதில் சிறக்க முடியும் என்பதை எப்போதும் வலியுறுத்துவார். அந்த அறிவுரை தனிப்பட்ட முறையில் எனக்கு உதவியாக இருந்தது. ரஞ்சி கோப்பை போட்டிகளுக்கு முக்கியத்துவம் கொடுத்து, சில போட்டிகளை நேரில் சென்று பார்க்கும் வழக்கமும் அவருக்கு இருந்தது. உலகம் முழுவதிலும் பார்த்தாலும் வெகு சில பயிற்சியாளர்கள்தான் இப்படியான நடவடிக்கைகளில் ஈடுபடுவார்கள்.

எப்போதும் புதுப்புது சவால்களை நோக்கி தங்களைத் தாங்களே உந்திச் செல்லவேண்டும் என்று வீரர்களிடம் வலியுறுத்துவார், புதிய புதிய பயிற்சி முறைகளைக் கண்டுபிடித்து வருவார். அவர் பெரிதாக ஜிம் பயன்படுத்துபவரில்லை, ஆனால் தாக்குப்பிடிக்கும் பயிற்சியில் அவருக்கு இணை அவரே. எங்கள் ஃபீல்டிங்கை மேம்படுத்திக்கொள்ள பயிற்சியளிப்பார், யுவ்ராஜ், சச்சின், நான் என்று எல்லோருமே அதனால் பயனடைந்தோம்.

எல்லாவற்றையுமே வித்தியாசமாகச் செய்வார். சூழலை மாற்றியபடியே இருப்பார். நாங்கள் சிமெண்ட் தளத்தில் பயிற்சி செய்வோம். எங்களை ஸ்டம்புகள் மற்றும் ஹாக்கி மட்டைகளைப் பயன்படுத்தி விளையாட வைப்பார். பிறகு தன்னுடைய அனுபவங்களை எங்களுக்கு விவரமாகச் சொல்வார். அதன்பின் சில தனித்துவமான பயிற்சிகளை, உதாரணமாகக் கண்களைக் கட்டிக்கொண்டு விளையாடுவது, மேற்கொள்வோம். தென்னாப்பிரிக்காவில் ஒரு தொடரில் ஸ்ரீசாந்த் மிக நன்றாகப் பந்துவீசினார். அங்கே ஒரு டெஸ்ட்

போட்டியில் வென்றோம். அவர் இளைஞர்களை அதிக அளவில் இணைத்துக்கொள்வதால் அணியின் கட்டுமானத்திலும் நிறைய மாற்றங்கள் ஏற்பட்டன, அணியின் உருவாக்கத்தில் புதிய உயர்ந்த தரநிலை வந்து சேர்ந்தது.

அந்தத் தலைமுறை இந்திய வீரர்களை வடிவமைத்ததில் க்ரேக்குக்குப் பெரும்பங்கு உண்டு என்பது என் கருத்து. அவர் விதைத்தவற்றிலிருந்து விளைந்த கனிகள் பிற்காலத்தில் காணக்கிடைத்தன, குறிப்பாக நாங்கள் 2011 உலகக் கோப்பையை வென்றபோது. இலக்குகளை விரட்டிச் செல்வதை அவர் எங்களுக்குக் கற்றுக்கொடுத்தார். எல்லோரும் அப்போது நன்றாகத்தான் விளையாடிக்கொண்டிருந்தோம், ஆனால் அவர் இலக்குகளை எட்டுவது பற்றி பேட்டிங் கலந்துரையாடல்களில் மிகுந்த அழுத்தத்துடன் பேசிக்கொண்டிருப்பார். எங்கள் அணி பேட்டிங்கில் சிறக்கக் காரணம் க்ரேக்கும் ராஹுல் பா'யும்தான். பேட்டிங் வரிசை வலிமையாக அமைந்தது - யுவி, தோனி, மற்றும் நானும் இருந்தோம். அந்தச் சமயத்தில் பொறுப்புகளை ஏற்கவும், இலக்கை விரட்டிப் பிடித்து ஜெயிக்கவும் பழகினோம்.

க்ரேக்கிடமிருந்து நான் நிறையப் பாடங்களைக் கற்றுக்கொண்டேன். அவரது பயிற்சியாளர் பணியைச் சூழ்ந்திருந்த அத்தனை சர்ச்சைகளுக்கும் மத்தியில், எப்படியோ, மிகச் சிறந்த முறையில் இந்திய அணிக்கு வெற்றிபெறவும், வெற்றி என்பது எவ்வளவு முக்கியம் என்றும் சொல்லிக்கொடுத்துவிட்டார்.

11

என் ரோலர் கோஸ்டர் பயணம்

'கானா கானே ஆயே ஹோ யா வேர்ல்ட் கப் ஜீத்னே?' (சாப்பிட வந்தீங்களா இல்ல வேர்ல்ட் கப் ஜெயிக்கவா?)

இன்றுவரை சச்சின் பா'ஜியின் மேற்கண்ட வாக்கியம் யாருக்காக அல்லது யாரை நோக்கிச் சொல்லப்பட்டது என்பது எனக்கு உறுதியாகத் தெரியவில்லை. ஒருவேளை அது எங்கள் எல்லோருக்குமாகவும் இருந்திருக்கலாம். அவர் தன் விரக்தியை வெளிப்படுத்தியிருக்கலாம். அது என்னவாயிருந்தாலும், சொல்ல வந்த செய்தி தெளிவாக இருந்தது. உலகக் கோப்பை முழுவதும் அது அப்படியே இருந்தது. நாங்கள் உலகக்கோப்பை எனும் மிகப் பெரிய நிகழ்வுக்காகத் தயாராகிக்கொண்டிருந்தபோதும், பயிற்சி ஆட்டங்களில் ஆடிக்கொண்டிருந்தபோதும், இலக்கிலிருந்து எங்கள் கவனம் விலகாதபடி பா'ஜி பார்த்துக்கொண்டார்.

பா'ஜி எங்கள் குறிக்கோளாக ஒன்று மட்டுமே இருக்கவேண்டும் என்று நினைத்தார்: உலகக் கோப்பையை வெல்வது. உள்ளும்

புறமுமிருந்து எந்த ஒரு கவனச்சிதறலுக்கும் இடமில்லை. எந்த அளவுக்கென்றால், போட்டித் தொடர் முடியும்வரை குடும்பத்தினர் எங்களோடு பயணிக்க அனுமதிக்கக்கூடாது என்று அவர் முடிவெடுக்கும் அளவுக்குப் போனது. ஒவ்வோர் உயர்வு-தாழ்வையும், வெற்றி-தோல்வியையும் நாங்கள் ஒன்றாக அனுபவித்து உணரவேண்டும் என்று அவர் விரும்பினார். நாங்கள் ஒருவர் மீது ஒருவர் கவனம் செலுத்தவேண்டியிருந்தது. எந்த வயிற்றெரிச்சலும் உச்சத்தை நோக்கிய எங்கள் பயணத்தைத் தடுத்து நிறுத்த முடியாது.

பா’ஜி அப்படிச் சற்று எரிந்துவிழுந்தது, மொஹாலியில் பாகிஸ்தானுக்கு எதிரான அரை இறுதிப் போட்டிக்கு நாங்கள் தயாராகிக்கொண்டிருந்தபோது நிகழ்ந்தது. அதன் முக்கியத்துவம் என்ற அடிப்படையில் மட்டுமல்லாது அதன் பின்னணி என்ற அடிப்படையிலும் அதைவிடப் பெரிய போட்டி ஒன்று இருக்கமுடியுமா என்ன? இரு தேசத்துப் பிரதமர்களும் பார்வையாளர்களாக வந்திருந்தனர், அவர்களுடன் பாலிவுட்டின் நட்சத்திரப் பிரபலங்களும், அரசியல் பிரமுகர்களும் வந்திருந்தனர். அது ஒரு பிரம்மாண்டமான தருணத்தைப் போலிருந்தது. இல்லை, அது ஒரு பிரம்மாண்டமான தருணமாகவே இருந்தது. இரண்டு அண்டை நாடுகளுக்கிடையில் நடக்கும் கிரிக்கெட் மேட்ச் என்பதைக் கடந்த பிரம்மாண்டம் அதிலிருந்தது.

அவ்வளவு முக்கியஸ்தர்களின் வருகையும், ஐ.எஸ்.பிந்த்ரா மைதானத்தைச் சுற்றிலும் குழுமியிருந்த பாதுகாப்புப் படையினரின் கட்டுப்பாடுகளுமாகச் சேர்ந்து எங்களுக்கான உணவு வந்து சேரத் தாமதமாகிவிட்டது. தவிர, நாங்களும் வழக்கத்தைக் காட்டிலும் முன்னதாகவே மைதானத்துக்கு வந்துவிட்டிருந்தோம். பொதுவாக ஒருநாள் போட்டிகளுக்கு முன் கொறிக்கவாவது எதாவது உணவு நிச்சயமாகக் கொடுக்கப்படும். அன்றைய காலை உணவைக் கூட எத்தனை பேர் சாப்பிட்டார்கள் என்று எனக்குத் தெரியவில்லை. அந்தச் சூழலே அப்படி இருந்தது. அப்போதே யாருக்கும்

பதட்டம் ஏற்படவில்லை என்று நான் சொன்னால் பொய் சொன்னவனாவேன். ஆனால் 2.30 மணியை நெருங்கியபோது வயிற்றில் பட்டாம்பூச்சிகள் படபடத்தன. அணியில் யாருமே இந்த அசௌகரியத்தைப் பற்றி வெளிப்படையாகவோ உரத்தோ எந்தப் புகாரும் சொல்லவில்லை. அங்குமிங்குமாக அடங்கிய குரலில் முணுமுணுப்பு மட்டுமே இருந்தது. சச்சின் பா'ஜி அணியின் அறை முழுக்கக் கேட்குமளவுக்கு அப்படிப் பேசியபின் அந்த முணுமுணுப்பும் சுத்தமாக அடங்கிவிட்டது.

எம்.எஸ். டாஸ் ஜெயித்து எங்களை பேட்டிங் செய்யச் சொன்னது ஒருவிதத்தில் நல்லதாக அமைந்தது. நாங்கள் வெறும் வயிற்றுடன் மைதானத்துக்குப் போகவேண்டி இருக்கவில்லை. வீரு பா' களமிறங்கியபோது கடுமையான பசியில் இருந்தது நன்றாகத் தெரிந்தது, அந்த வேகத்தை அவர் பாகிஸ்தானின் நியூபால் பந்துவீச்சாளர்களான உமர் குல் மற்றும் அப்துல் ரஸாக்கின் பந்துவீச்சில் நாலாபுறமும் பௌண்டரிகளாக விளாசி வெளிப்படுத்தினார். வீரு பா'வின் இந்த அதிரடியால் நாங்களும் பசியை மறந்துவிட்டோம் என்றே நினைக்கிறேன். சச்சின் பா'ஜி பிரமாதமாக விளையாடினார், ஆனால் அவர் ஆட்டமிழந்தபோது நல்ல ஸ்கோர் என்பது இன்னும் பெருந்தொலைவில் இருந்தது.

அந்தப் போட்டிக்கு முன்பாகவும், உலகக் கோப்பை தொடர் முழுக்கவும், அவர் என்னைத் தொடர்ந்து ஊக்கப்படுத்திவந்தார். ஆஸ்திரேலியாவுக்கு எதிரான காலிறுதிப் போட்டியின்போது பா'ஜிதான் எங்கள் அறையில் என்னிடம் வந்து அது என்னுடைய நாளாக மாறும் என்றார். இப்போதும், அவர் ஆட்டமிழந்தபின் நான் களமிறங்கியதும் நாங்கள் ஒருவரை ஒருவர் கடக்கும்போது அவர் பார்வை இந்த ஆட்டத்தில் வெற்றியை நோக்கி நான் திருப்புவேன் என்ற நம்பிக்கையை வெளிப்படுத்தியது.

போட்டியின் அந்தக் கட்டத்தில் எம்.எஸ். தன் முழுத்திறமையுடன் ஆட முடியாமல், அதை மீட்கும் முயற்சியில் இருந்தார். அவரும் ஆட்டமிழந்தபோது ஸ்கோர் 205/6 என்றிருந்தது,

என்னுடன் கீழ்வரிசை வீரர்கள் மட்டுமே எஞ்சியிருக்க, எட்டு ஓவர்கள் மீதமிருந்தன. எம்.எஸ். வெளியேறியபோது என்ன ஆனாலும் நான் கடைசி பந்து வரை விளையாடவேண்டும் என்று சொல்லிவிட்டுச் சென்றார். அதை மட்டும் நான் செய்துவிட்டால், ஓரளவு நல்ல ஸ்கோரை நாங்கள் எட்டிவிடுவோம். இப்படியான சந்தர்ப்பங்களில் இப்படியான சொற்கள்தான் நம்மை மிகச் சிறப்பாக வெளிப்படத் தூண்டும். அதுவே அன்றும் நிகழ்ந்தது.

வஹாப் ரியாஸ் அன்று அற்புதமாகப் பந்துவீசிக் கொண்டிருந்தார். க்ரீஸை அழகாகப் பயன்படுத்தி, பந்து முனைகளில் நன்றாகத் திரும்பிக் கூர்மையாக மேலெழுந்து வரச்செய்தார். அவர் பந்துவீச்சு நல்ல வேகத்துடனும் இருந்தது. பேட்ஸ்மேன்களை வெகுவாகத் தொந்தரவு செய்து, அவ்வப்போது விக்கெட்டுகளையும் எடுத்தபடி இருந்தார். நான் நிறைய ரன்கள் அடிப்பதோடல்லாமல் என்னுடன் நிற்கும் சக வீரர்களை முடிந்த அளவு வஹாபிடமிருந்து தள்ளியும் வைத்திருக்க வேண்டும். ஒரு ரன்னோ இரண்டு ரன்களோ ஓடி எடுப்பதற்கு என்னாலான முயற்சிகளைச் செய்தேன், ஒரு சிறிய வாய்ப்புக் கிடைத்தாலும் ஓடினோம். பாஜி பா' (ஹர்பஜன்), ஜாக் பா'ய் (ஜாஹீர் கான்), மற்றும் இறுதிக்கட்டத்தில் ஆஷிஷ் பா'ய் (நெஹ்ரா) கூட மிகவும் உபயோகமான ரன்களை அடித்தார்கள். கடைசி மூன்று விக்கெட்டுகளுக்கு 55 ரன்களைச் சேர்த்து, ஸ்கோரை 260/9 என்ற நிலைக்குக் கொண்டுசென்றோம். நான் மூன்று பௌண்டரிகளை மட்டுமே அடித்திருந்தேன், ஆனால் 39 பந்துகளில் நான் அடித்த 36 ரன்கள் முக்கியமானவையாக அமைந்தன, ஏனெனில் நாங்கள் 29 ரன்கள் வித்தியாசத்தில்தான் வென்று இறுதிப்போட்டிக்குத் தகுதி பெற்றோம்.

அந்தப் போட்டி எப்படி முடியவேண்டும் என்று சச்சின் பா'ஜி ஆசைப்பட்டாரோ அப்படியே நடந்தது. பாகிஸ்தானும் எதிர்பார்த்தபடியே இறுதிவரை போராடினார்கள், ஆனால் நம் பந்துவீச்சாளர்கள் நிதானமாக விளையாடி வெற்றியைப்

பறித்துவந்தார்கள். அபாயகரமான ஆட்டக்காரர் யூனிஸ் கான் விக்கெட்டை வீழ்த்திய கேட்சை நான் பிடித்ததில் மிகவும் மகிழ்ந்தேன். இறுதியில் அதீத மகிழ்ச்சியடைந்தோம். ஒரு பெரிய நிம்மதியும் பரவியது.

அது எங்கள் எல்லோருக்கும் ஒரு பாடமாக அமைந்தது. சூழல் எவ்வளவு பெரிதாக இருந்தாலும், எவ்வளவு கடுமையானதாகத் தோன்றினாலும், நம் கவனம் இலக்கின் மீதே குவிந்தால், இறுதியில் அதை நிச்சயமாக அடைவோம். தள்ளாட்டமோ, பிரமிப்போ இல்லாதிருப்பதே வெற்றியின் ரகசியம். அந்தத் தருணத்தை உறிஞ்சிக்கொண்டு, அதில் நம் இருப்பை மகிழ்வுடன் ஏற்றுக்கொண்டு, உள்ளுணர்வுகளையும், திறமையையும் வழிநடத்த விட்டால் போதுமானது. அதைத்தான் நாங்கள் அந்த முக்கியமான அரையிறுதிப் போட்டியில் செய்தோம், சரியாகச் சொல்வதானால் உலகக் கோப்பைப் போட்டித் தொடர் முழுக்கவே அதைத்தான் செய்தோம்.

★★★

ஆரம்பத்திலிருந்தே உலகக் கோப்பையில் எங்களை வழிநடத்தும் பொறுப்பை சச்சின் பா'ஜி ஏற்றுக்கொண்டிருந்தார். மேலும், நாங்கள் தனிப்பட்ட முறையிலும் தயாராக வேண்டியிருந்தது. ஆனால் அவர் எப்படியாவது தேசத்துக்கு வெற்றியைத் தேடித்தர வேண்டும் என்ற தவிப்பில் இருந்தார். நாங்கள் எல்லோரும் அவரளவுக்கு (அவரைக் காட்டிலும் அதிகமாக இல்லாவிட்டாலும்) ஊக்கத்துடன் விளையாடுவதை உறுதிசெய்துகொண்டார். எங்களுக்கு அது பெரிய உந்துசக்தியாக இருந்தது. அவர் ஓய்வுபெறும் முன் விளையாடும் கடைசி உலகக் கோப்பை அது என்பதால் நாங்களும் ஆர்வத்துடனும், பதட்டத்துடனும்தான் இருந்தோம்.

அந்தக் காலகட்டத்தில் நாட்டில் எங்கு சென்றாலும் மக்கள் அதையேதான் உச்சாடனம் செய்தார்கள் - நாங்கள் உலகக் கோப்பையை வெல்ல வேண்டும் என்பதே அவர்களின் பெருவிருப்பம். சில சமயம் உலகக் கோப்பையில் தோற்றுவிட்டால் என்னாகும் என்ற எண்ணமே எங்களுக்கு

அதீத பதட்டத்தை ஏற்படுத்திவிடும். 2007ஆம் ஆண்டு உலகக் கோப்பை முடிவுக்குப் பின் நடந்த சம்பவங்களை நாங்கள் மறந்திருக்கவில்லை, அப்போது போட்டியின் ஆரம்பகட்டத்திலேயே வெளியேறிய பிறகு வீரர்களும் அவர்கள் குடும்பத்தினரும் எவ்வளவு மோசமாக நடத்தப்பட்டார்கள் என்பது நன்றாக நினைவிருந்தது.

என் வீட்டிலும் கூட, உலகக் கோப்பை நெருங்க நெருங்க, குடும்பத்தில் அனைவரும் இது நாம் வெல்ல வேண்டிய கோப்பை என்பதைப் பற்றி மட்டுமே பேசினார்கள். நாம் நம் நாட்டிலேயே விளையாடுகிறோம், எனவே இதுவே நமது மிகச் சிறந்த வாய்ப்பு. உரையாட வேறு விஷயங்களே இருக்கவில்லை.

உலகக் கோப்பையை ஒருமாதிரி கலந்துகட்டித்தான் தொடங்கினோம். வங்கதேசத்துடன் முதல் போட்டியில் வென்றோம், பெங்களூரில் நடந்த அந்தப் பரபரப்பான போட்டியில் இங்கிலாந்துடன் ட்ரா செய்தோம், பிறகு அயர்லாந்தை எளிதாக வென்றிருந்தோம். பிறகு, நாக்பூரில் தென்னாப்பிரிக்காவிடம் தோற்றோம். அப்போது ஒரு சிறிய இடைவேளை இருந்ததென்று நினைக்கிறேன், இரண்டு நாட்கள் வீட்டுக்குச் சென்றிருந்தேன். அப்போதிருந்த சூழல் மிகுந்த எதிர்மறையாக, விரக்தியூட்டுவதாக இருந்தது. எல்லோரும் எதிர்பார்த்தாற்போல நாங்கள் ஆதிக்கம் செலுத்தவில்லை. ஆனால் அதன் பிறகு எங்களை நாங்களே அற்புதமாக மறுசீரமைப்புச் செய்துகொண்டோம். இவற்றிலிருந்து, குறிப்பாக சச்சின் பா'ஜியின் பேச்சிலிருந்து நான் கற்றுக்கொண்டது ஒன்றுதான், நாம் நமது எதிர்பார்ப்புகளுக்கொப்ப ஆடவேண்டும் மாறாக வேறு யாருடைய எதிர்பார்ப்பையும் யோசிக்கக் கூடாது.

விளையாட்டு வீரர்கள் என்ற முறையில் எப்போதும் அடுத்தடுத்த ஆட்டங்களைப் பற்றித்தான் நினைக்கவேண்டுமே தவிர, இறுதி இலக்கான கோப்பையை வெல்வதைப் பற்றி அல்ல. ஆனால் இதைச் சொல்வது எளிது, நடைமுறைப்படுத்துவது ஆகக் கடினமான காரியம். அதற்கு நிறைய உழைக்கவேண்டும். அதிர்ஷ்டவசமாக எங்களுடன் சச்சின் பா'ஜி இருந்தார்,

மேலும் கேப்டனாக எம்.எஸ்.தோனியும் பயிற்சியாளராக கேரி கிர்ஸ்டனும் இருந்தார்கள், எங்கள் அணியினரை நிதானத்துடன் இருக்க வழிநடத்தினார்கள்.

பயிற்சியிலோ அல்லது ஓர் ஆட்டத்திலோ களம் இறங்கியவுடன் மற்ற எல்லாவற்றையும் மனத்திற்கு வெளியில் அடைத்து வைத்துவிடுவோம். உலகில் மற்ற எதுவும் பொருட்படுத்தத் தக்கதாக இராது, எங்கள் கவனம் முழுமையாக ஆட்டத்தின் மீதே குவிந்திருக்கும். எந்த ஒரு குழு விளையாட்டிலும் அணியின் ஒற்றுமை உணர்வு மிகவும் முக்கியமானது. நாங்கள் ஒரு பெரிய குடும்பம் - எல்லாவற்றையும் ஒன்றாகவே எதிர்கொண்டோம், பாராட்டுகளை, குற்றச்சாட்டுகளை, சவால்களை, எல்லாவற்றையும். அடுத்த இரண்டு மாதங்கள் ஒருவருக்கொருவர் துணையாக, ஆதரவாக மட்டுமே இருந்தோம். கேரி எங்களை நன்றாகவே தயார்படுத்தினார்.

அவர் அணியின் செயல்பாட்டுக்கு அதிக முக்கியத்துவம் கொடுத்தார். இது எங்களுக்கு எதோ பழமையான கருத்தாகத் தெரியவில்லை. நாங்கள் அதை நம்பினோம். எங்கள் ஒட்டுமொத்த லட்சியமான உலகக் கோப்பை சேம்பியன்கள் ஆவதை எங்களால் எட்ட முடியும் என்று நம்பினோம். ஆனால் அதை அடைய குறிப்பிட்ட பாதையும் செயல்முறையும் இருப்பதை உணர்ந்திருந்தோம். யோகா, மற்றும் இன்னும் பல உடற்கட்டைப் பாதுகாக்கும் பயிற்சிகளில் ஈடுபட்டோம், இதனால் எங்களுக்கிடையில் ஒரு நெருக்கமும் உண்டானது. எங்கே இருந்தாலும் அனைவரும் ஒன்றாகத்தான் உணவு உண்ணவேண்டும் என்பதில் சச்சின் பா'ஜி உறுதியாக இருந்தார்.

கேரியும் யாருக்கும் எந்தவித எதிர்மறை எண்ணமும் தோன்றிவிடக்கூடாது என்பதற்காக, எல்லோரும் எப்போதும் ஒன்றாகவே இருப்பதையும், யாரும் தனித்து விடப்படவில்லை என்பதையும் உறுதி செய்துகொள்வார். இது எங்களை ஒன்றிணைத்தது. சின்னச் சின்னத் தேவைகளின் பொருட்டும் கூட ஒருவரோடொருவர் நெருங்கி, ஒரு குடும்பத்தைப் போலவே இருந்தோம். பேடி அப்டன் எங்கள் அணிக்கு

ஒரு சொத்தாகவே இருந்தார், எங்கள் மனத்திலிருப்பதை அப்படியே அவரிடம் பேசலாம் என்று தெளிவாகச் சொல்லியிருந்தார். எங்களுக்காக அவரது அறைக் கதவுகள் எப்போதும் திறந்திருந்தன, எல்லாவற்றையும் அவரிடம் சொல்ல முடிந்தது. அணியின் நம்பிக்கையை அது அதிகரித்தது. மேலும், சச்சின் பா'ஜியின் கடைசி உலகக் கோப்பை மிகச் சிறப்பாக முடியவேண்டும் என்பதை எங்கள் இலக்காகக் கொண்டு நாங்களும் ஒற்றுமையாகப் பயணித்தோம். வெற்றையும் விட இதுவே எங்களை ஒன்றிணைத்தது.

★★★

உலகக் கோப்பைகள் சில வார காலத்தில் வெல்லப்படுவதில்லை. எந்த விளையாட்டிலும். பல ஆண்டுகள், இல்லாவிட்டாலும் பல மாதங்கள் உழைத்த கடும் உழைப்பு மற்றும் தயாரிப்பின் பலனாகத்தான் அந்த வெற்றிக் கோப்பை உயர்த்தப்படுகிறது. 2011ல் எங்கள் விஷயத்திலும் அதுவே நடந்தது.

தனிப்பட்ட முறையில் எனக்கும் அதுவேதான் நடந்தது. உலகக் கோப்பைக்கு முன்னதான ஆண்டுகளில் ஒவ்வோர் ஆட்டத்திலும், போட்டித் தொடரிலும், தருணத்திலும் என் வளர்ச்சியை நானே உணர்ந்திருந்தேன். 2007 உலகக் கோப்பையைக் காயம் காரணமாகத் தவறவிட்டது வேதனையாக இருந்தது. ஆனால் அதன் காரணமாகவே அடுத்த முறை உலகக் கோப்பை நம் நாட்டிலேயே நடக்கும்போது, என்னுடைய திறமைகளை முழுக்க வளர்த்துக்கொண்டு ஆட்டத்திறனின் உச்சத்தில் இருக்கவேண்டும் என்று மிகத் தீவிரமாக உழைத்தேன்.

2008லிருந்து 2010 வரை நல்ல ஆட்டத்திறனை வெளிப்படுத்தினேன், 2010ல் ஜிம்பாப்வே பயணத்தின்போது கேப்டனாகும் வாய்ப்பும் கிடைத்தது. சென்னை சூப்பர் கிங்க்ஸ் அணியைப் பொறுத்தவரையிலும், தொடர்ச்சியாக இரண்டு முறை கோப்பையை வென்று, சாம்பியன்ஸ் லீக் போட்டியையும் வென்றோம். அப்போதுதான் விராட் வேகமாக முன்னேறி வந்தார்.

உடல் தகுதியிலும் சரி, பேட்டிங்கிலும் சரி, கேரி எங்களுக்குப் பெரிய உந்துசக்தியாக இருந்தார். விராட்டின் குழுவிலிருந்து இளம் வீரர்களும் அணிக்கு வந்து சேர, நாங்களும் உடல் தகுதிக்குக் கூடுதல் முக்கியத்துவம் கொடுத்தோம். நானும் ஆட்டத்தில் கவனம் செலுத்தினேன், பயிற்சிகளில் தீவிரமாக ஈடுபட்டு, சரியான உடல் தகுதியுடன் இருந்தேன். எம்.எஸ்ஸூம் நானும் முன்பே சென்னைக்கு ஒன்றாக விளையாடியிருந்தோம்.

அதற்குள்ளாக நானும் பல ஒருநாள் போட்டிகளில் விளையாடி பற்பல விதமான சூழல்களை எதிர்கொண்டிருந்தேன். பேட்டிங் வரிசையில் மேலும் கீழுமாகவும் மாறி மாறி விளையாடியிருந்தேன். அந்த அனுபவம் எப்படிப்பட்ட சூழலிலும் களமிறங்குவதற்கான மனதிடத்தைப் பெற உதவியது. ஓர் உலகக் கோப்பை போட்டி என்று வரும்போது எப்போது களமிறங்க அழைக்கப்படுவோம் என்பதை யூகிக்க முடியாதல்லவா.

ஒரு குறுகிய காலத்துக்குக் கேப்டனாக இருந்ததும் எனக்கு மிகச் சரியான சமயத்தில் அமைந்தது, ஆட்டத்தின் வெவ்வேறு அம்சங்களைப் பற்றிச் சரியாகச் சிந்திக்க அது உதவியது. அணிக்குள்ளாக, என் பொறுப்பு அதிகமானது. எனவே நான் சரியான மனநிலையில் இருந்தேன், இது எந்தவொரு தொழில்முறை ஆட்டக்காரனுக்கும் அத்தியாவசியமானதாகும். என்னால் இயன்ற அளவுக்குக் கடினமாகப் பயிற்சிகளும், உடற்பயிற்சிகளும் செய்தேன். இவையே நல்ல மனநிலையை நிலைநிறுத்தும். என்னைச் சுற்றி இருந்த அனைவரும் என்னைப் போலவே உலகக் கோப்பைக்காகத் தயாராகிக்கொண்டிருந்தார்கள். என் கவனம் முழுக்க எப்போது, எங்கே வாய்ப்புக் கிடைத்தாலும் என் முழுத்திறனையும் வெளிப்படுத்தி ஆடவேண்டும் என்ற எண்ணத்திலேயே குவிந்திருந்தது.

நாங்கள் ஓர் அணியாகவும் ஒற்றுமையாக அந்தப் பாதையில் பயணித்தோம். யுவி, விராட், மற்றும் நான் இணைந்து நல்லதொரு ஃபீல்டிங் குழுவாக உருவானோம். ஓர் அணி என்ற முறையில் ஐம்பது ஓவர் போட்டிகளுக்கான மிகச் சிறந்த

அணியாக நாங்கள் இருந்தோம். நாங்கள் - வீரு, யுவி, யூசுஃப், விராட், மற்றும் நான் - அடிப்படையில் பேட்ஸ்மேன்கள் என்றாலும் மணிக்கணக்கில் பந்துவீசவும் பயிற்சி செய்வோம். அது எங்கள் பந்துவீச்சுக் குழுவுக்கு மாறுபட்ட கோணத்தையும் வலுவையும் சேர்த்தது. ஒருநாள் போட்டிகளில் ஃபீல்டிங் செய்யும் கேப்டனுக்குத் தேவையான மாற்றுத் தேர்வுகளை இது எம்.எஸ்ஸுக்கு உருவாக்கிக் கொடுத்தது. கௌட்டி (கௌதம் கம்பீர்) பா'யைத் தவிர்த்து களமிறங்கும் அணியில் எல்லோராலும் பந்துவீச முடிந்தது. அது ஒரு போனஸ் என்பதை விடவும் கூடுதல் பயனளிப்பதாக இருந்தது.

கிரிக்கெட்டைப் பொறுத்தவரையில் பேட்ஸ்மேனாக நல்ல ஃபார்மில் இருந்தால் அதை வெளிப்படுத்த வேண்டும் என்பார்கள். ஆனால் ஒருநாள் போட்டிகளில் குறிப்பாக பேட்டிங் வரிசையில் நடுவில் ஆடும்போது அது அவ்வளவு நேரடியாக நிகழ்ந்துவிடுவதில்லை. விளையாடுவதற்கு எவ்வளவு நேரம் கிடைக்கும் என்பதை உறுதியாகச் சொல்லமுடியாது. சூழல் மாறிக்கொண்டே இருக்கும். சிலசமயம் பத்து ஓவர்கள் கிடைக்கும், சில சமயம் குறைவாகக் கிடைக்கும். மேல் வரிசை வீரர்களின் ஆட்டத்தைப் பொறுத்தே அது அமையும்.

சச்சின் ஆட்டமிழந்துவிட்டால் யுவியும் நானும் எவ்வளவு ரன்கள் முடியுமோ அவ்வளவையும் சேர்க்கவேண்டியிருக்கும். சில சமயம் எங்கள் பார்ட்னர்ஷிப் பிரமாதமாக விளங்கும், சில சமயம் சோபிக்காமல் போகும். நானும் வலக்கை-இடக்கை பேட்டிங் இணை ஆட்டத்துக்குப் பழகியிருந்தேன். இதன் விளைவாக, என்னுடைய பெரும்பாலான பார்ட்னர்ஷிப்புகள் தோனியுடன் அமைந்தன. நாங்கள் எங்களால் முடிந்த அளவுக்கு அதிரடியாக விளையாடி ரன் ரேட்டை அதிகரிக்க முயல்வோம்.

கீழ்வரிசை பேட்ஸ்மேன்களை வழிநடத்த வேண்டிய பொறுப்பு சில சமயம் என்னை வந்து சேரும், அதுவே உலகக் கோப்பை அரையிறுதியில் நிகழ்ந்தது. எனவே, அஷு பா'ய், பாஜி பா' போன்ற கீழ்வரிசை பேட்ஸ்மேன்களுடனும் பேட்டிங் பயிற்சியில் ஈடுபடுவேன், நாங்கள் அந்தச் சூழலுக்கும் தயாராகவே இருந்தோம்.

இத்தனை தயாரிப்புகளுக்குப் பிறகும், உலகக் கோப்பை தொடங்கியபோது முதலில் களமிறங்கத் தேர்ந்தெடுக்கப்பட்டோர் பட்டியலில் நான் இல்லை. பேட்டிங் வரிசையில் ஏழாம் இடத்துக்கு யூசுஃப் பதான் தேர்ந்தெடுக்கப்பட்டார். உலகக் கோப்பைக்குச் சற்று முன்னதாக முடிவடைந்த தென்னாப்பிரிக்காவுக்கு எதிரான போட்டித் தொடரில் அவர் மிக நன்றாக விளையாடியிருந்தார். ஆனால் இது என்னைப் பாதிக்க நான் அனுமதிக்கவில்லை. நான் எப்போதும் அணிக்காக ஆடுபவன். எனவே நான் இன்னும் தீவிரமாகப் பயிற்சியில் ஈடுபட்டேன், எப்போது அழைக்கப்பட்டாலும் தயாராயிருக்க விரும்பினேன்.

மாஹி பாய் அடிக்கடி என்னை சப்ஸ்டிட்யூட் எனப்படும் மாற்று ஆட்டக்காரனாக மைதானத்துக்குள் அழைத்துக்கொள்வார், அதனால் நானும் ஆட்டத்துடன் கலந்தே இருந்தேன். நிதானமாக, நமக்கு விளையாட வாய்ப்புக் கிடைக்கும் என்று எனக்குள் சொல்லிக்கொண்டே இருந்தேன் - குறிப்பாக நாக்-அவுட் போட்டிகளில். கட்டுப்படக்கூடியவற்றைக் கட்டுக்குள் வைத்திருப்பது என்ற பாடத்தை அப்போது கற்றுக்கொண்டேன். அதாவது, அணி மேலாளர்களை என்னைத் தேர்ந்தெடுக்கும்படி வற்புறுத்த முடியாதே. அந்த வாய்ப்புக்காகக் காத்திருக்கத்தான் வேண்டும். அதனால் பதட்டமாகவோ பாதுகாப்பற்ற உணர்விலோ உழல்வதில் எந்த நன்மையும் விளையப்போவதில்லை. நம் மீது நாமே நம்பிக்கை வைத்து, நம்மை நாமே ஆதரித்து, சரியான நேரம் கனிந்து வருவதற்காகக் காத்திருப்பது ஒன்றுதான் வழி.

இதுபோன்ற சமயங்களில் அணியின் தேவைகளுக்காக நம்மை ஒப்புக்கொடுப்பதே சிறந்தது. என்னளவில், களமிறங்குவோருக்குச் சரியான நேரத்தில் உணவு கொடுக்கப்படுவதை உறுதிசெய்வதும், ஆடும்போது அவர்களுக்குப் போதுமான அளவில் தண்ணீரும் மற்ற பழச்சாறுகளும் கொடுப்பதும் கூட இதில் அடங்கும். வீரர்கள் கவனிக்காமல் விட்டுவிடக்கூடிய ஆனால் மிக முக்கியமான அம்சங்கள் இவை. ஒரு மாற்று ஆட்டக்காரனாக இவற்றைக் கவனிப்பது என் கடமை. மேலும், விளையாடவில்லை

என்றாலும் சச்சின் டெண்டுல்கர் போன்ற ஒரு வீரர் பயிற்சி செய்வதை அருகிலிருந்து பார்க்கும் வாய்ப்புக் கிடைப்பதே ஒரு பெரிய உந்துசக்திதான்.

இறுதியில், நான் எதிர்பார்த்த வாய்ப்பு என்னைத் தேடி வந்தது. எங்கள் முதல் நாக்-அவுட் போட்டியான ஆஸ்திரேலியாவுக்கு எதிரான காலிறுதிப் போட்டியில் நாக்பூரில் களமிறங்கினேன். என் முதல் ஆட்டம் சென்னையில் மேற்கிந்தியத் தீவுகளுக்கு எதிரான போட்டிதான், ஆனால் அதில் நான் பேட்டிங்கில் பெரிதாகச் சோபிக்கவில்லை. எனினும், டாரன் ப்ராவோவின் கேட்சைப் பிடித்து முக்கியமான அந்த விக்கெட்டில் பங்கெடுத்திருந்தேன்.

ஆஸ்திரேலியாவுக்கு எதிரான காலிறுதிப் போட்டியில் சற்று சவாலான இலக்கை நோக்கி நாங்கள் ஆடவேண்டியிருந்தது. திடமான பந்துவீச்சாளர்கள், ரிக்கி பாண்டிங் கேப்டனாக இருந்தார், அவர் ஒரு சதமடித்து நல்ல ஃபார்மில் இருந்தார். வீரு பா' சீக்கிரம் ஆட்டமிழந்தபின் பா'ஜியும் கௌடி பா'யும் முனைந்து அணியை நிலைநிறுத்தினார்கள். பிறகு வேகவேகமாக சில விக்கெட்டுகளை இழந்தோம், எம்.எஸ்ஸின் மோசமான ஃபார்ம் தொடர்ந்து வர அவரும் ஆட்டமிழந்தார். நான் களமிறங்கக் காத்திருந்தபோது பா'ஜி என்னிடம் வந்து எனக்கான நேரம் வந்துவிட்டதென்று சொன்னார். இந்த நாள்தான் உலகக் கோப்பையில் எங்கள் அணியின் வெற்றிப்பயணத்துக்கு நான் என் பங்கை அளிக்கவேண்டிய நாள். இது எனக்கு மிகப் பெரிய நம்பிக்கையைக் கொடுத்தது.

ஸ்கோர் 187/5 என்றிருந்தது, நாங்கள் இன்னும் நெடுந்தூரம் பயணிக்க வேண்டியிருந்தது. அந்தப் போட்டித் தொடர் முழுக்கவே யுவ்ராஜ் கனவுலகில் இருப்பதைப்போல பேட்டிங் செய்துகொண்டிருந்தார். அவர் நன்றாக நிலைகொண்டிருந்தார். ஆனால் அதிரடியாக ஆடி அவர் தோள்மீதிருந்த பாரத்தைக் குறைக்கும் பொறுப்பு என்னுடையது என்று எனக்குத் தோன்றியது. சில அபாயங்களை எதிர்கொண்டு அடித்தாட வேண்டியதுதான் என்று முடிவெடுத்தேன். ஐந்தாவது பந்தாக

ப்ரெட் லீ வீசிப் பாய்ந்து வந்த ஒரு பந்தை எதிர்கொண்டு பௌண்டரி அடித்தேன். யுவி பா' என்னிடம் வந்து, 'பார்த்து விளையாடு, நீ அவுட் ஆகிவிட்டால் ஆட்டம் முடிந்தது.' என்றார். அவரைக் கவலைப்பட வேண்டாம் என்று சொல்லிவிட்டு, 'நான் மட்டும் அவுட் ஆனால் என் கிரிக்கெட் வாழ்க்கையும் அத்தோடு முடிந்தது,' என்றும் சொன்னேன். அவர் வெடித்துச் சிரித்தபடி, 'அடப்பாவி என்னோட கிரிக்கெட் வாழ்க்கையும் அத்தோட முடிஞ்சிடும்,' என்றார். அது ஓரளவு நிதானத்தைக் கொண்டுவந்தது.

ஒரு சில தருணங்களில் சில ஆஸ்திரேலிய வீரர்கள் என் மீது வசைச் சொற்களை வீசித் தூண்ட முயன்றனர். நான் பெரிதாகக் கண்டுகொள்ளவே இல்லை, ஆனால் ப்ராட் ஹாட்டின் எதையோ சொன்னபோது, பதிலளிக்க முனைந்தேன், அப்போது யுவி பா' குறுக்கிட்டு என்னை நிதானமாக இருக்கும்படி சொன்னார். நான் அவருக்கு ஸ்ட்ரைக் கொடுக்க முயல்வதாகவும், ஒருவேளை அவர்கள் எனக்கேற்ற இடத்தில் பந்து வீசினால் அடித்து ஆடுவேன் என்றும் சொன்னேன். சொன்னாற்போலவே சில பந்துகளுக்குப் பிறகு ப்ரெட் லீ பந்துவீச்சில் ஒரு சிக்ஸர் அடித்தேன். யுவி பா' அந்த ஷாட்டைப் பார்த்துக் குதூகலித்தார், ஆனாலும் அபாயங்களில் இறங்கவேண்டாம் என்று என்னிடம் சொன்னார். நான் அவரிடம் கவலையில்லாமல் இருக்கும்படியும் ஆட்டம் நம் கட்டுப்பாட்டில் இருப்பதாகவும் சொன்னேன். 'நீங்கள்தான் ஆட்டத்தை முடிப்பீர்கள், கடைசிவரை நான் உங்களுடன் இருப்பேன்,' என்றேன். அதுவேதான் நிகழ்ந்தது.

★★★

பாகிஸ்தானை அரையிறுதியில் தோற்கடித்தது ஒரு வினோதமான அனுபவம். நல்ல அனுபவம்தான், தவறாகப் புரிந்துகொள்ள வேண்டாம். ஆனால் அதில் மகிழ்ச்சி என்பதைக் காட்டிலும் நிம்மதி அதிகமாக இருந்தது. மிகப் பெரிய போட்டி ஒன்றில் நாங்கள் பெற்ற மிகப் பெரிய வெற்றிதான் என்றாலும் எங்களால் பெரிதாக மகிழ முடியவில்லை. அதன் பிறகு எடுத்து வைக்க

ஒரே ஒரு பெரிய அடி மீதமிருந்தது - உலகக் கோப்பையின் இறுதிப் போட்டி என்ற சிறிய விஷயம். அதற்கு முன்பாக போட்டியை நடத்தும் நாடு அதனை வென்றதே இல்லை என்பதை மறந்துவிட வேண்டாம்.

வான்கடே மைதானத்தில் நாங்கள் எதிர்கொண்ட இலங்கை அணி மிகவும் வலுவாகவே இருந்தது. அடி முதல் நுனி வரை நட்சத்திர ஆட்டக்காரர்கள் இருந்தார்கள், உலகக் கோப்பையின் முதற்கட்ட போட்டிகளில் நன்றாகவே விளையாடி, இங்கிலாந்தையும் நியூசிலாந்தையும் சுலபமாகத் தோற்கடித்திருந்தார்கள். அவர்கள் அணியில் சங்கா (குமார் சங்கக்கரா), மஹேலா (ஜெயவர்தனே), (லஸித்) மாலிங்கா, முரளி (முத்தையா முரளிதரன்), (திலக்ரத்னே) தில்ஷான், மற்றும் (ஏஞ்சலோ) மேத்யூஸ் ஆகியோர் இருந்தனர்.

அரையிறுதிக்கும் இறுதிப் போட்டிக்கும் இடையில் பெரிய இடைவெளி இல்லாதது நல்லதாகப் போயிற்று என்றே நினைக்கிறேன். பாகிஸ்தானைத் தோற்கடித்த அடுத்த நாள் பயணித்தோம், அதற்கு அடுத்த நாள் பயிற்சி செய்தோம், மறுநாள் நேரடியாக இறுதிப் போட்டிக்குச் சென்றுவிட்டோம். ஓர் உலகக் கோப்பை இறுதிப் போட்டியில் பங்கேற்கிறோம் என்பதைப் பற்றி உட்கார்ந்து யோசிக்க நேரமே இல்லாமல் போனது.

அணியின் மீது அழுத்தம் அதிகமாகத்தான் இருந்தது. இலங்கை பேட்டிங் செய்து 274/6 என்ற நல்ல ஸ்கோரை அடித்தனர், மஹேலா ஜெயவர்தனே அபாரமாக ஆடி சதமடித்தார். அவரைப் போன்ற வீரர்கள் அத்தனை அழுத்தத்திலும் பிரமாதமாக விளையாடுகிறார்கள். அதைப் போலவே வீரு பா'வும் சச்சின் பா'ஜியும் அடித்தாடுவார்கள் என்று நாங்கள் எதிர்பார்த்திருந்தோம். ஆட்டம் பெரிதாக ஆக, மிகப்பெரிய ஆட்டக்காரர்கள் சோபிப்பார்கள் என்றுதான் எல்லோரும் எதிர்பார்ப்போம். ஆனால் அந்தக் கனவை ஆரம்பத்திலேயே மாலிங்கா தகர்த்தெறிந்தார்.

அதன் பிறகு விராட்டுக்கும் கௌடி பா'ய்க்கும் இடையில் உருவான பார்ட்னர்ஷிப் எங்கள் வெற்றியின் அதிகம்

பேசப்படாத, முக்கியமான அங்கம். பேட்டிங் வரிசையில் காத்திருந்த ஏனையோர் மீதான அழுத்தத்தை அது விலக்கியது. முரளியின் பந்துவீச்சில் நெடிய சுழல் இருந்தது, அது பேட்ஸ்மேன்களின் மீது பெரும் அழுத்தத்தைச் சுமத்தியது. ஆனால் விராட்டும் கௌடி பா'யும் நிபுணத்துவத்தோடு விளையாடினார்கள். அதன்பிறகுதான் அதிரடியாக யுவிக்கு முன்பாக மாஹி களமிறங்கிய வியூகம் நிகழ்ந்தது. அது தர்க்கபூர்வமாக மிகச் சரியான் வியூகம். முரளியும் சூரஜ் ரந்தீவும் ஆஃப் ஸ்பின் முறையில் பந்துவீசிக்கொண்டிருந்ததால், அவர்களுக்குச் சவாலாக இருக்கும்பொருட்டு வலக்கை-இடக்கை ஆட்டக்காரர்களின் இணை அங்கிருப்பது அவசியமானது.

நானும் பேடெல்லாம் அணிந்து தயாராகத்தான் இருந்தேன், ஆனால் இவர்கள் இருவரும் ஆட்டத்தை முடித்துவிடுவார்கள் என்ற எண்ணமே இருந்தது. வெற்றி பெறுவதற்கான ரன்கள் சேர்க்கப்படும்போது யுவி பா' மைதானத்தில் இருந்தது நியாயம்தான். அன்றைய தினம் சிலிர்த்துப் புல்லரிக்கும் விதமாகவே அமைந்தது. அதன் உச்சத்தில் பார்வையாளர்கள் அவ்வளவு பேரும் இணைந்து 'வந்தே மாதரம்' என்று முழங்கிய தருணம் வந்து அமர்ந்தது. அந்த உணர்வை என்னால் மறக்கவே முடியாது. அந்தத் தருணத்தை இப்போது நினைத்துப் பார்த்தாலும் சிலிர்க்கிறது.

உலகக் கோப்பைப் போட்டிக்கான அணியில் இடம்பெறுவதே கௌரவம்தான். நான்காண்டுகளுக்கு ஒருமுறை நிகழும் போட்டித் தொடர் இது. நீங்கள் ஒரு காலகட்டத்தில் மிக நன்றாக விளையாடியிருக்கலாம், ஆனால் அணியில் இடம்பெறுவதற்கு எந்த உத்தரவாதமும் இராது. எத்தனையோ வீரர்கள் பல ஆண்டுகாலத் தயாரிப்புக்குப் பிறகு, காத்திருப்புக்குப் பிறகு, அந்த வாய்ப்பைத் தவறவிடுவதை நாம் பார்த்திருக்கிறோம். அப்படியே அணியில் இருந்தாலும் எப்போதும் என்னவும் நிகழலாம், அப்படித்தான் அஷு பா'ய் இறுதிப்போட்டியைத் தவறவிட்டார்.

உலகக் கோப்பையை வெல்வது என்பது அசாதாரணமானது. உலகக் கோப்பையை வெல்லும் உணர்வு எப்படியிருக்கும் என்று என்னிடம் பலமுறை கேட்டிருக்கிறார்கள். அந்தக் கேள்விக்குச்

சரியான பதிலை இன்னமும் தேடிக்கொண்டிருக்கிறேன். அதை எப்படி வார்த்தைகளால் சொல்லிவிட முடியும்? உண்மையில், வான்கடேவின் அந்த இரவுக்குப் பிறகு ஏறக்குறைய இரண்டு மாதங்களுக்கு அதைச் சரியாகக் கிரகித்துக்கொள்ளவே முடியவில்லை. நாங்களும் அடுத்தடுத்த தொடர்களில் விளையாடிக்கொண்டிருந்தோம். முதலில் ஐபிஎல், பிறகு மேற்கிந்தியத் தீவுகளுக்குச் சென்றோம், அங்கே நடந்த ஒருநாள் மற்றும் டி20 போட்டிகளின் அணிக்கு நான் கேப்டனாக இருந்தேன். ஆனால் தேசத்தின் மனநிலையே நல்ல நிலைக்கு உயர்ந்திருந்ததை உணரமுடிந்தது.

எங்கும் கொண்டாட்டங்கள் நிகழ்ந்தன. ஐபிஎல் போட்டிகளுக்காக எங்கே சென்றாலும் மக்கள் முகத்தில் புன்னகையுடனே தென்பட்டார்கள். எங்களுக்குக் கதாநாயகர்களுக்கான வரவேற்பை அளித்தார்கள். நாங்கள் மிதந்துகொண்டிருந்தோம். நான் காஸியாபாத்தில் என் வீட்டுக்குச் சென்றபோது, மொத்த ஊரும் என் வீட்டில் குழுமியிருந்தாற்போலிருந்தது - அரசியல்வாதிகள், பொதுமக்கள், நண்பர்கள், உறவினர்கள் எல்லோரும் இருந்தனர். என் பெற்றோருக்குப் பெருமையாக இருந்தது. அப்பா என்னுடைய கடின உழைப்பால்தான் நான் இவ்வளவு தூரம் வந்திருப்பதாகச் சொல்லிக்கொண்டே இருந்தார்.

என்னுடைய பதக்கத்தை பத்திரமாக வைத்திருக்கிறேன், அப்பா அது சுத்தமாகவும் பளபளப்பாகவும் இருப்பதை உறுதி செய்துகொண்டே இருப்பார், பத்தாண்டுகளுக்குப் பிறகும் இப்போதும் அது மின்னுகிறது. வீட்டிலிருக்கும்போதெல்லாம் அதைப் பார்த்துக்கொள்ள விரும்புவேன். அதைக் கையில் வைத்திருந்தாலே என் வாழ்வின் மிகச் சிறந்த நினைவுகளை அது மீட்டுக் கொடுக்கிறது. மலரும் நினைவுகள் பாய்ந்து வருவதற்குக் கண்களை மூடும் அவசியம் கூட இராது.

எங்கள் சாதனையில் எனக்குப் பெருமிதம் உண்டு, ஆனால் உலகக் கோப்பை வெற்றி என்பது தன்னுடன் சில பொறுப்புகளையும் சுமந்து வரும். அதிலேயே திளைத்து,

எல்லாம் சரியாகத்தான் நடக்கும் என்று அலட்சியமாக இருந்துவிட முடியாது. உலகத்தின் உச்சியில் இருந்தாலும், நிதானத்துடன், பணிவுடன் இருக்கவேண்டும். சில சமயங்களில் இப்படியான தலைசுற்றும் உச்சங்களை எப்படிக் கையாள்கிறோம் என்பதுதான் வாழ்க்கையில் நாம் அடுத்தடுத்து எதிர்கொள்ள வேண்டியவற்றுக்கான தயாரிப்பாக அமையும். அந்த வெற்றி, இந்த விளையாட்டுக்கான என் அர்ப்பணிப்பை இன்னும் அதிகரித்தது, இன்னும் கட்டுப்பாட்டுடன் முன்னெப்போதும் ஆடியதைவிட மேலும் சிறப்பாக விளையாடவேண்டும் என்ற உத்வேகத்தைக் கொடுத்தது. மேலும், கிரிக்கெட்டையும், என் குடும்பத்தாருடனும் நண்பர்களுடனும் நேரம் செலவிட வேண்டிய அவசியத்தையும் எப்படிச் சரியாகக் கையாள்வது என்பதைப் பற்றிய புதிய பார்வைக் கோணத்தையும் இது கொடுத்தது.

விளையாட்டு என்று வந்துவிட்டால் வெற்றியைக் காட்டிலும் தோல்விகளைத்தான் அதிகம் சந்திக்க வேண்டும் என்பதை எத்தனை முறை கேட்டிருப்போம்? எனவே, வெற்றி பெறும் ஒவ்வொரு தருணத்தையும் கொண்டாடுவது அவசியம். அவற்றினூடாக எவ்வளவு காலம் இருக்கமுடியுமோ இருந்துகொள்ளவே நாம் விரும்புவோம், அவை சின்னச் சின்ன வெற்றிகளாக இருந்தாலும்.

உலகக் கோப்பையை வென்றபிறகு நாங்கள் எல்லோரும் ஒன்றாக இருந்தோம், சச்சினின் அறைக்கும் தோனியின் அறைக்குமாக, காலை ஆறு மணி வரையில் மாறி மாறித் திரிந்துகொண்டிருந்தது நன்றாக நினைவிருக்கிறது, யாருமே தூங்கவில்லை. எல்லோருக்கும் அவர்களை நேசிப்பவர்களிடமிருந்து தொலைபேசி அழைப்புகள் வந்தவண்ணம் இருந்தன. என் அலைபேசியின் பேட்டரி மூன்று முறை செத்துச் செத்துப் பிழைத்தது, ஒரு மணிநேரத்துக்கு ஒருமுறை அதன் சார்ஜரைத் தேடியபடி இருந்தேன். அன்றிரவு, என் பெற்றோரிடம் நீண்ட நேரம் பேசிக்கொண்டிருந்தேன். கொஞ்சநேரம் கழித்து லேண்ட்லைன் தொலைபேசிக்கு மாறிவிட்டேன். மறக்க முடியாத சம்பவங்களால் நிறைந்த மகிழ்ச்சியான மாலைப்

பொழுது. அது தீராமல் தொடரவேண்டும் என்று எல்லோருமே விரும்பினோம்.

இன்றும் என் மனத்தில் பசுமையாக இருக்கும் தருணம், உலகக் கோப்பையைக் கையில் ஏந்தியபடி நாங்கள் எல்லோரும் வெற்றி பெற்ற மறுநாள் இரவு புகைப்படங்கள் எடுத்துக்கொண்ட தருணம்தான். பின்னணியில் 'வந்தே மாதரம்' ஒலிக்கவிட்டிருந்தார்கள். அப்படியானவற்றை நாம் மறக்கவே முடியாது, நம் வாழ்வின் வைரம் போன்ற தருணங்கள் அவை.

ஒரு கிரிக்கெட் வீரனின் வாழ்வில் இப்படியான தருணங்கள் மிகச் சில இருக்கும். தேசத்துக்காக விளையாடும் முதல் போட்டி, அதிலும் வீரு பா' டெஸ்ட் கேப்பைக் கொடுப்பது, இப்படியான நினைவுகளை நாம் எப்போதும் கொண்டாடுவோம். நாம் ஒருமுறைதான் வாழ்கிறோம், ஆனால் இந்த நினைவுகள் பலப் பல ஆயுட்காலங்களுக்கும் நீடிக்கும்.

★★★

சிஎஸ்கே அணியில் பங்கேற்று முதல் முறை ஐபிஎல் வென்றது ஒரு வித்தியாசமான அனுபவம். அதுவும் பெருமிதமாகத்தான் இருந்தது, ஆனால் ஐபிஎல்லில் நம் தேசத்துக்காக ஆடுவதில்லையே. அதனால் அந்த உணர்வுகள் வேறு மாதிரி இருந்தன. சென்னை சூப்பர் கிங்க்ஸ் அணியைப் பொறுத்தவரை தொழில்முறை நிர்வாகம் கொண்டது என்பதை நாம் அறிவோம். ஸ்ரீனி சார் (என்.ஸ்ரீனிவாசன்) அணியைச் சிறப்பாக ஊக்குவிப்பார், அணியே ஒரு பெரிய குடும்பமாகத்தான் இருந்தது.

2008 இறுதிப் போட்டியில் சிறிய வித்தியாசத்தில் தோற்றிருந்தோம், 2009ல் இறுதிப் போட்டிக்குத் தகுதி பெறவில்லை. 2010ல் நாங்கள் இறுதிவரை சென்று இலக்கை எட்ட சரியான சந்தர்ப்பங்கள் அமைந்தன. (மைக்கேல்) ஹஸ்ஸி, (மேத்யூ) ஹெய்டன், முரளி விஜய், நான், மற்றும் இன்னும் சிறந்த வீரர்களுடன் எங்கள் பேட்டிங் வரிசை வலிமையாக இருந்தது. சுப்ரமணியம் பத்ரிநாத் எங்களுக்கு முக்கியமான வீரராக

இருந்தார். மாஹியும் அப்போது நல்ல ஃபார்மில் மிகச் சிறப்பாக விளையாடிக்கொண்டிருந்தார். அவர் தொட்டதெல்லாம் பொன்னானது. எங்கே போனாலும் வெற்றிக் கோப்பையோடு திரும்பினார். மும்பை இந்தியன்ஸ் அணிக்கும் சென்னை சூப்பர் கிங்க்ஸ் அணிக்கும் இடையில் நடந்த இறுதிப் போட்டி தீவிரமாக இருந்தது, இரண்டு அணிகளுமே அந்த ஆண்டு ஐபிஎல் முழுக்க அபாரமாக விளையாடியிருந்தனர். அணி உரிமையாளர்கள் மத்தியிலும் நல்லதொரு போட்டி உண்டு.

இப்போது யோசித்துப் பார்த்தால் 2010 ஐபிஎல் கோப்பை வெற்றி எங்கள் உலகக் கோப்பை முயற்சிக்கான கச்சிதமான முன்னோட்டமாக இருந்ததாகத் தோன்றுகிறது. சிஎஸ்கே அணியில் பங்கேற்றவர்களின் நம்பிக்கையை அது அதிகரித்தது. ஒரு கேப்டன் என்ற முறையிலும் எம்.எஸ்ஸுக்கு இந்த வெற்றி உலகக் கோப்பைக்கு முன்பாகவே நிகழ்ந்த ஒரு நல்ல விஷயம். சொல்லப்போனால் அந்தச் சமயத்தில் உலகக் கோப்பைக்கான அணி - அது நானோ, அஷ்வின்னோ, மாஹியோ, யாரானாலும் - நன்றாகவே விளையாடி எங்களது முழுத் திறமையையும் வெளிப்படுத்திக்கொண்டிருந்தோம். நான் முதல் முதலாக விளையாடிய டெஸ்ட் போட்டியிலும் சதம் அடித்திருந்தேன். ஒரு டி20 போட்டியில் சதமடித்த முதல் இந்திய வீரன் என்ற பெருமையை டி20 உலகக் கோப்பையில் அதுவும் தென்னாப்பிரிக்காவுக்கு எதிராக எட்டியது, வளர்ந்தபடியிருந்த என்னுடைய நம்பிக்கைக்கு மேலும் வலு சேர்த்தது.

இப்படிப்பட்ட உச்சங்களை மனத்திற்குள் சேமித்துப் பூட்டி வைப்பது மிகவும் அவசியம், ஏனெனில் பிற்காலத்தில் எப்போதெல்லாம் சற்று ஊக்கமோ, உற்சாகமோ தேவைப்பட்டால் அவற்றைத் திறந்துவிட்டு நினைத்துப் பார்த்துக்கொள்ளலாம். வெற்றி என்பதும் உண்மையில் ஒரு பழக்கம்தான், ஆனால் சரியான மனநிலையில் மட்டுமே அதற்குள் புக முடியும். ஒரு கிரிக்கெட் ஆட்டக்காரன் தன்னுடைய விளையாடற் காலம் குறுகியது என்பதையும், முன்பாகவே கணிக்க முடியாது என்பதையும் கவனத்தில் கொள்ளத்தான் வேண்டும். ஒரு தீவிரமான காயம் ஒரு வீரனின்

முன்னேற்றத்தைத் தடுக்கக் கூடும், இன்னும் சொல்லப்போனால் அவன் கனவுகளுக்கு ஒட்டுமொத்தமாக முடிவுகட்டவும் கூடும். அதனால் எல்லாம் சரியாக நடக்கையில் அலையோடு அலையாக மிதந்துகொண்டிராமல், அதன் உச்சத்தை எட்டி எவ்வளவு முடியுமோ அவ்வளவு நீட்டித்துக்கொள்ளவேண்டும்.

அந்த வகையில் ஐபிஎல் ஆட்டத்தின் போக்கையே மாற்றியிருக்கிறது என்றே சொல்லவேண்டும். அதன் மூலம் வீரர்களுக்கான எதிர்காலம் மேலும் நீண்டிருக்கிறது, அத்துடன் வலிமையான பாதுகாப்புணர்வும் ஏற்பட்டிருக்கிறது. அது சிலரின் வாழ்க்கையை முற்றிலும் மாற்றியமைக்க வல்லதாக இருக்கிறது, டி.நடராஜன் சமீபத்திய உதாரணம். ஆனால் எது எப்படியிருந்தாலும், ஆட்டத்தில் ஒழுக்கத்துடனும், தீவிரத்துடனும் முனைப்பாக இருப்பது மட்டுமே திறமையுடன் முன்செல்ல உதவும்.

உலகக் கோப்பை வெற்றி என்பது வாழ்க்கையையே மாற்றக் கூடியது. அதில் சந்தேகமே இல்லை. 2011 உலகக் கோப்பை அணியிலிருந்த ஒவ்வொருவருக்கும் அந்த வெற்றி ஏதோ ஒன்றை நிச்சயமாகக் கொடுத்திருக்கிறது, வாழ்க்கையில் முன்னேற்றத்தை ஏற்படுத்தியிருக்கிறது. நான் வியாபாரம் செய்யத் தொடங்கினேன், கம்பீர் அரசியலில் நுழைந்தார், சிலர் குடும்பப் பொறுப்பை ஏற்றார்கள், விராட் மற்றும் அஷ்வின் போன்ற சிலர் வரலாற்றில் மிகச் சிறந்த வீரர்கள் வரிசையில் இடம்பெறவிருக்கும் உலகத் தரமான கிரிக்கெட் வீரர்களாக உருவானார்கள்.

ஒரு கிரிக்கெட் வீரரின் வாழ்வில் உலகக் கோப்பை வெற்றி என்பது ஒட்டுமொத்த வளர்ச்சியின் உச்சமாகக் கருதப்படுகிறது. ஆனால் ஒரு மனிதனாக, அதற்குப் பின் எப்படி வளர்ந்து வருகிறோம் என்பதே நம் வாழ்க்கைத் தரத்தை நிர்ணயிக்கும் என்பதுதான் இதில் வேடிக்கை. ஏனெனில் எப்போது காட்சிகள் நமக்கெதிராகத் திரும்பும் என்று யூகிக்கவே முடியாது. வாழ்க்கையில் ஒன்று மட்டுமே உறுதியானது, எதுவுமே நிலைப்பதில்லை என்பது. வாழ்க்கை முழுக்க

ஏற்றத்தாழ்வுகள் இருக்கும். அதுதான் வாழ்க்கையின் அழகு. அதுவே விளையாட்டின் அழகும்.

சுழல் மாறிக்கொண்டே இருக்கும் என்பதால் நீச்சலடித்துக்கொண்டே இருப்பது ஒன்றுதான் நாம் செய்யவேண்டியது. பல விதங்களில் ஒரு கிரிக்கெட் வீரனின் வாழ்க்கை பாதிக்கப்படக்கூடும். ஃபார்ம் இழந்து திறன் குறையலாம். அணியிலிருந்து நீக்கப்படலாம். காயம் ஏற்படலாம். ஆணோ பெண்ணோ, தன் வாழ்வில் இவற்றையெல்லாம் சந்திக்காத கிரிக்கெட் வீரர் என்று யாருமே இருக்க முடியாது.

பலரும் நான் இன்னும் கொஞ்சம் டெஸ்ட் கிரிக்கெட் விளையாடியிருக்கலாம் என்றோ அல்லது நான் இன்னும் சிறந்த டெஸ்ட் பேட்ஸ்மேனாக இருந்திருக்கலாம் என்றோ சொல்வதைக் கேட்டிருக்கிறேன். அதை நான் அப்படிப் பார்ப்பதில்லை. எனக்கு விதி என்பதில் அசைக்க முடியாத நம்பிக்கை உண்டு, நான் எத்தனை போட்டிகள் விளையாடவேண்டும் என்று விதிக்கப்பட்டிருந்ததோ அத்தனை போட்டிகளை விளையாடிவிட்டதாகவே நினைக்கிறேன். ஆனால் இதன் பொருள் நான் மிகச் சிறந்த டெஸ்ட் கிரிக்கெட் ஆட்டக்காரனாக இருக்கவேண்டும் என்பதற்கான முயற்சியை நிறுத்திக்கொண்டேன் என்பதல்ல.

சில சமயங்களில் எனக்குக் கிடைத்த வாய்ப்புகளை நான் கச்சிதமாகப் பயன்படுத்தத் தவறியிருக்கலாம். போலவே சில சமயங்களில் சிவப்புப் பந்து பயன்படுத்தப்படும் டெஸ்ட் போட்டிகளில் ஆடுவதற்கான சரியான திறனுடன் நானிருப்பதாக நானே நினைத்தபோது அணியின் பேட்டிங் வரிசையில் காலி இடமே இல்லாமலும் இருந்ததுண்டு. அப்போதெல்லாம் தொடர்ச்சியாக உள்ளூர் போட்டிகளில் விளையாடியபடி நமக்கான நேரம் வரும் என்று காத்திருப்பது ஒன்றுதான் வழி.

நான் முன்பே சொன்னாற்போல, காயம் ஏற்படுவது நம்மை மிகவும் பலவீனமாக உணரச் செய்யும். ஏனெனில் அந்தச் சூழலில் எதுவுமே நம் கட்டுப்பாட்டில் இராது.

2007ல் எனக்கு முதல் அறுவை சிகிச்சை செய்யப்பட்ட பிறகு மீண்டும் நான் இந்திய அணியில் இடம்பெறுவேன் என்ற நம்பிக்கையே எனக்கு இருக்கவில்லை. ஆனால் என் முயற்சியைக் கைவிடவே இல்லை. தீவிரமாகப் போராடுவதை ரசித்துச் செய்யும்வரையில், அணியில் மீண்டும் இடம்பிடிக்க வேண்டும் என்ற பெருவிருப்பம் இருக்கும்வரையில், காயம் ஏற்படுகிறதோ, அல்லது அணியிலிருந்து நீக்கப்படுகிறேனோ, போராடிப் பார்த்துவிட வேண்டும் என்று எனக்கு நானே அடிக்கடி சொல்லிக்கொண்டேன். அதைத்தான் நான் பத்தாண்டுகளுக்கு மேலாகச் செய்துகொண்டிருந்தேன். ஆனால் ஒவ்வொரு கிரிக்கெட் வீரரின் வாழ்விலும் இனியும் இதைத் தொடர முடியுமா என்பதைப் பற்றிய முடிவை எடுக்கத்தான் வேண்டியிருக்கும். நான் அந்தப் புள்ளியை 2020ல் எட்டிவிட்டதாக நினைக்கிறேன்.

மேலும், ஆட்டத்தின் உச்சத்தில் இருக்கும்போதே ஓய்வுபெறுவதும் அவசியம்தான். சற்று முன்னதாகவே நான் விடைபெற்றுவிட்டதாகச் சிலர் சொல்வார்கள். ஆனால் நான் இந்த விளையாட்டை வர்த்தக ரீதியில் அணுகியதே இல்லை. அதில் நான் எப்போதும் பார்த்தது ஒரு கொண்டாட்டத்தையும் என் அணியின் வெற்றிக்கான என் அர்ப்பணிப்பையும்தான். இனியும் சர்வதேச அளவிலான போட்டிகளில் ஆடுவதை என்னால் ரசிக்க முடியவில்லை என்று எனக்குத் தோன்றியதால், அதுவே நான் ஓய்வுபெற சரியான நேரம் என்று முடிவெடுத்தேன். இப்போது நான் துணிச்சலாக, என்னுடைய அனுபவத்திலிருந்து சொல்கிறேன்: பிறர் ‘ஏன்?’ என்று கேட்கும்போதே ஓய்வு பெறுவது, ‘இன்னும் ஏன்?’ என்று கேட்கும்வரை காத்திருப்பதைக் காட்டிலும் சிறந்தது என்று சொல்வேன்.

ஆனால் அதை நான் ஏன் மாஹி பா’ய் அறிவித்த அன்றே அறிவித்தேன் என்பதைப் பற்றிப் பலரும் பலதும் பேசிவிட்டார்கள். அவர் அறிவித்தார். நானும் அறிவித்தேன். நாங்கள் இருவரும் சிஎஸ்கேவுக்கும் மற்ற உள்ளூர் போட்டிகளிலும் தொடர்ந்து

விளையாடுவது என்றும் முடிவெடுத்தோம். எங்களுடைய பந்தத்தையும், தனித்தனியான எங்கள் பயணங்களையும் முன்வைத்து இது எங்களுக்குக் கிடைத்த கவிதையைப் போன்ற முடிவு என்று நீங்கள் சொல்லலாம். இந்தியாவுக்கான எங்கள் விளையாடற் காலம் ஓர் ஆண்டு இடைவெளிக்குள்ளாக ஆரம்பித்தது. நாங்கள் ஒன்றாகவே விளையாடினோம். அவருடனே ஓய்வுபெறுவது என்பது அவர் தேசத்துக்கு ஆற்றிய தொண்டுக்கான, இந்த விளையாட்டுக்கு அவர் செய்த நன்மைக்கான, எனக்கு அவர் கொடுத்த நெருக்கத்துக்கான, ஒரு சிறிய அங்கீகாரமாகக் கருதலாம். அவரோடு பேட்டிங் செய்வதை எப்போதுமே நான் ரசித்தேன், மைதானத்துக்கு வெளியிலும் அவருடன் இருப்பதை நான் ரசிக்கிறேன்.

நான் ஓய்வுபெற்றதற்கான இன்னொரு காரணம் என் பிள்ளைகளுடன் இன்னும் கூடுதலாக நேரம் செலவிட வேண்டும் என்று நான் விரும்பியது. ரியோ ஏப்ரல் 2020ல் பிறந்தான், அதற்குச் சில மாதங்களுக்குப் பிறகே நான் அந்த முடிவை எடுத்தேன். என் பெற்றோருடன் அப்படி நேரம் செலவிட எனக்கு வாய்த்ததே இல்லை. என் பெற்றோருக்கு இப்போது வயதாகிவிட்டது, அவர்களுக்கும் என்னுடைய பயணத்தில் தொடர்ந்து வரும் வாய்ப்பு அமையவில்லை, குறிப்பாக, என்னுடைய ஆரம்பகாலச் சிரமங்களில். பெற்றோருக்குத் தங்கள் பிள்ளைகளின் ஆரம்பகாலப் பயணத்தில் பங்கு இருக்கவேண்டும் என்று எனக்குத் தோன்றியது. பிள்ளைகளுக்கு 10-12 வயது ஆகிவிட்டால் இவையெல்லாம் மாறிவிடும். அந்த வயதுக்கு முன்பாகப் பிள்ளையைப் பற்றிப் புரிந்துகொள்வது என்பது பெற்றோருக்கும் சரி, பிள்ளைகளுக்கும் சரி அத்தியாவசியமான அம்சம்.

ஆனால், இது முடிவல்ல. இந்த ஆட்டத்துக்கு இன்னும் நான் திருப்பிக்கொடுக்க வேண்டியவை அனேகம் இருப்பதாக நம்புகிறேன். இந்த ஆட்டம் என்னிடமிருந்து இன்னும் நிறையப் பெற்றுக்கொள்ளத் தக்கது என்று நம்புகிறேன். நான் நம்புகிறேன்.

நன்றி

என் வாழ்க்கைப் பயணம் பாடங்களால் நிரம்பியது. அந்தப் பாதையில் நான் சந்தித்த நிறைய மனிதர்கள் என் வாழ்க்கையை வடிவமைப்பதில் பெரும் பங்காற்றியிருக்கிறார்கள். அவர்களில் ஒவ்வொருவரும் என் ஆசிரியர்தான், அவர்கள் அனைவருக்கும் நான் பெருத்த நன்றிக்கடன் பட்டிருக்கிறேன்.

இது என் பெற்றோர் மற்றும் சகோதர-சகோதரிகளுடன் தொடங்கியது. அதன்பிறகு லக்னோ ஸ்போர்ட்ஸ் ஹாஸ்டல் பயிற்சியாளர்களும், என்னுடைய ஜூனியர் கிரிக்கெட் காலங்களில் என்னைக் கவனித்துக்கொண்டவர்களும் இருந்தார்கள். அதன் பிறகு சர்வதேசப் போட்டிக் களங்களிலும், ஐபிஎல்லிலும் எனக்குப் பயிற்சியளித்த அபாரமான பயிற்சியாளர்கள் இருக்கிறார்கள்.

மாநில அளவிலும், இந்திய தேசிய அளவிலும், மிகப் பிரமாதமான சில வீரர்களை என்னுடைய சீனியர்களாகவும், வழிநடத்துனர்களாகவும் பெற்றது என் கொடுப்பினை. அணியில் என் சகவீரர்கள் எனக்குக் கையளித்த பாடங்கள் இல்லாவிட்டால் நான் இன்றைக்கிருக்கும் இடத்துக்கு வந்து சேர்ந்திருக்க மாட்டேன்.

ஒவ்வொரு முறை நான் காயத்தால் வீழ்ந்தபோதும், மீண்டும் என்னை என் கால்களில் நிற்கவைத்த (குறியீடாக மட்டுமல்ல, உண்மையாகவும்) என் மருத்துவர்கள் அனைவருக்கும் சிறப்பான நன்றியை உரித்தாக்குகிறேன். ஒவ்வொரு முறையும் நான் மைதானத்துக்குத் திரும்புவதை மட்டுமல்லாமல், முன்பைக் காட்டிலும் வலிமையாக இருப்பதையும் அவர்கள் உறுதி செய்தார்கள்.

என் மனைவி ப்ரியங்காவும், பிள்ளைகள் க்ராஸியா மற்றும் ரியோவும் ஒவ்வொரு நாளும் நான் இன்னும் சிறந்த கணவனாக, தகப்பனாக வாழ்வதற்கான பாடங்களை எனக்குக் கற்றுக்கொடுத்தபடி இருக்கிறார்கள். அந்தக் கல்வி மட்டும் ஒருபோதும் தீராது என்றே நினைக்கிறேன்.

என் மேலாண்மைக் குழுவினர், நீரஜ் சௌராசியா, ஆனந்த் கன்வர், மற்றும் ரிஷிராஜ் குத்வானி ஆகியோருக்கு, என் வாழ்க்கையைப் பதிவு செய்யும் விதமாக இந்தப் புத்தகத்தை அமைத்துக் கொடுத்ததற்காக நன்றி சொல்ல விரும்புகிறேன்.

பரத் பா'ய் இல்லாமல் இதை நான் செய்திருக்கவே முடியாது. என் வாழ்வின் ஒவ்வொரு அம்சத்தையும் கிளறிக் கண்டெடுத்து, அவற்றைச் சரியாக அடுக்கி முன்வைக்க அவர் காட்டிய பொறுமையும் நிதானமும் பாராட்டுக்குரியவை. இந்தப் புத்தகத்தின் இறுதி வடிவம் வாசிக்கும் ஒவ்வொருவரும் ரசிக்கும்படியும், இதிலிருந்து கற்றுக்கொள்ளும்படியும் அமைவதை அவர் உறுதிசெய்தார்.

★★★

நான் செய்வது எதுவானாலும் அதில் என் சிறந்த பங்களிப்பைக் கொடுக்கவே விரும்புவேன். முரத்நகர் பள்ளியில் வென்ற இந்தக் கோப்பை, நான் பெற்ற முதல் வெற்றிக் கோப்பை.

2011 உலகக் கோப்பையை மறக்கவே முடியாது. இருபத்தெட்டு நீண்ட ஆண்டுகளுக்குப் பிறகு நம் தேசத்துக்காக கோப்பையை வென்றெடுத்த அந்தத் தருணத்தை இப்போது நினைத்தாலும் நான் அதே சிலிர்ப்பை அடைகிறேன்.

இனி வரும் தலைமுறைகளும் கொண்டாடவிருக்கும் ஒரு தருணம்!

என் வீழ்ச்சியை ஒருபோதும் அனுமதித்ததில்லை. யுவி பா'ய் எப்போதும் என் பக்கமே நின்றிருக்கிறீர்கள்!

மாஹி பா'ய் என்னுடைய மிகப்பெரிய ஆதரவாளராகவும், எல்லோரும் இப்படி ஒரு வழிகாட்டி வேண்டும் என்று ஏங்கத்தக்க முன்னோடியாகவும் இருப்பதற்கு நன்றி. உங்கள் மீதான என் மரியாதை வளர்ந்தபடியே இருக்கிறது!

என் முதல் மேன் ஆஃப் தி மேட்ச் விருது ஃபரிதாபாத்தில்! மாஹி பா'யும் பைக்குகள் மீதான அவர் காதலும்...

என் முப்பத்தொன்றாம் பிறந்தநாளை உங்கள் வீட்டில் வைத்துக் கொண்டாடியதற்கு நன்றி சச்சின் சார். உணவு மிகச் சுவையாக இருந்தது, உங்கள் விருந்தோம்பலுக்கு என் அன்பு!

உன்னை என் வாழ்க்கைத் துணையாகத் தேர்ந்தெடுத்ததற்கு எப்போதும் நன்றியோடிருப்பேன், ப்ரியங்கா. இந்த நாள், ஏப்ரல் 2 2015, என் வாழ்வின் மிக அழகான அத்தியாயத்தைத் தொடங்கி வைத்தது.

மே 15 2016 அன்று ஆம்ஸ்டர்டாமில், க்ராஸியா என்ற எங்கள் மகள் எங்களுக்கான ஆசீர்வாதமாகப் பிறந்தாள். ஒரு ஐபிஎல் போட்டியைத் தவிர்த்துவிட்டு, ப்ரியங்காவுடனும், மகளுடனும் இருப்பதற்காக வந்து சேர்ந்தேன்.

மார்ச் 23 2020 அன்று பொது முடக்கத்தால் உலகமே ஸ்தம்பித்தபோது, உலகிலேயே மிகப்பெரிய மகிழ்ச்சிகளில் ஒன்று எனக்கான ஆசீர்வாதமானது. ரியோ, நீயே என் உலகம்.

நீங்களே என்னுடைய மிகச்சிறந்த திறமைகளை வெளிக்கொணர்கிறீர்கள். சொற்களைக் கடந்த அன்பை உங்கள் மீது வைத்திருக்கிறேன். முக்தேஷ்வருக்கு ரியோவின் முதல் பயணம் இது.

ப்ரியங்கா, என் வாழ்வில் நீ எப்படியோர் அர்த்தமாக விளங்குகிறாய் என்பதை என்னால் சொற்களால் விளக்கவே முடியாது. எப்போதுமே எனக்கான பக்கபலமாக இருப்பதற்கு நன்றி!

ஜூலை 2018ல் என் பெற்றோர் முதன்முதலாக ஆம்ஸ்டர்டாமில் என்னைச் சந்திக்க வந்தனர். சில சமயங்களில் குடும்பத்தாருடன் நேரம் செலவிடுவதே நமக்குப் போதுமானதாக இருக்கிறது.

நம் தேசத்தின் ஜவான்களுடன் கொஞ்சம் பொழுதைக் கழித்தது
எனக்குக் கிடைத்த பெரிய கௌரவம். நீங்கள் பல வழிகளில்
எங்களுக்கு முன்னுதாரணமாக இருக்கிறீர்கள். நீங்கள் எங்களுக்காகச்
செய்யும் சேவையில் நாங்கள் பெருமிதம் கொள்கிறோம்!

மொழிபெயர்ப்பாளர் குறிப்பு

கிரிக்கெட்டை நேசிக்கும் அனைவரும் மதிக்கும், நேசிக்கும் வீரர் சுரேஷ் ரெய்னா. இக்கட்டான நேரங்களில் விக்கெட் எடுப்பது அவரது தனிச்சிறப்பு. அவர் தன் வாழ்வின் சவாலான தருணங்களையும், விடாமுயற்சியுடன் போராடி அவற்றைத் தன் விக்கெட்டுகளாக மாற்றிய விதத்தையும், அதற்கு உதவிய அனைவருக்குமான நன்றியையும், மிகத் தெளிவாக முன்வைத்திருக்கும் இந்தப் புத்தகத்தை மொழிபெயர்த்தது இனிய அனுபவம். இந்த நல்வாய்ப்பை எனக்குக் கிடைக்கச் செய்த ஸீரோ டிகிரி பதிப்பகத்தார் ராம்ஜி, காயத்ரிக்கும், இந்த மொழிபெயர்ப்பை செம்மைப்படுத்திக் கொடுத்த எழுத்தாளர் ஆத்மார்த்திக்கும் நன்றி.

வாழ்தல் இனிது.

www.ingramcontent.com/pod-product-compliance
Lightning Source LLC
LaVergne TN
LVHW101428051026
849519LV00005BC/1910